G.C.S.E. PANJABI GUIDE READING

ਜੀ.ਸੀ.ਐੱਸ.ਈ. ਪੰਜਾਬੀ ਗਾਈਡ ਪੜ੍ਹਨਾ

By
Dr. J.S. NAGRA M.A.; M.Ed.; Ph.D.
Inspector of Schools (Retd.)

Published by : **NAGRA PUBLICATIONS**
399, Ansty Road, Coventry CV2 3BQ, UK
Tel & Fax : 02476 617314
E-mail : js.nagra@ntlworld.com
Website : www.nagrapublications.co.uk

All rights reserved with the author. No part of this publication may be reproduced; stored in a retrieval system, transmitted in any form or by any means, electrical, mechanical, photocopying, recording or otherwise, without the prior permission of the copyright owner.

ISBN 978 1 870383 34 9

Ist Edition : January 2012
Revised Edition : January 2013
Reprints : February 2015
    October 2016

This book is also available from :

1. THE SIKH MISSIONARY SOCIETY UK
   10 Featherstone Road, Southall, Middlesex
   UB2 5AA, Tel: 0208 574 1902.

2. DTF ASIAN PUBLISHERS AND DISTRIBUTORS
   117 Soho Road, Handsworth, Birmingham,
   B21 9ST, Tel: 0121 515 1183.

3. GARDNERS BOOKS LTD
   1 Whittle Drive, Willington Drove, Eastbourne, East Sussex,
   BN 23 6 QH, Tel: 01323521555

4. GURMAT PARCHAR
   21 Brook Road, Northfleet, Gravesend, Kent,
   DA11 8RQ, Tel: 01474 326428

5. JAYSONS
   267 Soho Road, Handsworth, Birmingham,
   B21 9SA, Tel 0121 5543384

Contents

Acknowledgements — 5
Introduction — 6
Unit 2: Panjabi Reading — 7
Subject Content: Contexts and Purposes — 9

Chapter 1
Lifestyle

Health
- Healthy and unhealthy lifestyles and their consequences — 13

Relationships and Choices
- Relationships with family and friends — 33
- Future plans regarding marriage/partnership — 43
- Social issues and equality — 47

Chapter 2
Leisure

Free Time and the Media
- Free time activities — 53
- Shopping, money, fashion and trends — 67
- Advantages and disadvantages of new technology — 80

Holidays
- Plans, preferences, experiences — 86
- What to see and getting around — 97

Chapter 3
Home and Environment :
Home and Local Area
- Special occasions celebrated in the home   109
- Home, town, neighbourhood and region, where it is and what it is like   118

Environment
- Current problems facing the planet   132
- Being environmentally friendly within the home and local area   135

Chapter 4
Work and Education
School/College and Future Plans
- What School/College is like   139
- Pressures and Problems   158

Current and Future Jobs
- Looking for and getting a job   162
- Advantages and disadvantages of different jobs   174

Chapter 5
- Model Papers   186
- Grade Descriptions   207
- Self Assessment Form   208

Acknowledgements

I am glad to produce the revised edition of GCSE Panjabi Guide Reading so soon. The quick sale of the first edition of this book clearly shows that it serves the purpose for which it was written. I am grateful to those teachers who gave me very useful suggestions to improve the quality of this book.

AQA material is reproduced by permission of the Assessment and Qualifications Alliance. I am very grateful to the Assessment and Qualifications Alliance for their permission.

I must thank the following Panjabi newspapers for their permission to use some of their material.
1. Des Pardes
2. Panjab Times
3. Mann Jitt

I am grateful to Singh Brothers for getting the book printed on time.

I am also grateful to my wife Satwant, sons Sundeep and Mandeep and daughters-in-law Jasdeep and Ravneet for their inspiration and encouragement throughout.

My grand-children Kameron, Ria, Arjun, Taran, Amber and Eva are also a big source of happiness as I play with them when I am tired of working. It is largely due to the love and affection I receive at home that allows me to concentrate more and work harder.

January 2013   **Jagat Singh Nagra**

Introduction

AQA is the only Examination Board which is responsible for the provision of GCSE and A Level Panjabi examinations in the United Kingdom. AQA has recently revised its GCSE and A Level Specifications in Panjabi. It has reduced the content and assessment burden of the previous courses and has provided more relevant and interesting topics which should challenge and stretch 14-19 year old students further.

Until 2010 only one course i.e. AQA GCSE Panjabi full course was provided. Since the summer of 2011, three courses have been provided. These courses are :

1. AQA GCSE in Panjabi
2. AQA GCSE Short Course in Panjabi : Spoken Language
3. AQA GCSE Short Course in Panjabi : Written Language

The full GCSE course in Panjabi contains four units :

| Unit 1 | Listening | Unit 2 | Reading |
| Unit 3 | Speaking | Unit 4 | Writing |

GCSE Short Course in Panjabi: Spoken Language contains Unit 1 and Unit 3.

GCSE Short Course in Panjabi: Written Language contains Unit 2 and Unit 4.

Students took the first GCSE Panjabi examination according to the new specification in January 2011.

This book deals with Unit 2 only and is written in accordance with the new specification. All contexts and purposes mentioned in the new specification have been dealt with. The learning and teaching materials provided in this book will help students to perform to the best of their ability and achieve a better grade in their reading examination. Each excercise has been marked with the letter F, F/H or H to show that this particular exercise is for the Foundation, Foundation/Higher or Higher level candidates.

Students and teachers will also find my following books useful for Unit 2 :

1. Panjabi Made Easy Book 2
2. Panjabi Made Easy Book 3
3. Panjabi Made Easy Workbook 3
4. GCSE Panjabi Reading
5. GCSE Panjabi
6. GCSE Panjabi Model Papers (Student Book)
7. GCSE Panjabi Model Papers (Teacher's Book)

January 2012   J.S. Nagra

Unit 2 : Panjabi Reading 46802F; 46802H

Students can be entered for **either** Foundation **or** Higher, but not both.

25% of the marks.

Foundation Tier   30 minutes   35 marks

Only material which is appropriate to the written language will be used in the test. Students' comprehension will be tested by a range of question types, normally requiring non-verbal responses or responses in English.

The test will consist of short items testing comprehension of instructions, public notices and advertisements together with some longer extracts from brochures, guides, letters, newspapers, magazines, books, faxes, email and web sites which may include reference to past, present and future events and will include some unfamiliar language. A number of questions will be set on the material to test students' ability to identify key points and extract specific details.

The use of dictionaries will not be permitted.

The tests will consist of a number of discrete items and will be marked according to a detailed mark scheme.

The student's performance will be assessed according to the effectiveness with which he/she is able to carry out the tasks based on what he/she has read.

The appropriate mark(s) will be awarded if the student has satisfactorily communicated his or her understanding, even though the response may contain some errors.

Higher Tier **50 minutes** **45 marks**

Only material which is appropriate to the written language will be used in the test. Students' comprehension will be tested by a range of question types, normally requiring non-verbal responses or responses in English.

The test will contain items common to those in Foundation and also material which will include some complex, unfamiliar language in a range of registers, together with non-factual and imaginative material including narrative. Students will be expected to use their knowledge of grammar and structure in demonstrating understanding of specific points and of gist/the main message. They will also be expected to recognize points of view, attitudes and emotions and to draw conclusions.

The use of dictionaries will not be permitted.

The tests will consist of a number of discrete items and will be marked according to a detailed mark scheme.

The student's performance will be assessed according to the effectiveness with which he/she is able to carry out the tasks based on what he/she has read.

The appropriate mark(s) will be awarded if the student has satisfactorily communicated his or her understanding, even though the response may contain some errors.

AQA GCSE Specification 2011

2 – Subject Content

Contexts and Purposes

The Contexts and Purposes below apply to all four units, although for Speaking and Writing students may select from a choice of contexts and purposes.

The purposes are presented according to the contexts and topics in which they may occur. It will be possible for students to carry out these purposes using the linguistic structures and vocabulary listed in the specification together with the communication strategies.

The purposes are not defined by ability level and all purposes should be seen as available for all candidates, at differing levels of fulfilment. Some purposes assume situations where requirements and responses are generally predictable and use familiar language. Other purposes involve general issues and opinions which can be treated in more or less complex ways with different groups of learners and allow for differentiated levels of response from mixed ability groups. For all purposes, students will be expected, as they progress linguistically, to:

- cope with a greater degree of unpredictability;
- deal with a widening range of potential problems;
- understand and use more accurately a widening range of vocabulary and structures, including some unfamiliar language;
- understand issues and opinions;
- discuss issues and give opinions;
- give full descriptions and accounts.

The purposes are described with respect to individual contexts (eg. Lifestyle) and within particular topics (eg. Relationships and Choices). Purposes should be considered transferable, as appropriate, to any other context or topic.

Understand and provide information and opinions about these contexts relating to the student's own Lifestyle and that of other people, including people in countries/communities where Panjabi is spoken.

Lifestyle
Health
- Healthy and unhealthy lifestyles and their consequences.

Relationships and Choices
- Relationships with family and friends
- Future plans regarding marriage/partnership
- Social issues and equality

Understand and provide information and opinions about these contexts relating to the student's own Leisure and that of other people, including people in countries/communities where Panjabi is spoken.

Leisure
Free Time and the Media
- Free time activities
- Shopping, money, fashion and trends
- Advantages and disadvantages of new technology

Holiday
- Plans, preferences, experiences
- What to see and getting around

Understand and provide information and opinions about these contexts relating to the student's own Home and Environment and that of other people, including people in countries/communities where Panjabi is spoken.

Home and Environment

Home and Local Area
- Special occasions celebrated in the home
- Home, town, neighbourhood and region, where it is and what it is like

Environment
- Current problems facing the planet
- Being environmentally friendly within the home and local area

Understand and provide information and opinions about these contexts relating to the student's own Work and Education and that of other people, including people in countries/communities where Panjabi is spoken.

Work and Education

School/College and Future Plans
- What school/college is like.
- Pressures and problems

Current and Future Jobs
- Looking for and getting a job
- Advantages and disadvantages of different jobs.

AQA GCSE Specification 2011

CHAPTER 1

Lifestyle

Students should be able to understand and provide information and opinions about the contexts relating to their own lifestyle and that of other people.

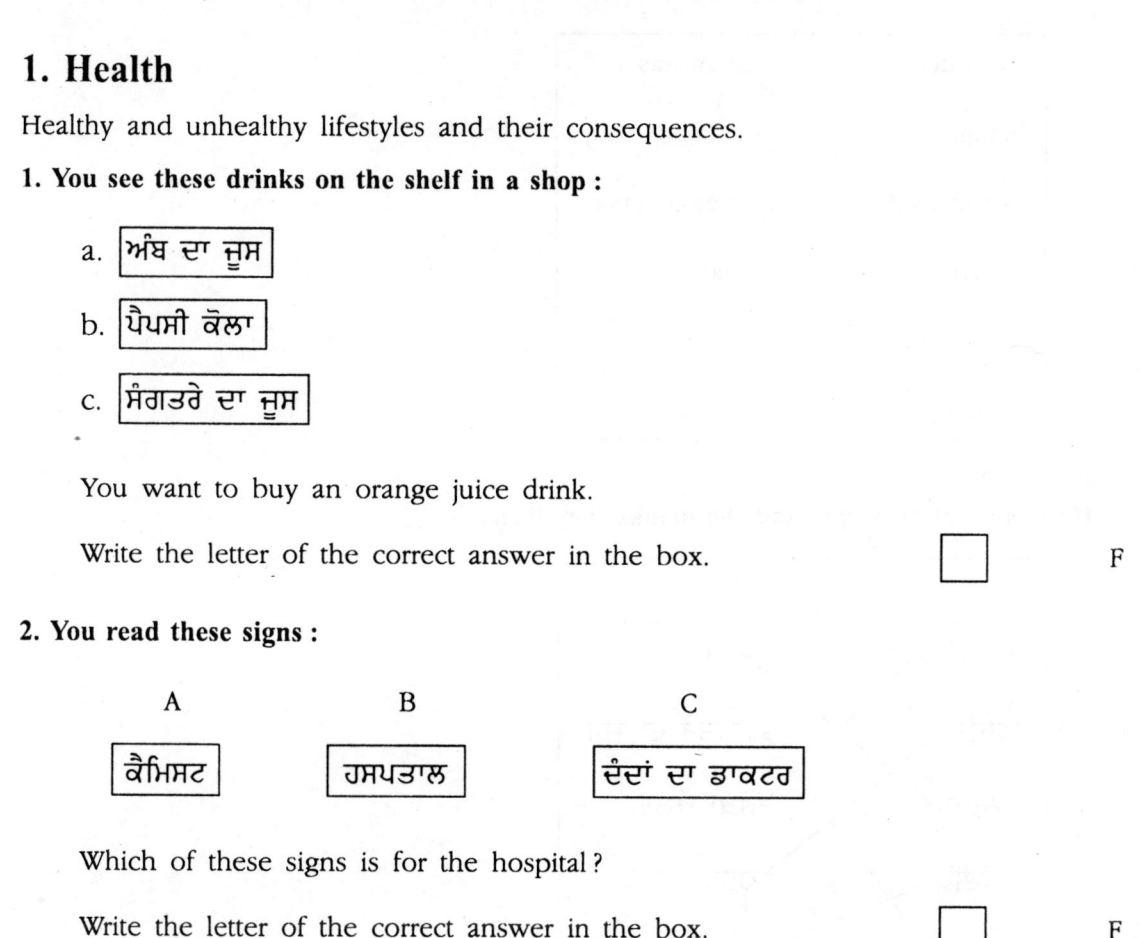

1. Health

Healthy and unhealthy lifestyles and their consequences.

1. You see these drinks on the shelf in a shop :

a. ਅੰਬ ਦਾ ਜੂਸ

b. ਪੈਪਸੀ ਕੋਲਾ

c. ਸੰਗਤਰੇ ਦਾ ਜੂਸ

You want to buy an orange juice drink.

Write the letter of the correct answer in the box. ☐ F

2. You read these signs :

A	B	C
ਕੈਮਿਸਟ	ਹਸਪਤਾਲ	ਦੰਦਾਂ ਦਾ ਡਾਕਟਰ

Which of these signs is for the hospital?

Write the letter of the correct answer in the box. ☐ F

3. Draw arrows to show the following :

1. ਅਮਨਦੀਪ ਸਮੋਸੇ ਪਸੰਦ ਕਰਦੀ ਹੈ।
2. ਮਨਜੀਤ ਬਰਫ਼ੀ ਪਸੰਦ ਕਰਦਾ ਹੈ।
3. ਰਣਜੀਤ ਮੱਛੀ ਪਸੰਦ ਕਰਦੀ ਹੈ।
4. ਦਲਜੀਤ ਟਮਾਟਰਾਂ ਦਾ ਸੂਪ ਪਸੰਦ ਕਰਦਾ ਹੈ।
5. ਸੁਰਿੰਦਰ ਅੰਬਾਂ ਦਾ ਰਸ ਪਸੰਦ ਕਰਦਾ ਹੈ।
6. ਕਿਰਨ ਕੇਲੇ ਪਸੰਦ ਕਰਦੀ ਹੈ।

Surinder	Samosas
Ranjit	Tomato soup
Amandeep	Mango juice
Kiran	Barfi
Daljit	Fish
Manjit	Bananas

F

4. Here is a list of people and the drinks they like.

Name	Drink
ਅਰਵਿੰਦਰ	ਲੈਮਨੇਡ
ਹਰਦੀਪ	ਸੰਗਤਰੇ ਦਾ ਜੂਸ
ਸਨਦੀਪ	ਕੋਕਾ ਕੋਲਾ
ਮਨਦੀਪ	ਚਾਹ
ਜਸਦੀਪ	ਕੌਫ਼ੀ

F

(i) What does Mandeep like?

....

(ii) What does Jasdeep like?

....

(iii) What does Arvinder like?

....

(iv) What does Hardeep like?

....

(v) What does Sundeep like?

.... F

5. You read what fruit Kiran likes to eat.

ਮੈਂ ਅਮਰੂਦ, ਅੰਗੂਰ, ਸੇਬ, ਸੰਗਤਰੇ, ਕੇਲੇ ਅਤੇ ਨਾਸ਼ਪਾਤੀਆਂ ਖਾਣਾ ਪਸੰਦ ਕਰਦੀ ਹਾਂ। ਪਰ ਸਭ ਤੋਂ ਵੱਧ ਮੈਂ ਅੰਬ ਖਾਣੇ ਪਸੰਦ ਕਰਦੀ ਹਾਂ ਕਿਉਂਕਿ ਅੰਬ ਮੈਨੂੰ ਬਹੁਤ ਮਿੱਠੇ ਲੱਗਦੇ ਹਨ।

(i) Which fruit does Kiran like most?

....

(ii) Why?

.... F

6. On a price list in a cafe in the Panjab you see :

ਚਾਹ ਦਾ ਕੱਪ	5 ਰੁਪਏ	ਕੌਫ਼ੀ ਦਾ ਕੱਪ	8 ਰੁਪਏ
ਕੈਂਪਾ ਕੋਲਾ ਦੀ ਬੋਤਲ	15 ਰੁਪਏ	ਸੰਗਤਰੇ ਦੇ ਜੂਸ ਦਾ ਗਲਾਸ	10 ਰੁਪਏ

(i) How much is a cup of coffee?

....

(ii) How much is a glass of orange juice?

....

(iii) Which is the cheapest item?

.... F

7. **You read the following statements :**

A. ਮੈਂ ਠੀਕ ਹਾਂ।

B. ਮੈਂ ਬੀਮਾਰ ਹਾਂ।

C. ਮੈਂ ਹੁਣ ਪਹਿਲਾਂ ਨਾਲੋਂ ਚੰਗਾ ਹਾਂ।

D. ਮੈਨੂੰ ਠੰਢ ਲੱਗ ਗਈ ਹੈ।

Which statement tells you 'I am better now'?

Write the letter of the correct answer in the box. ☐ F

8. **You read the following statements :**

A. ਮੈਨੂੰ ਗਰਮੀ ਲਗਦੀ ਹੈ।

B. ਮੈਨੂੰ ਭੁੱਖ ਲੱਗੀ ਹੈ।

C. ਮੈਂ ਤਿਹਾਇਆ/ਪਿਆਸਾ ਹਾਂ।

D. ਮੈਂ ਥੱਕਿਆ ਹਾਂ।

Which statement tells you 'I am tired'?

Write the letter of the correct answer in the box. ☐ F

9. **What do the following statements mean in English ?**

1. ਮੇਰੇ ਸਿਰ ਵਿੱਚ ਦਰਦ ਹੈ/ਮੇਰਾ ਸਿਰ ਦੁਖਦਾ ਹੈ।
2. ਮੇਰੇ ਪੇਟ ਵਿੱਚ ਦਰਦ ਹੈ/ਮੇਰਾ ਢਿੱਡ ਦੁਖਦਾ ਹੈ।
3. ਮੈਨੂੰ ਬੁਖ਼ਾਰ ਹੈ। ਕੀ ਤੁਹਾਡੇ ਪਾਸ ਕੋਈ ਬੁਖ਼ਾਰ ਦੀ ਦਵਾਈ ਹੈ?
4. ਮੈਨੂੰ ਖਾਂਸੀ/ਖੰਘ ਹੈ। ਕੀ ਤੁਹਾਡੇ ਪਾਸ ਖਾਂਸੀ ਦੀ ਕੋਈ ਦਵਾਈ ਹੈ?
5. ਮੈਂ ਦੰਦਾਂ ਦੇ ਡਾਕਟਰ ਨੂੰ ਮਿਲਣਾ ਚਾਹੁੰਦਾ ਹਾਂ।
6. ਮੇਰੇ ਦੰਦਾਂ ਵਿੱਚ ਦਰਦ ਹੈ।
7. ਡਾਕਟਰ ਨੂੰ ਜਲਦੀ ਬੁਲਾਓ, ਦਾਦੀ ਜੀ ਦੀ ਸਿਹਤ ਬਹੁਤ ਖ਼ਰਾਬ ਹੈ।
8. ਇਹ ਐਕਸੀਡੈਂਟ ਬਹੁਤ ਖ਼ਤਰਨਾਕ ਹੈ। ਜਲਦੀ ਡਾਕਟਰ/ਪੁਲਿਸ/ਫ਼ਾਇਰ ਬ੍ਰਿਗੇਡ/ਐਂਬੂਲੈਂਸ ਅਤੇ ਕਿਸੇ ਰਿਸ਼ਤੇਦਾਰ ਨੂੰ ਟੈਲੀਫ਼ੂਨ ਕਰ ਕੇ ਬੁਲਾਓ।
9. ਮੈਂ ਲੰਮਾ ਪੈਣਾ ਚਾਹੁੰਦਾ/ਚਾਹੁੰਦੀ ਹਾਂ। F

10. You are in a restaurant in the Panjab.

ਦੁਆਬਾ ਰੈਸਟੋਰੈਂਟ
ਸੈਕਟਰ 15, ਚੰਡੀਗੜ੍ਹ

(i) **ਰੋਟੀਆਂ**

ਪਰੌਂਠਾ	25.00 ਰੁਪਏ
ਪੂਰੀ	10.00 ਰੁਪਏ
ਨਾਨ	15.00 ਰੁਪਏ
ਰੋਟੀ	8.00 ਰੁਪਏ

(ii) **ਪੀਣ ਵਾਸਤੇ**

ਚਾਹ ਦਾ ਕੱਪ	5.00 ਰੁਪਏ
ਕੌਫ਼ੀ ਦਾ ਕੱਪ	15.00 ਰੁਪਏ
ਕੋਕ ਦਾ ਗਲਾਸ	20.00 ਰੁਪਏ
ਸੰਗਤਰੇ ਦੇ ਜੂਸ ਦਾ ਗਲਾਸ	25.00 ਰੁਪਏ
ਲੈਮਨੇਡ ਦਾ ਗਲਾਸ	20.00 ਰੁਪਏ

(iii) **ਸਬਜ਼ੀਆਂ**

ਆਲੂ ਮਟਰਾਂ ਦੀ ਪਲੇਟ	50.00 ਰੁਪਏ
ਮਟਰ ਪਨੀਰ ਦੀ ਪਲੇਟ	60.00 ਰੁਪਏ
ਅਰਬੀ ਦੀ ਪਲੇਟ	40.00 ਰੁਪਏ
ਗੋਭੀ ਦੀ ਪਲੇਟ	30.00 ਰੁਪਏ
ਬੈਂਗਣਾਂ ਦੇ ਭੜਥੇ ਦੀ ਪਲੇਟ	35.00 ਰੁਪਏ

(iv) **ਮਿੱਠੀ ਚੀਜ਼**

ਆਈਸ ਕਰੀਮ	15.00 ਰੁਪਏ
ਰਸ ਮਲਾਈ	18.00 ਰੁਪਏ
ਗੁਲਾਬ ਜਾਮੁਨ	12.00 ਰੁਪਏ

1. Which one item of food and drink from each section of the menu would you choose for your lunch?

   (i) ....

   (ii) ....

   (iii) ....

   (iv) ....

2. Why?

   ....

   ....

3. What will be your total bill?

   .... F

11. You read Balvinder's views about health and fitness.

> ਮੈਂ ਆਪਣੀ ਸਿਹਤ ਦਾ ਬਹੁਤ ਖ਼ਿਆਲ ਰੱਖਦੀ ਹਾਂ। ਮੈਂ ਆਪਣੇ ਆਪ ਨੂੰ ਫਿੱਟ ਅਤੇ ਤੰਦਰੁਸਤ ਰੱਖਣ ਲਈ ਹਫ਼ਤੇ ਵਿੱਚ ਚਾਰ ਵਾਰ ਦੌੜਨ ਜਾਂਦੀ ਹਾਂ।

What does Balvinder do to keep herself fit and healthy?

A   B   C

Write the letter of correct answer in the box.   F

(1 mark)

AQA GCSE Specimen 2008

12. You read this advertisement about a restaurant.

> ਹਰ ਤਰ੍ਹਾਂ ਦੇ ਪੰਜਾਬੀ ਤਾਜ਼ਾ ਖਾਣੇ – ਕੀਮਤ ਵਿੱਚ ਸਸਤੇ – ਵਿਆਹਾਂ ਅਤੇ ਪਾਰਟੀਆਂ ਲਈ ਖ਼ਾਸ ਪ੍ਰਬੰਧ – 300 ਸੀਟਾਂ – ਖੁੱਲ੍ਹੀ ਕਾਰ ਪਾਰਕ – ਹੱਸਮੁਖ ਸਟਾਫ਼ – ਮੰਗਲਵਾਰ ਨੂੰ ਬੰਦ ਅਤੇ ਬਾਕੀ ਸਾਰੇ ਦਿਨ ਖੁੱਲ੍ਹਾ। ਅਸੀਂ ਖਾਣਾ ਚੰਗੀ ਸਿਹਤ ਨੂੰ ਧਿਆਨ ਵਿੱਚ ਰੱਖ ਕੇ ਬਣਾਉਂਦੇ ਹਾਂ।

Read the statements given below.

For each statement write :

T (True), F (False), ? (not in the text)

Example	1.	Fresh food is provided in this restaurant.	T
	2.	It is a very costly restaurant.	
	3.	Marriage ceremonies can be held here.	
	4.	No parties are allowed here.	
	5.	500 people can eat here.	
	6.	There is plenty space for parking.	
	7.	This restaurant is closed on Sundays.	
	8.	It is open six days a week.	
	9.	All employees are very sociable.	
	10.	Vegetarian food is served here.	

F/H

13. You read this message written to Lakhbir by his mother.

> ਲਖਬੀਰ
>
> ਮੈਂ ਬਜ਼ਾਰ ਕੁਝ ਚੀਜ਼ਾਂ ਖ਼੍ਰੀਦਣ ਜਾ ਰਹੀ ਹਾਂ ਅਤੇ ਘੰਟੇ ਕੁ ਤੱਕ ਵਾਪਸ ਆ ਜਾਵਾਂਗੀ। ਤੇਰੇ ਲਈ ਮੈਂ ਦੋ ਰੋਟੀਆਂ ਬਣਾ ਕੇ ਰਸੋਈ ਵਿੱਚ ਰੱਖੀਆਂ ਹਨ। ਆਲੂ ਗੋਭੀ ਦੀ ਸਬਜ਼ੀ ਅਤੇ ਦਹੀਂ ਫਰਿੱਜ ਵਿੱਚ ਹਨ। ਸਬਜ਼ੀ ਮਾਈਕ੍ਰੋਵੇਵ ਵਿੱਚ ਗਰਮ ਕਰ ਲੈਣੀ ਅਤੇ ਚਾਹ ਤੂੰ ਆਪ ਬਣਾ ਲੈਣੀ। ਮੱਛੀ, ਚਿਪਸ ਅਤੇ ਮਿਠਾਈ ਨਾ ਖਾਣਾ ਕਿਉਂਕਿ ਇਹ ਚੀਜ਼ਾਂ ਸਿਹਤ ਲਈ ਚੰਗੀਆਂ ਨਹੀਂ ਹਨ।
>
> ਤੇਰੀ ਮੰਮੀ
>
> ਦਲਜੀਤ

(a) Why did Lakhbir's mother write this message?

....

(b) What is this message about? Give three details.

(i) ....

(ii) ....

(iii) ....

(c) What has the mother asked Lakhbir not to do?

....

(d) Why?

....F

14. You read about Rajveer's meal.

ਮੈਂ ਮਸਰਾਂ ਦੀ ਦਾਲ ਅਤੇ ਚੌਲ ਖਾਣੇ ਬਹੁਤ ਪਸੰਦ ਕਰਦਾ ਹਾਂ। ਮੈਂ ਫਲ ਖਾਣੇ ਵੀ ਬਹੁਤ ਪਸੰਦ ਕਰਦਾ ਹਾਂ। ਇਹ ਖਾਣਾ ਹਲਕਾ ਹੁੰਦਾ ਹੈ ਅਤੇ ਮੇਰੀ ਸਿਹਤ ਲਈ ਠੀਕ ਹੈ। ਡਾਕਟਰ ਨੇ ਵੀ ਮੈਨੂੰ ਹਲਕੇ ਖਾਣੇ ਖਾਣ ਬਾਰੇ ਕਿਹਾ ਹੈ ਕਿਉਂਕਿ ਭਾਰਾ ਖਾਣਾ ਮੈਨੂੰ ਹਜਮ ਨਹੀਂ ਹੁੰਦਾ।

(a) What food does Rajveer like to eat? Give two details.

(i) ....

(ii) ....

(b) Why?

....

(c) What advice has he been given by the doctor about his food?

.... F

15. You see a price list in a restaurant in Chandigarh.

ਕਿਰਨ ਰੈਸਟੋਰੈਂਟ

ਕੀਮਤ ਪ੍ਰਤੀ ਪਲੇਟ

ਛੋਲੇ ਭਟੂਰੇ	20.00 ਰੁਪਏ	ਰੋਟੀ	6.00 ਰੁਪਏ
ਪੂਰੀ ਛੋਲੇ	15.00 ਰੁਪਏ	ਨਾਨ	8.00 ਰੁਪਏ
ਦਹੀਂ ਪਰੌਂਠਾ	25.00 ਰੁਪਏ	ਆਲੂ ਗੋਭੀ	20.00 ਰੁਪਏ
ਆਲੂ ਟਿੱਕੀ	15.00 ਰੁਪਏ	ਮਸਰਾਂ ਦੀ ਦਾਲ	25.00 ਰੁਪਏ
ਸਮੋਸੇ	10.00 ਰੁਪਏ	ਚਾਹ ਦਾ ਕੱਪ	8.00 ਰੁਪਏ

(a) Which three items would you like to eat?

(i) ....

(ii) ....

(iii) ....

(b) Why?

.... F

16. **You read about Shila's trip to the park.**

> ਕੱਲ੍ਹ ਬਹੁਤ ਗਰਮੀ ਸੀ। ਸ਼ੀਲਾ ਆਪਣੀਆਂ ਸਹੇਲੀਆਂ ਦੇ ਨਾਲ ਪਾਰਕ ਨੂੰ ਗਈ। ਪਾਰਕ ਵਿੱਚ ਉਹ ਕਾਫ਼ੀ ਦੇਰ ਆਪਣੀਆਂ ਸਹੇਲੀਆਂ ਦੇ ਨਾਲ ਖੇਡਦੀ ਰਹੀ। ਫਿਰ ਉਹ ਥੱਕ ਗਈ ਸੀ। ਉਹ ਕਾਫ਼ੀ ਗਰਮੀ ਮਹਿਸੂਸ ਕਰਦੀ ਸੀ ਅਤੇ ਉਸ ਨੂੰ ਪਿਆਸ ਲੱਗੀ ਹੋਈ ਸੀ। ਘਰ ਆ ਕੇ ਉਸ ਨੇ ਇਸ਼ਨਾਨ ਕੀਤਾ ਅਤੇ ਥੋੜ੍ਹੀ ਦੇਰ ਲਈ ਆਰਾਮ ਕੀਤਾ। ਆਰਾਮ ਕਰਨ ਤੋਂ ਬਾਅਦ ਉਹ ਬਿਲਕੁਲ ਠੀਕ ਮਹਿਸੂਸ ਕਰ ਰਹੀ ਸੀ।

(a) What was the weather like yesterday?
....

(b) Who went with Shila to the park?
....

(c) What did Shila do in the park?
....

(d) How did Shila feel in the park? Give two details.

    (i) ....

    (ii) ....

(e) What did Shila do having returned home? Give two details.

    (i) ....

    (ii) .... F

17. You see this notice outside a doctor's surgery.

ਇਹ ਸਰਜਰੀ ਸੋਮਵਾਰ ਤੋਂ ਸ਼ਨਿੱਚਰਵਾਰ ਤੱਕ ਸਵੇਰ ਨੂੰ ਸਾਢੇ ਅੱਠ ਵਜੇ ਤੋਂ ਸਾਢੇ ਦਸ ਵਜੇ ਤੱਕ ਖੁੱਲ੍ਹਦੀ ਹੈ। ਵੀਰਵਾਰ ਸ਼ਾਮ ਨੂੰ ਬੰਦ ਰਹਿੰਦੀ ਹੈ। ਸੋਮਵਾਰ, ਮੰਗਲਵਾਰ, ਬੁੱਧਵਾਰ, ਸ਼ੁੱਕਰਵਾਰ ਅਤੇ ਸਨਿੱਚਰਵਾਰ ਸ਼ਾਮ ਨੂੰ ਚਾਰ ਵਜੇ ਤੋਂ ਛੇ ਵਜੇ ਤੱਕ ਖੁੱਲ੍ਹਦੀ ਹੈ। ਸ਼ਾਮ ਵੇਲੇ ਤੁਸੀਂ ਡਾਕਟਰਾਂ ਨੂੰ ਸਿਰਫ਼ ਅਪੁਆਇੰਟਮੈਂਟ ਨਾਲ ਹੀ ਮਿਲ ਸਕਦੇ ਹੋ।

(a) Which days of the week does the surgery open in the morning?

....

(b) What is the opening time in the morning?

....

(c) Which day of the week does the surgery not open?

....

(d) What is the surgery's opening time in the evening?

....

(e) How can patients see the doctor in the evening?

.... F

18. Arjun has received this e-mail message from his father.

ਪਿਆਰੇ ਅਰਜਨ,

ਤੇਰੇ ਛੋਟੇ ਭਰਾ ਮਨਜੀਤ ਦੀ ਸਿਹਤ ਦਿਨੋ-ਦਿਨ ਵਿਗੜਦੀ ਜਾ ਰਹੀ ਹੈ। ਉਹ ਹਰ ਰੋਜ਼ ਘਰ ਦੇਰ ਨਾਲ ਆਉਂਦਾ ਹੈ ਅਤੇ ਆਪਣੇ ਮਿੱਤਰਾਂ ਨਾਲ ਦੁਕਾਨ ਤੋਂ ਮੱਛੀ ਅਤੇ ਚਿਪਸ ਖਾ ਲੈਂਦਾ ਹੈ। ਸਵੇਰ ਨੂੰ ਸਕੂਲ ਜਾਣ ਤੋਂ ਪਹਿਲਾਂ ਨਾਸ਼ਤਾ ਵੀ ਨਹੀਂ ਖਾਂਦਾ। ਉਹ ਨਾ ਤਾਂ ਕੋਈ ਸਿਹਤਮੰਦ ਖਾਣਾ ਖਾਂਦਾ ਹੈ ਅਤੇ ਨਾ ਹੀ ਕੋਈ ਕਸਰਤ ਕਰਦਾ ਹੈ। ਇਸ ਕਰਕੇ ਉਸ ਦਾ ਸਰੀਰ ਪਹਿਲਾਂ ਨਾਲੋਂ ਬਹੁਤ ਮੋਟਾ ਹੋ ਗਿਆ ਹੈ ਅਤੇ ਭਾਰ ਵੀ ਕਾਫ਼ੀ ਵੱਧ ਗਿਆ ਹੈ। ਮੈਨੂੰ ਉਸ ਦੀ ਸਿਹਤ ਦਾ ਬਹੁਤ ਫ਼ਿਕਰ ਹੋ ਰਿਹਾ ਹੈ। ਪਿਛਲੇ ਹਫ਼ਤੇ ਮੈਂ ਉਸ ਨੂੰ ਡਾਕਟਰ ਕੋਲ ਲੈ ਕੇ ਗਿਆ ਸੀ। ਡਾਕਟਰ ਨੇ ਉਸ ਨੂੰ ਸੰਤੁਲਤ ਭੋਜਨ ਖਾਣ ਲਈ ਅਤੇ ਹਰ ਰੋਜ਼ ਕਸਰਤ ਕਰਨ ਲਈ ਸਲਾਹ ਦਿੱਤੀ ਹੈ।

—ਮਨਬੀਰ ਸਿੰਘ

(a) Why is Manbir Singh worried about his son? Give two details.
   (i) ....
   (ii) ....

(b) What are Manjit's eating habits like? Give two details.
   (i) ....
   (ii) ....

(c) How have his eating habits affected his health? Give two details.
   (i) ....
   (ii) ....

(d) What advice was given by the doctor to solve this problem? Give two details.
   (i) ....
   (ii) .... F/H

19. You read the views of Mandeep and Asheesh about food in two restaurants.

> ਮਨਦੀਪ ਆਪਣੇ ਇਮਤਿਹਾਨ ਵਿੱਚ ਪਾਸ ਹੋਣ ਦੀ ਖ਼ੁਸ਼ੀ ਵਿੱਚ ਆਪਣੇ ਕੁਝ ਦੋਸਤਾਂ ਨੂੰ ਖਾਣੇ 'ਤੇ ਲੈ ਜਾ ਰਿਹਾ ਹੈ। ਉਹ ਅੱਜ ਸ਼ਾਮ ਨੂੰ ਰਾਜਾ ਰੈਸਟੋਰੈਂਟ ਜਾਣਗੇ। ਮਨਦੀਪ ਦਾ ਇੱਕ ਦੋਸਤ ਅਸ਼ੀਸ਼ ਉਹਨਾਂ ਨੂੰ ਦੁਆਬਾ ਰੈਸਟੋਰੈਂਟ ਜਾਣ ਦੀ ਸਲਾਹ ਦਿੰਦਾ ਹੈ। ਉਹ ਕਹਿੰਦਾ ਹੈ ਕਿ ਦੁਆਬਾ ਰੈਸਟੋਰੈਂਟ ਬਾਕੀ ਰੈਸਟੋਰੈਂਟਾਂ ਦੇ ਮੁਕਾਬਲੇ ਵਿੱਚ ਬਹੁਤ ਸਸਤਾ ਹੈ। ਪਰ ਮਨਦੀਪ ਦੁਆਬਾ ਰੈਸਟੋਰੈਂਟ ਜਾਣ ਨੂੰ ਨਹੀਂ ਮੰਨਦਾ। ਉਹ ਕਹਿੰਦਾ ਹੈ ਕਿ ਭਾਵੇਂ ਦੁਆਬਾ ਰੈਸਟੋਰੈਂਟ ਸਸਤਾ ਹੈ ਪਰ ਇਸ ਦਾ ਖਾਣਾ ਬਿਲਕੁਲ ਸੁਆਦ ਨਹੀਂ ਹੁੰਦਾ। ਦਾਲਾਂ ਅਤੇ ਸਬਜ਼ੀਆਂ ਵਿੱਚ ਬਹੁਤ ਮਿਰਚਾਂ ਹੁੰਦੀਆਂ ਹਨ ਅਤੇ ਚੰਗੀ ਤਰ੍ਹਾਂ ਪਕਾਈਆਂ ਨਹੀਂ ਹੁੰਦੀਆਂ। ਉਹ ਖਾਣੇ ਵਿੱਚ ਘਿਓ ਅਤੇ ਤੇਲ ਦੀ ਵੀ ਵੱਧ ਵਰਤੋਂ ਕਰਦੇ ਹਨ ਜੋ ਸਿਹਤ ਲਈ ਹਾਨੀਕਾਰਕ ਹੁੰਦਾ ਹੈ।

(a) Why is Mandeep inviting some of his friends?
   ....

(b) Why does Asheesh recommend Doaba Restaurant?
   ....

(c) Why does Mandeep not accept Asheesh's suggestion? Give four reasons.
   (i) ....
   (ii) ....
   (iii) ....
   (iv) .... H

20. You read a part of Arjun's complaint of a restaurant.

ਕੱਲ੍ਹ ਅਸੀਂ ਚਾਰ ਜਣਿਆਂ ਨੇ ਤੁਹਾਡੇ ਰੈਸਟੋਰੈਂਟ ਵਿੱਚ ਖਾਣਾ ਖਾਧਾ ਸੀ। ਖਾਣਾ ਐਨਾ ਕੌੜਾ ਸੀ ਕਿ ਜੀਭ 'ਤੇ ਰੱਖਿਆ ਨਹੀਂ ਸੀ ਜਾਂਦਾ। ਨਾਨ੍ਹ ਬਿਲਕੁਲ ਠੰਢੇ ਸਨ। ਜੋ ਸਬਜ਼ੀ ਅਸੀਂ ਖਾਣੀ ਚਾਹੁੰਦੇ ਸੀ ਉਹ ਸਾਨੂੰ ਨਹੀਂ ਮਿਲੀ। ਸਾਗ ਦੀ ਬਜਾਏ ਸਾਨੂੰ ਮਟਰ ਪਨੀਰ ਲਿਆ ਦਿੱਤਾ ਜਿਸ ਵਿੱਚ ਮਿਰਚਾਂ ਬਹੁਤ ਸਨ। ਇਸ ਤਰ੍ਹਾਂ ਲੱਗਦਾ ਸੀ ਕਿ ਸਾਰੀਆਂ ਚੀਜ਼ਾਂ ਕਈ ਦਿਨ ਪਹਿਲਾਂ ਬਣਾਈਆਂ ਹੋਣ। ਇਹ ਖਾਣਾ ਸਿਹਤ ਲਈ ਬਿਲਕੁਲ ਚੰਗਾ ਨਹੀਂ ਸੀ ਕਿਉਂਕਿ ਸਾਨੂੰ ਸਾਰਿਆਂ ਨੂੰ ਹੀ ਉਲਟੀਆਂ ਆਉਣ ਲੱਗ ਪਈਆਂ ਸਨ।

ਜਦੋਂ ਅਸੀਂ ਇਸ ਬਾਰੇ ਬਹਿਰੇ ਨੂੰ ਦੱਸਿਆ ਤਾਂ ਉਸ ਨੇ ਸਾਡੀ ਗੱਲ ਨੂੰ ਸੁਣਿਆ ਅਣਸੁਣਿਆ ਕਰ ਦਿੱਤਾ। ਪੈਸੇ ਵੀ ਬਾਕੀ ਰੈਸਟੋਰੈਂਟਾਂ ਨਾਲੋਂ ਵੱਧ ਚਾਰਜ ਕੀਤੇ ਸਨ। ਜੇ ਤੁਹਾਡੇ ਰੈਸਟੋਰੈਂਟ ਵਿੱਚ ਅੱਗੋਂ ਵੀ ਇਸੇ ਤਰ੍ਹਾਂ ਹੁੰਦਾ ਰਿਹਾ ਤਾਂ ਤੁਹਾਡੇ ਕੌਣ ਖਾਣਾ ਖਾਣ ਆਵੇਗਾ।

ਆਪ ਜੀ ਦਾ ਦਾਸ,
ਅਰਜਨ

(a) Why did Arjun complain about this restaurant? Give five reasons.

(i) ....

(ii) ....

(iii) ....

(iv) ....

(v) .... H

21. You read Manjit's e-mail which she has sent to her brother.
Fill in the boxes by writing the number of the correct answer.

ਪਿਆਰੇ ਵੀਰ ਜੀ,

ਸਤਿ ਸ੍ਰੀ ਅਕਾਲ। ਅਸੀਂ ਠੀਕ ਠਾਕ [3] ਪਹੁੰਚ ਗਏ ਸੀ। ਰਸਤੇ ਵਿੱਚ ਕੋਈ [ ] ਨਹੀਂ ਹੋਈ। ਪਰ ਦੂਜੇ ਦਿਨ ਹੀ ਮਾਤਾ ਜੀ ਨੂੰ ਸਖ਼ਤ [ ] ਚੜ੍ਹ ਗਿਆ ਸੀ।

ਸਾਨੂੰ ਸਾਰਿਆਂ ਨੂੰ ਬਹੁਤ [ ] ਲੱਗ ਗਿਆ ਸੀ ਅਤੇ ਤੀਜੇ ਦਿਨ ਜਦੋਂ [ ] ਨੂੰ ਕੋਈ ਆਰਾਮ ਨਾ [ ] ਦਿਸਿਆ ਤਾਂ [ ] ਜੀ ਉਹਨਾਂ ਨੂੰ ਹਸਪਤਾਲ ਲੈ ਗਏ ਸੀ।

ਹੁਣ ਉਹਨਾਂ ਨੂੰ ਪਹਿਲਾਂ ਨਾਲੋਂ ਕਾਫ਼ੀ [ ] ਹੈ। ਚੰਗਾ ਹੋਇਆ ਕਿ ਅਸੀਂ ਮਾਤਾ ਜੀ ਨੂੰ ਜਲਦੀ [ ] ਵਿੱਚ ਦਾਖ਼ਲ ਕਰਾ ਦਿੱਤਾ, ਨਹੀਂ ਤਾਂ ਸ਼ਾਇਦ ਉਹਨਾਂ ਦੀ [ ] ਵੱਧ ਜਾਂਦੀ।

ਤੁਸੀਂ ਉਹਨਾਂ ਦਾ ਕੋਈ ਫ਼ਿਕਰ [ ] ਕਰਨਾ। ਮੈਂ ਤੁਹਾਨੂੰ ਜਲਦੀ ਹੀ ਹੋਰ ਈ-ਮੇਲ ਕਰਾਂਗੀ। ਪਿਤਾ ਜੀ ਨੂੰ ਸਤਿ ਸ੍ਰੀ ਅਕਾਲ।

ਤੁਹਾਡੀ ਭੈਣ,
ਮਨਜੀਤ

1. ਬੀਮਾਰੀ	5. ਆਉਂਦਾ	9. ਨਹੀਂ
2. ਆਰਾਮ	6. ਤਕਲੀਫ਼	10. ਹਪਸਤਾਲ
3. ਜਲੰਧਰ	7. ਫ਼ਿਕਰ	11. ਉਹਨਾਂ
4. ਬੁਖ਼ਾਰ	8. ਚਾਚਾ	

H

22. **You read Amber's description of her visit to a restaurant. Fill in the boxes by writing the number of the correct answer.**

ਪਿਛਲੇ ਹਫ਼ਤੇ ਮੇਰੀ ਭੈਣ, ਭਰਾ, ਮਾਤਾ ਜੀ, [4] ਜੀ ਅਤੇ ਮੈਂ ਬਰਮਿੰਘਮ ਨਾਗਰਾ ਰੈਸਟੋਰੈਂਟ ਵਿੱਚ [ ] ਖਾਣ ਗਏ ਸੀ। ਅਸੀਂ ਆਪਣੇ ਪੰਜਾਂ ਲਈ ਇੱਕ ਟੇਬਲ ਬੁੱਕ [ ] ਹੋਇਆ ਸੀ। ਜਦੋਂ ਅਸੀਂ ਰੈਸਟੋਰੈਂਟ ਪਹੁੰਚੇ ਤਾਂ [ ] ਨੇ ਸਾਨੂੰ ਸਾਡਾ ਟੇਬਲ ਦੱਸਿਆ ਅਤੇ ਮੀਨੂ ਦਿੱਤਾ। ਅਸੀਂ ਸਾਰੇ ਖਾਣਿਆਂ ਦੀਆਂ [ ] ਦੇਖੀਆਂ। ਅਸੀਂ ਖਾਣ ਲਈ ਪੰਜ ਨਾਨ੍ਹ, ਦੋ ਪਲੇਟਾਂ ਆਲੂ ਗੋਭੀ, ਦੋ ਪਲੇਟਾਂ ਮਟਰ ਪਨੀਰ ਅਤੇ ਦੋ ਪਲੇਟਾਂ [ ] ਦੀਆਂ ਆਰਡਰ ਕੀਤੀਆਂ। ਪੀਣ ਵਾਸਤੇ ਮਾਤਾ ਪਿਤਾ ਜੀ ਨੇ ਇੱਕ ਇੱਕ ਗਲਾਸ ਲੱਸੀ ਅਤੇ ਅਸੀਂ ਤਿੰਨਾਂ ਨੇ ਕੋਕਾ ਕੋਲਾ ਲਿਆ। ਇਸ ਤੋਂ ਬਾਅਦ ਸਾਰਿਆਂ ਨੇ [ ] ਦੀ ਕੁਲਫ਼ੀ ਖਾਧੀ। ਸਭ ਨੂੰ ਖਾਣਾ ਬਹੁਤ [ ] ਲੱਗਿਆ ਅਤੇ ਅਸੀਂ ਜੀ ਭਰ ਕੇ ਖਾਧਾ। ਖਾਣ ਦਾ ਕੁੱਲ [ ] ਪੰਜ ਸੌ ਰੁਪਏ ਆਇਆ ਅਤੇ ਸਰਵਿਸ ਚਾਰਜ ਕੋਈ ਨਹੀਂ ਸੀ। ਬਹਿਰੇ ਨੂੰ ਅਸੀਂ ਦਸ ਰੁਪਏ ਟਿਪ ਦਿੱਤੀ ਸੀ ਅਤੇ ਉਸ ਨੇ ਸਾਡਾ [ ] ਕੀਤਾ। ਮੈਨੂੰ ਇਹ ਰੈਸਟੋਰੈਂਟ ਬਹੁਤ ਸੋਹਣਾ ਲੱਗਿਆ ਕਿਉਂਕਿ ਖਾਣਾ ਸੁਆਦ ਅਤੇ [ ] ਸੀ ਅਤੇ ਬੈਠਣ ਲਈ ਥਾਂ ਵੀ ਚੰਗੀ ਮਿਲ ਗਈ ਸੀ।

1. ਧੰਨਵਾਦ
2. ਸੁਆਦ
3. ਦਹੀਂ
4. ਪਿਤਾ
5. ਸਸਤਾ
6. ਖਾਣਾ
7. ਬਹਿਰੇ
8. ਕੀਤਾ
9. ਅੰਬ
10. ਖ਼ਰਚ
11. ਕੀਮਤਾਂ

H

23. You read this news item.

> ਹਰ ਇਨਸਾਨ ਨੂੰ ਆਪਣੀ ਸਿਹਤ ਚੰਗੀ ਰੱਖਣ ਲਈ ਪੂਰਾ ਧਿਆਨ ਦੇਣਾ ਚਾਹੀਦਾ ਹੈ। ਜਿਹਨਾਂ ਲੋਕਾਂ ਦੀ ਸਿਹਤ ਚੰਗੀ ਹੈ ਉਹ ਸਦਾ ਆਪਣੀ ਸਿਹਤ ਦਾ ਖ਼ਿਆਲ ਰੱਖਦੇ ਹਨ। ਚੰਗੀ ਸਿਹਤ ਲਈ ਚੰਗੀ ਖ਼ੁਰਾਕ ਖਾਣਾ ਬਹੁਤ ਜ਼ਰੂਰੀ ਹੈ। ਤਲੀਆਂ ਹੋਈਆਂ ਚੀਜ਼ਾਂ ਦਾ ਜ਼ਿਆਦਾ ਖਾਣਾ ਸਿਹਤ ਲਈ ਠੀਕ ਨਹੀਂ। ਜ਼ਿਆਦਾ ਪਕੌੜੇ, ਸਮੋਸੇ, ਕਬਾਬ, ਜਲੇਬੀਆਂ ਆਦਿ ਖਾਣੇ ਸਿਹਤ ਲਈ ਠੀਕ ਨਹੀਂ। ਇਹ ਚੀਜ਼ਾਂ ਸਰੀਰ ਵਿੱਚ ਮੋਟਾਪਾ ਪੈਦਾ ਕਰਦੀਆਂ ਹਨ। ਚੰਗੀ ਸਿਹਤ ਲਈ ਤਾਜ਼ੇ ਫਲ ਅਤੇ ਸਬਜ਼ੀਆਂ ਜ਼ਰੂਰ ਖਾਣੇ ਚਾਹੀਦੇ ਹਨ। ਖਾਣਾ ਕੁਝ ਭੁੱਖ ਰੱਖ ਕੇ ਖਾਣਾ ਚਾਹੀਦਾ ਹੈ।
>
> ਚੰਗੀ ਸਿਹਤ ਲਈ ਹਰ ਰੋਜ਼ ਕਸਰਤ ਕਰਨਾ ਵੀ ਬਹੁਤ ਜ਼ਰੂਰੀ ਹੈ। ਹਰ ਰੋਜ਼ ਕਸਰਤ ਲਈ ਥੋੜ੍ਹਾ ਸਮਾਂ ਜ਼ਰੂਰੀ ਕੱਢਣਾ ਚਾਹੀਦਾ ਹੈ। ਅੱਜ ਕੱਲ੍ਹ ਲੋਕਾਂ ਦੀ ਜ਼ਿੰਦਗੀ ਬਹੁਤ ਮਸਰੂਫ ਹੈ ਅਤੇ ਕਸਰਤ ਲਈ ਸਮਾਂ ਕੱਢਣਾ ਮੁਸ਼ਕਲ ਹੈ। ਪਰ ਜਿਹੜੇ ਲੋਕ ਥੋੜ੍ਹਾ ਬਹੁਤ ਸਮਾਂ ਕੱਢ ਕੇ ਕਸਰਤ ਕਰਦੇ ਹਨ ਉਹਨਾਂ ਦੀ ਸਿਹਤ ਠੀਕ ਰਹਿੰਦੀ ਹੈ ਅਤੇ ਉਹਨਾਂ ਨੂੰ ਬੀਮਾਰੀਆਂ ਵੀ ਘੱਟ ਹੀ ਲੱਗਦੀਆਂ ਹਨ। ਇਹ ਲੋਕ ਲੰਬੀ ਉਮਰ ਜੀਉਂਦੇ ਹਨ।
>
> ਪੁਰਾਣੇ ਜ਼ਮਾਨੇ ਵਿੱਚ ਲੋਕ ਜ਼ਿਆਦਾ ਤਕੜੇ, ਸਿਹਤਮੰਦ ਅਤੇ ਚੁਸਤ ਹੁੰਦੇ ਸਨ ਕਿਉਂਕਿ ਉਹ ਸਾਦਾ ਖਾਣਾ ਖਾਂਦੇ ਸਨ ਅਤੇ ਸਖ਼ਤ ਮਿਹਨਤ ਕਰਦੇ ਸਨ। ਉਸ ਸਮੇਂ ਵਿੱਚ ਕੰਮ ਹੀ ਐਸੇ ਹੁੰਦੇ ਸਨ, ਜਿਨ੍ਹਾਂ ਨਾਲ ਆਮ ਤੌਰ 'ਤੇ ਕਸਰਤ ਹੋ ਜਾਂਦੀ ਸੀ। ਉਹਨਾਂ ਦੀ ਉਮਰ ਵੀ ਲੰਬੀ ਹੁੰਦੀ ਸੀ। ਇਸ ਲਈ ਚੰਗੀ ਸਿਹਤ ਰੱਖਣ ਲਈ ਆਪਣੀ ਖ਼ੁਰਾਕ ਦਾ ਖ਼ਿਆਲ ਰੱਖਣਾ ਚਾਹੀਦਾ ਹੈ ਕਿ ਕੀ ਖਾਣ ਲਈ ਠੀਕ ਹੈ ਅਤੇ ਕੀ ਠੀਕ ਨਹੀਂ ਹੈ। ਚੰਗੀ ਖ਼ੁਰਾਕ ਦੇ ਨਾਲ ਨਾਲ ਕਸਰਤ ਵੀ ਜ਼ਰੂਰੀ ਕਰਨੀ ਚਾਹੀਦੀ ਹੈ।

(a) What according to this article has been suggested to keep healthy? Give five details

    (i) ....

    (ii) ....

    (iii) ....

    (iv) ....

    (v) ....

(b) Why do people find it hard to get time for exercise?
....

(c) Why were people more healthy in the past than they are now?
....

H

24. You read Manjit's article in a magazine.

ਅੱਜ ਤੋਂ ਕੋਈ ਦੋ ਕੁ ਸਾਲ ਪਹਿਲਾਂ ਮੈਂ ਬਹੁਤਾ ਸਿਹਤਮੰਦ ਨਹੀਂ ਸੀ। ਮੈਨੂੰ ਹਰ ਵੇਲੇ ਕੋਈ ਨਾ ਕੋਈ ਬੀਮਾਰੀ ਲੱਗੀ ਰਹਿੰਦੀ ਸੀ ਅਤੇ ਮੇਰਾ ਸਰੀਰ ਵੀ ਕਾਫ਼ੀ ਮੋਟਾ ਹੋ ਗਿਆ ਸੀ। ਇਸ ਦੇ ਕਈ ਕਾਰਣ ਸਨ।

ਮੈਂ ਤਲੀਆਂ ਚੀਜ਼ਾਂ ਜ਼ਿਆਦਾ ਖਾਂਦਾ ਸੀ। ਕਰਿਸਪ, ਚੌਕਲੇਟ ਅਤੇ ਮਠਿਆਈ ਦੇਖ ਕੇ ਮੈਂ ਖਾਣ ਤੋਂ ਨਹੀਂ ਰਹਿ ਸਕਦਾ ਸੀ। ਹਰੀਆਂ ਸਬਜ਼ੀਆਂ ਘੱਟ ਖਾਂਦਾ ਸੀ। ਦੁੱਧ ਅਤੇ ਜੂਸ ਦੀ ਥਾਂ ਕੋਕਾ ਕੋਲਾ ਪੀਣਾ ਜ਼ਿਆਦਾ ਪਸੰਦ ਕਰਦਾ ਸੀ। ਕਸਰਤ ਬਿਲਕੁਲ ਨਹੀਂ ਕਰਦਾ ਸੀ। ਆਪਣੇ ਮਾਤਾ ਪਿਤਾ ਦੀ ਘਰ ਦੇ ਕੰਮ ਵਿੱਚ ਸਹਾਇਤਾ ਕਰਨਾ ਆਪਣੀ ਬੇਇੱਜ਼ਤੀ ਸਮਝਦਾ ਸੀ। ਰਾਤ ਬਹੁਤ ਦੇਰ ਤੱਕ ਟੈਲੀਵਿਯਨ ਦੇ ਅੱਗੇ ਬੈਠਾ ਰਹਿੰਦਾ ਸੀ। ਸਵੇਰ ਨੂੰ ਮੈਂ ਨਾਸ਼ਤਾ ਘੱਟ ਹੀ ਖਾਂਦਾ ਸੀ। ਜੇ ਕੋਈ ਮੈਨੂੰ ਮੋਟਾ ਕਹਿ ਦੇਵੇ ਤਾਂ ਬਹੁਤ ਗ਼ੁੱਸਾ ਚੜ੍ਹਦਾ ਸੀ।

ਪਰ ਹੁਣ ਮੈਂ ਆਪਣੇ ਆਪ ਨੂੰ ਸਮਝਾ ਲਿਆ ਹੈ ਕਿ ਮੇਰੇ ਲਈ ਆਪਣੀ ਸਿਹਤ ਠੀਕ ਰੱਖਣਾ ਬਹੁਤ ਜ਼ਰੂਰੀ ਹੈ। ਮੈਂ ਆਪਣੀ ਖ਼ੁਰਾਕ ਦਾ ਬਹੁਤ ਖ਼ਿਆਲ ਰੱਖਦਾ ਹਾਂ। ਮੈਂ ਹੁਣ ਕਰਿਸਪ, ਚੌਕਲੇਟ ਅਤੇ ਮਠਿਆਈ ਬਹੁਤ ਘੱਟ ਖਾਂਦਾ ਹਾਂ। ਇਹਨਾਂ ਦੀ ਥਾਂ ਫਲ ਖਾ ਲੈਂਦਾ ਹਾਂ। ਕੇਲੇ, ਸੇਬ, ਅੰਗੂਰ, ਖ਼ਰਬੂਜ਼ਾ ਅਤੇ ਨਾਸ਼ਪਤੀ ਆਦਿ ਜ਼ਿਆਦਾ ਖਾਂਦਾ ਹਾਂ। ਹਰ ਰੋਜ਼ ਸਕੂਲ ਨੂੰ ਨਾਸ਼ਤਾ ਖਾ ਕੇ ਜਾਂਦਾ ਹਾਂ। ਮੈਂ ਹੁਣ ਤਲੀਆਂ ਚੀਜ਼ਾਂ ਜਿਵੇਂ ਸਮੋਸੇ, ਚਿਪਸ ਆਦਿ ਘੱਟ ਖਾਂਦਾ ਹਾਂ। ਪਨੀਰ ਪਹਿਲਾਂ ਤੋਂ ਜ਼ਿਆਦਾ ਖਾਂਦਾ ਹਾਂ। ਹਫ਼ਤੇ ਵਿੱਚ ਇੱਕ ਵਾਰ ਆਪਣੇ ਦੋਸਤਾਂ ਨਾਲ ਫੁੱਟਬਾਲ ਖੇਡਦਾ ਹਾਂ। ਆਪਣੇ ਮਾਤਾ ਪਿਤਾ ਦੀ ਘਰ ਦੇ ਕੰਮ ਵਿੱਚ ਸਹਾਇਤਾ ਕਰਨ ਲੱਗ ਪਿਆ ਹਾਂ। ਇਸ ਨਾਲ ਮੇਰੀ ਥੋੜ੍ਹੀ ਕਸਰਤ ਵੀ ਹੋ ਜਾਂਦੀ ਹੈ। ਹਫ਼ਤੇ ਵਿੱਚ ਇੱਕ ਵਾਰ ਤਰਨ ਜਾਂਦਾ ਹਾਂ। ਘਰ ਦੇ ਲਾਗਲੇ ਖ਼ਾਲੀ ਪਾਰਕ ਵਿੱਚ ਹਫ਼ਤੇ ਵਿੱਚ ਘੱਟ ਤੋਂ ਘੱਟ ਦੋ ਵਾਰ ਦੌੜ ਵੀ ਲਾਉਂਦਾ ਹਾਂ। ਹੁਣ ਮੈਂ ਰਾਤ ਨੂੰ ਜਲਦੀ ਸੌਣ ਦੀ ਆਦਤ ਵੀ ਬਣਾ ਲਈ ਹੈ।

ਜਦੋਂ ਤੋਂ ਮੈਂ ਇਹ ਕਰਨਾ ਸ਼ੁਰੂ ਕੀਤਾ ਹੈ, ਮੇਰੀ ਸਿਹਤ ਬਹੁਤ ਚੰਗੀ ਹੋ ਗਈ ਹੈ। ਸਰੀਰ ਬੜਾ ਹੌਲਾ ਹੌਲਾ ਅਤੇ ਚੁਸਤ ਲੱਗਦਾ ਹੈ। ਮੈਂ ਪਹਿਲਾਂ ਨਾਲੋਂ ਹੁਣ ਕੁਝ ਪਤਲਾ ਵੀ ਹੋ ਗਿਆ ਹਾਂ। ਕੰਮ ਕਰਨ ਨੂੰ ਬੜਾ ਜੀ ਕਰਦਾ ਹੈ ਅਤੇ ਮੈਨੂੰ ਹੁਣ ਗ਼ੁੱਸਾ ਵੀ ਘੱਟ ਚੜ੍ਹਦਾ ਹੈ। ਮੈਂ ਇਹ ਹੀ ਕਹਾਂਗਾ ਕਿ ਆਪਣੀ ਸਿਹਤ ਠੀਕ ਰੱਖਣ ਲਈ ਕਸਰਤ ਕਰਨੀ ਬਹੁਤ ਜ਼ਰੂਰੀ ਹੈ।

(a) What was Manjit's health like two years ago? Give three details.

   (i) ....
   (ii) ....
   (iii) ....

(b) What were the causes of his ill health? Give five reasons.

   (i) ....
   (ii) ....
   (iii) ....
   (iv) ....
   (v) ....

(c) What changes did Manjit make in his lifestyle to become healthy?

   ....
   ....
   ....
   ....
   ....

(d) How did the changes in lifestyle affect Manjit's health?

   ....
   ....
   ....
   ....
   .... H

25. You read this article.

> **ਬੱਚਿਆਂ ਨੂੰ ਜੰਕ ਖਾਣਾ ਦੇ ਰਹੇ ਹਨ ਬਹੁਤੇ ਮਾਪੇ**
>
> ਬੱਚਿਆਂ ਦੀ ਚੰਗੀ ਸਿਹਤ ਲਈ ਉਹਨਾਂ ਨੂੰ ਜੰਕ ਖ਼ੁਰਾਕ ਤੋਂ ਦੂਰ ਰੱਖਣਾ ਚਾਹੀਦਾ ਹੈ, ਪਰ ਇਸ ਤਰ੍ਹਾਂ ਹੁੰਦਾ ਨਹੀਂ। ਬਰਤਾਨੀਆ ਵਿੱਚ ਇੱਕ ਵੱਡੀ ਗਿਣਤੀ ਵਿੱਚ ਮਾਪੇ ਆਪਣੇ ਬੱਚਿਆਂ ਦੀ ਸਿਹਤ ਖ਼ਰਾਬ ਹੋਣ ਦੇ ਆਪ ਜ਼ਿੰਮੇਵਾਰ ਹਨ। ਉਹ ਆਪਣੇ ਬੱਚਿਆਂ ਦੇ ਲੰਚ ਲਈ ਉਹਨਾਂ ਨੂੰ ਚਿਪਸ, ਚਾਕਲੇਟ ਅਤੇ ਜੰਕ ਫ਼ੂਡ ਦਿੰਦੇ ਹਨ। ਇਸ ਦਾ ਵੱਡਾ ਕਾਰਨ ਮਾਪਿਆਂ ਦੀ ਰੁੱਝੀ ਹੋਈ ਜ਼ਿੰਦਗੀ ਦਾ ਹੋਣਾ ਹੈ ਅਤੇ ਉਹ ਆਪਣਾ ਕੰਮ ਸੌਖਾ ਕਰਨ ਲਈ ਆਪਣੇ ਬੱਚਿਆਂ ਨੂੰ ਮਠਿਆਈਆਂ, ਕਰਿਸਪ, ਚਾਕਲੇਟ, ਬਰਗਰ ਵਰਗੀਆਂ ਚੀਜ਼ਾਂ ਖਾਣ ਲਈ ਦੇ ਦਿੰਦੇ ਹਨ ਜੋ ਸਿਹਤ ਲਈ ਚੰਗੀਆਂ ਨਹੀਂ ਹਨ। ਇਸ ਕਿਸਮ ਦੇ ਖਾਣੇ ਬੱਚਿਆਂ ਵਿੱਚ ਮੋਟਾਪਾ ਪੈਦਾ ਕਰਦੇ ਹਨ। ਮਾਤਾ ਪਿਤਾ ਨੂੰ ਚਾਹੀਦਾ ਹੈ ਕਿ ਉਹ ਆਪਣੇ ਬੱਚਿਆਂ ਨੂੰ ਉਹ ਖਾਣਾ ਹੀ ਦੇਣ ਜੋ ਉਹਨਾਂ ਦੀ ਸਿਹਤ ਲਈ ਠੀਕ ਹੋਵੇ।

(a) What does the heading of the article mean?

....

(b) Why according to this article are many parents responsible for ill health of their children? Give two reasons.

(i) ....

(ii) ....

(c) What advice has been given to parents?

.... H

26. You read this article in the school magazine.

ਚੰਗੀ ਸਿਹਤ ਲਈ ਸਵਸਥ ਭੋਜਨ ਜ਼ਰੂਰੀ

ਅੱਜ ਕੱਲ੍ਹ ਬਰਤਾਨੀਆ ਦੇ ਸਕੂਲਾਂ ਵਿੱਚ ਪੜ੍ਹਦੇ ਬੱਚਿਆਂ ਵਿੱਚ ਵੱਧ ਰਹੇ ਮੋਟਾਪੇ ਬਾਰੇ ਆਮ ਚਰਚਾ ਹੈ। ਕਈ ਮਾਤਾ ਪਿਤਾ ਆਪਣੇ ਬੱਚਿਆਂ ਦੀ ਸਿਹਤ ਬਾਰੇ ਬਹੁਤ ਚਿੰਤਤ ਹਨ। ਇਸ ਦੇ ਕਈ ਕਾਰਨ ਹਨ। ਆਮ ਤੌਰ 'ਤੇ ਦੇਖਿਆ ਜਾਂਦਾ ਹੈ ਕਿ ਬੱਚੇ ਬਾਹਰ ਖੇਡਾਂ ਦੇ ਮੈਦਾਨਾਂ ਵਿੱਚ ਖੇਡਾਂ ਖੇਡਣ ਦੀ ਬਜਾਏ ਆਪਣਾ ਬਹੁਤਾ ਸਮਾਂ ਕੰਪਿਊਟਰ, ਆਈ ਪੌਡ ਜਾਂ ਇੰਟਰਨੈੱਟ 'ਤੇ ਗੁਜ਼ਾਰਨਾ ਜ਼ਿਆਦਾ ਪਸੰਦ ਕਰਦੇ ਹਨ। ਸੰਤੁਲਤ ਭੋਜਨ ਖਾਣ ਦੀ ਬਜਾਏ ਬਹੁਤੇ ਬੱਚੇ ਜੰਕ ਖਾਣੇ ਖਾਂਦੇ ਹਨ। ਉਹ ਪੀਜ਼ਾ, ਬਰਗਰ, ਸਵੀਟਸ ਅਤੇ ਕਰਿਸਪ ਆਦਿ ਖਾਣਾ ਚੰਗਾ ਸਮਝਦੇ ਹਨ ਜੋ ਬੱਚਿਆਂ ਵਿੱਚ ਮੋਟਾਪਾ ਪੈਦਾ ਕਰਦੇ ਹਨ। ਇਸ ਲਈ ਜੇ ਮਾਤਾ ਪਿਤਾ ਚਾਹੁੰਦੇ ਹਨ ਕਿ ਉਹਨਾਂ ਦੇ ਬੱਚੇ ਸਵੱਸਥ ਹੋਣ ਤਾਂ ਉਹਨਾਂ ਨੂੰ ਜੰਕ ਖਾਣਾ ਦੇਣ ਦੀ ਬਜਾਏ ਸੰਤੁਲਤ ਭੋਜਨ ਦੇਣ। ਬੱਚਿਆਂ ਨੂੰ ਰੋਜ਼ ਫਲ ਅਤੇ ਸਬਜ਼ੀਆਂ ਵਧੇਰੇ ਖਾਣੇ ਚਾਹੀਦੇ ਹਨ। ਖਾਣੇ ਵਿੱਚ ਤਲੀਆਂ ਅਤੇ ਚਿਕਨਾਈ ਵਾਲੀਆਂ ਚੀਜ਼ਾਂ ਤੋਂ ਪਰਹੇਜ਼ ਕਰਨਾ ਚਾਹੀਦਾ ਹੈ। ਸਕੂਲਾਂ ਵਿੱਚ ਬੱਚਿਆਂ ਨੂੰ ਦੇਣ ਵਾਲਿਆਂ ਖਾਣਿਆਂ ਨੂੰ ਤਿਆਰ ਕਰਨ ਵੇਲੇ ਇਹਨਾਂ ਗੱਲਾਂ ਵੱਲ ਖ਼ਾਸ ਧਿਆਨ ਦੇਣਾ ਚਾਹੀਦਾ ਹੈ। ਕਈ ਖੋਜੀਆਂ ਅਨੁਸਾਰ ਸਾਫ਼ ਸੁਥਰੇ ਕਪੜੇ ਪਹਿਨਣ ਅਤੇ ਸਮਾਰਟ ਬਣ ਕੇ ਰਹਿਣ ਨਾਲ ਬੀਮਾਰੀਆਂ ਤੋਂ ਛੁਟਕਾਰਾ ਪਾਇਆ ਜਾ ਸਕਦਾ ਹੈ। ਖੋਜੀਆਂ ਦਾ ਮੰਨਣਾ ਹੈ ਕਿ ਸਮਾਰਟਨੈੱਸ ਲਈ ਲੋਕਾਂ ਨੂੰ ਆਪਣੇ ਰਹਿਣ ਸਹਿਣ ਅਤੇ ਖਾਣ ਪੀਣ 'ਤੇ ਧਿਆਨ ਦੇਣਾ ਚਾਹੀਦਾ ਹੈ ਅਤੇ ਇਹੀ ਚੇਤਨਾ ਉਹਨਾਂ ਨੂੰ ਸਿਹਤਮੰਦ ਬਣਾਈ ਰੱਖਣ ਵਿੱਚ ਸਹਾਇਤਾ ਕਰਦੀ ਹੈ।

(a) What does the heading of this article mean?

.... 1

(b) According to this article, why are some parents worried about the health of their children? Give two reasons.

(i) ....

(ii) 2

(c) What can the parents do to solve this problem? Give two reasons.

(i) ....

(ii) 2

(d) According to this article what part does appearance play in people's health?

....

....H 1

2. Relationships and Choices

(a) Relationships with family and friends.

Family

1. Read the following male and female relationship

Family Relationship ਪਰਿਵਾਰਿਕ ਰਿਸ਼ਤੇ

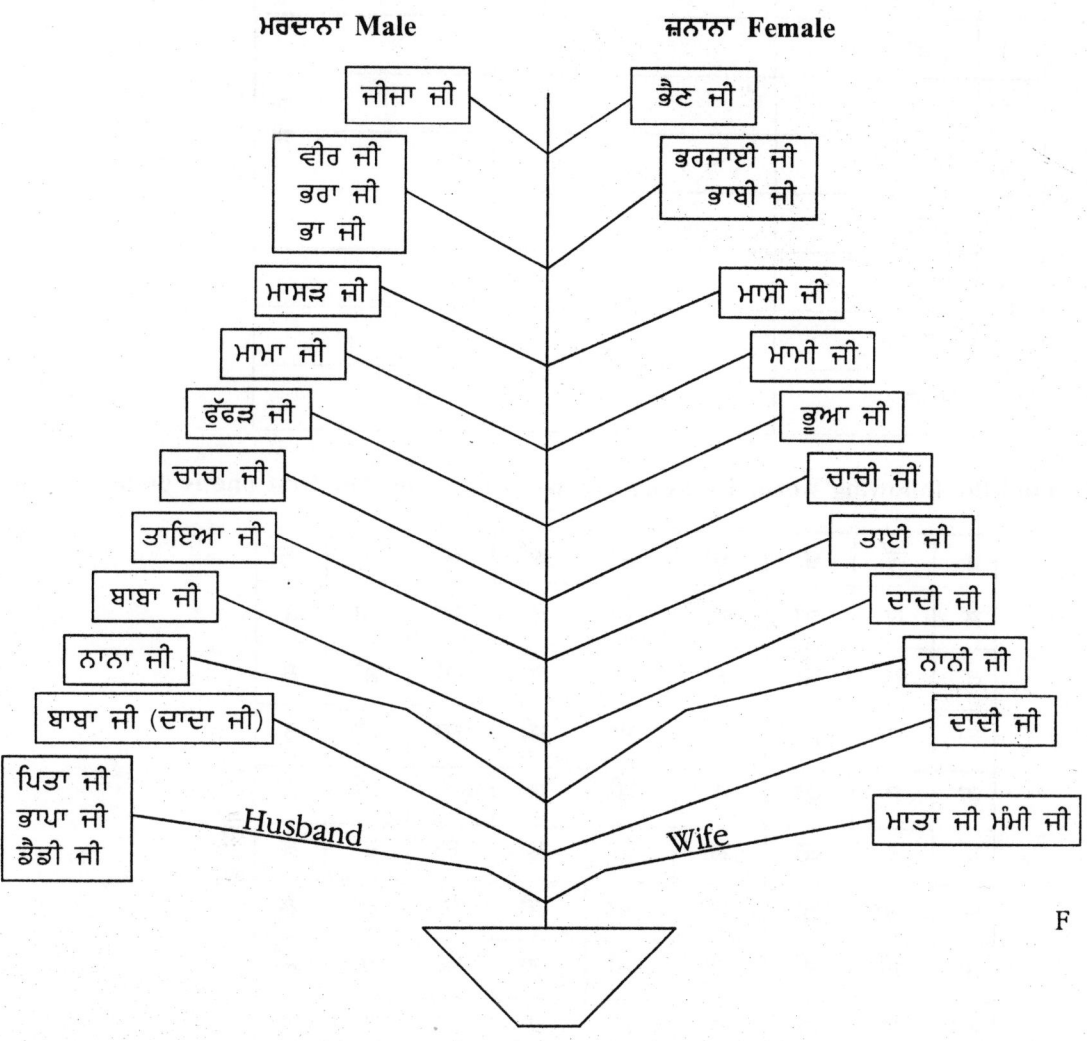

2. Write the opposite gender of the following in English and Panjabi.

		Opposite gender	
	Panjabi	**English**	**Panjabi**
1.	ਪਿਤਾ	Mother	ਮਾਤਾ
2.	ਬਾਬਾ		
3.	ਚਾਚੀ		
4.	ਮਾਮਾ		
5.	ਭੂਆ		
6.	ਭੈਣ		
7.	ਮਾਸੜ		
8.	ਨਾਨਾ		
9.	ਤਾਇਆ		
10.	ਭਾਬੀ		

F

3. Find the following words by using arrows either side. The first one is done for you.

ਪ	ਨੱ	ਚਾ	ਚਾ	ਜੀ	ਅੱ	ਕ	ਪ	ਲਾ
ਲੱ	ਕ	ਚਾ	ਲ	ਜਾ	ਖ	ਚਾ	ਜੀ	ਮ
ਕੰ	ਨ	ਚੀ	ਬਾਂ	ਹ	ਤ	ਜੀ	ਮੀ	ਲ
ਭਾ	ਪਾ	ਜੀ	ਬਾ	ਬਾ	ਜੀ	ਜਾ	ਮਾ	ਰ
ਗ	ਜ	ਵੀ	ਰ	ਜੀ	ਭ		ਸੀ	ਮਾ
ਪੱ	ਟ	ਕਾ	ਲਾ		ਲਾ	ਤਾ	ਹੱ	ਥ
ਤ	ਤਾ	ਲਾ	ਕਾ	ਕਾ	ਜੀ	ਇ	ਗੱ	ਲ
ਮਾ	ਈ	ਲੱ	ਤ	ਜੀ	ਤਾ	ਆ	ਕ	ਲੱ
ਲਾ	ਜੀ	ਗ	ਲੂ	ਟ	ਕ	ਜੀ	ਬ	ਸ

(1) ਬਾਬਾ ਜੀ (2) ਚਾਚਾ ਜੀ (3) ਭਾਪਾ ਜੀ (4) ਵੀਰ ਜੀ
(5) ਮਾਮਾ ਜੀ (6) ਮਾਮੀ ਜੀ (7) ਚਾਚੀ ਜੀ (8) ਕਾਕਾ

F

4. **You read about Sandeesh in his Panjabi book.**

ਸੰਦੀਸ਼

1. ਮੈਂ ਇੱਕ ਮੁੰਡਾ ਹਾਂ।
2. ਮੇਰਾ ਪਹਿਲਾ ਨਾਂ ਸੰਦੀਸ਼ ਹੈ।
3. ਮੇਰਾ ਵਿਚਕਾਰਲਾ ਨਾਂ ਸਿੰਘ ਹੈ।
4. ਮੇਰਾ ਖ਼ਾਨਦਾਨੀ ਨਾਂ ਸੰਧੂ ਹੈ।
5. ਮੇਰਾ ਪੂਰਾ ਨਾਂ ਸੰਦੀਸ਼ ਸਿੰਘ ਸੰਧੂ ਹੈ।
6. ਮੇਰੀ ਉਮਰ ਪੰਦਰਾਂ ਸਾਲ ਹੈ।
7. ਮੇਰੀ ਜਨਮ ਤਰੀਕ 15 ਜਨਵਰੀ 1996 ਹੈ।
8. ਮੈਂ 15 ਜਨਵਰੀ 1996 ਨੂੰ ਪੈਦਾ ਹੋਇਆ ਸੀ।
9. ਮੇਰਾ ਜਨਮ ਦਿਨ 15 ਜਨਵਰੀ ਨੂੰ ਹੈ।
10. ਮੈਂ ਇੰਗਲੈਂਡ ਵਿੱਚ ਪੈਦਾ ਹੋਇਆ ਸੀ।
11. ਮੈਂ ਕਾਵੈਂਟਰੀ ਵਿੱਚ ਰਹਿੰਦਾ ਹਾਂ।
12. ਮੇਰੇ ਘਰ ਦਾ ਨੰਬਰ 25 ਹੈ।
13. ਮੇਰੀ ਸੜਕ ਦਾ ਨਾਂ ਰੋਮਨ ਰੋਡ ਹੈ।
14. ਮੇਰਾ ਪੂਰਾ ਪਤਾ 25 ਰੋਮਨ ਰੋਡ, ਸਟੋਕ, ਕਾਵੈਂਟਰੀ ਸੀਵੀ 2 3 ਬੀਡੀ ਹੈ।
15. ਮੇਰਾ ਟੈਲੀਫ਼ੂਨ ਨੰਬਰ 29536 ਹੈ।
16. ਮੇਰਾ ਧਰਮ ਸਿੱਖ ਹੈ।
17. ਮੈਂ ਸਿਡਨੀ ਸਟਰਿੰਗਰ ਸਕੂਲ ਕਾਵੈਂਟਰੀ ਵਿੱਚ ਪੜ੍ਹਦਾ ਹਾਂ।
18. ਮੇਰਾ ਕੱਦ ਪੰਜ ਫ਼ੁੱਟ ਛੇ ਇੰਚ ਹੈ।
19. ਮੇਰਾ ਭਾਰ 9 ਸਟੋਨ ਹੈ।
20. ਮੇਰੇ ਵਾਲ ਕਾਲੇ ਹਨ।
21. ਮੇਰੀਆਂ ਅੱਖਾਂ ਨੀਲੀਆਂ ਹਨ।
22. ਮੈਂ ਪਤਲਾ ਹਾਂ।
23. ਮੈਂ ਮਿਲਣਸਾਰ ਅਤੇ ਮਿਹਨਤੀ ਮੁੰਡਾ ਹਾਂ।
24. ਮੈਂ ਆਪਣੇ ਮਾਤਾ ਪਿਤਾ ਦਾ ਕਹਿਣਾ ਮੰਨਦਾ ਹਾਂ।
25. ਮੈਂ ਕਦੇ ਝੂਠ ਨਹੀਂ ਬੋਲਦਾ।

(a) Write all the above sentences about Sandeesh in English.

(b) Like Sandeesh write 15 sentences about yourself in Panjabi.

5. You read about Charanjit.

> **ਚਰਨਜੀਤ**
>
> ਮੇਰੀ ਸਹੇਲੀ ਦਾ ਨਾਂ ਚਰਨਜੀਤ ਹੈ। ਚਰਨਜੀਤ ਇੱਕ ਬਹੁਤ ਚੰਗੀ ਕੁੜੀ ਹੈ। ਉਸ ਦਾ ਰੰਗ ਗੋਰਾ, ਕੱਦ ਲੰਮਾ ਅਤੇ ਦੇਖਣ ਨੂੰ ਪਤਲੀ ਲੱਗਦੀ ਹੈ। ਉਸ ਦੀਆਂ ਅੱਖਾਂ ਭੂਰੀਆਂ ਹਨ ਅਤੇ ਵਾਲ ਲੰਮੇ ਹਨ। ਉਹ ਬਹੁਤ ਮਿਲਣਸਾਰ ਅਤੇ ਮਿਹਨਤੀ ਕੁੜੀ ਹੈ। ਉਹ ਸਭ ਨਾਲ ਪਿਆਰ ਕਰਦੀ ਹੈ।
>
> ਅਮਨ

(a) What is Charanjit's appearance like? Give three details.

   (i) ....

   (ii) ....

   (iii) ....

(b) Describe her character. Give three details.

   (i) ....

   (ii) ....

   (iii) ....   F

6. You receive this text message fron Sarbjeet.

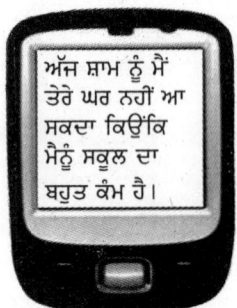

Why can Sarbjeet not go to his friend's house today?

A	He is not well.
B	He is going out with his family.
C	He has a lot of school work to do.

Write the letter of the correct answer in the box.   ☐   F

AQA GCSE Specimen 2008

7. Manjit received this e-mail from her pen friend.

> ਪਿਆਰੀ ਮਨਜੀਤ,
>
> ਮੈਂ ਤੁਹਾਡੀ ਨਵੀਂ ਪੈੱਨ ਫ਼ਰੈਂਡ (ਕਲਮੀ ਮਿੱਤਰ) ਹਾਂ। ਮੈਂ ਆਪਣੇ ਬਾਰੇ ਤੁਹਾਨੂੰ ਕੁਝ ਦੱਸਦੀ ਹਾਂ। ਮੇਰਾ ਨਾਂ ਸਰਬਦੀਪ ਹੈ ਅਤੇ ਮੇਰੀ ਉਮਰ ਪੰਦਰਾਂ ਸਾਲ ਹੈ। ਮੇਰੀ ਇੱਕ ਭੈਣ ਹੈ ਅਤੇ ਦੋ ਭਰਾ ਹਨ। ਮੇਰੀ ਭੈਣ ਦਾ ਨਾਂ ਸ਼ਰਨਜੀਤ ਹੈ ਅਤੇ ਭਰਾਵਾਂ ਦੇ ਨਾਂ ਸੁਖਬੀਰ ਅਤੇ ਸੰਦੀਪ ਹਨ। ਮੇਰੇ ਦੋਨੋਂ ਭਰਾ ਮੇਰੇ ਨਾਲੋਂ ਵੱਡੇ ਹਨ ਪਰ ਮੇਰੀ ਭੈਣ ਛੋਟੀ ਹੈ। ਸੁਖਬੀਰ 19 ਸਾਲਾਂ ਦਾ ਹੈ ਅਤੇ ਉਹ ਯੂਨੀਵਰਸਿਟੀ ਵਿੱਚ ਪੜ੍ਹਦਾ ਹੈ। ਸੰਦੀਪ 17 ਸਾਲਾਂ ਦਾ ਹੈ ਅਤੇ ਉਹ ਅਜੇ ਸਕੂਲ ਵਿੱਚ ਹੀ ਹੈ। ਸ਼ਰਨਜੀਤ 13 ਸਾਲ ਦੀ ਹੈ ਅਤੇ ਉਹ ਵੀ ਮੇਰੇ ਸਕੂਲ ਵਿੱਚ ਪੜ੍ਹਦੀ ਹੈ।
>
> ਮੈਂ ਸੰਸਾਰ ਪੁਰ ਵਿੱਚ ਰਹਿੰਦੀ ਹਾਂ। ਇਹ ਇੱਕ ਪਿੰਡ ਹੈ। ਇਹ ਪਿੰਡ ਜਲੰਧਰ ਸ਼ਹਿਰ ਤੋਂ ਕੋਈ ਪੰਜ ਕਿਲੋਮੀਟਰ ਦੂਰ ਹੈ। ਮੈਂ ਆਪਣੇ ਮਾਤਾ ਪਿਤਾ ਅਤੇ ਦਾਦੀ ਜੀ ਨਾਲ ਰਹਿੰਦੀ ਹਾਂ। ਮੈਨੂੰ ਪੰਜਾਬੀ ਜ਼ਿੰਦਗੀ ਬਹੁਤ ਚੰਗੀ ਲੱਗਦੀ ਹੈ।
>
> ਤੁਸੀਂ ਮੈਨੂੰ ਆਪਣੇ ਪਰਿਵਾਰ ਬਾਰੇ ਲਿਖਣਾ। ਮੇਰੇ ਵੱਲੋਂ ਤੁਹਾਡੇ ਸਾਰੇ ਪਰਿਵਾਰ ਨੂੰ ਸਤਿ ਸ੍ਰੀ ਅਕਾਲ। ਉੱਤਰ ਜਲਦੀ ਦੇਣਾ।
>
> ਤੁਹਾਡੀ ਸਹੇਲੀ,
> ਸਰਬਦੀਪ।

(a) Who wrote this letter?

A	Manjit
B	Sandeesh
C	Sarbdeep

Write the letter of the correct answer in the box. ☐

(b) How old is Sundeep?

A	15 years
B	17 years
C	13 years

Write the letter of the correct answer in the box. ☐

(c) Where does Sarbdeep live?

A	Delhi
B	Jalandhar
C	Sansarpur

Write the letter of the correct answer in the box. ☐

F

8. You read a part of Manjit's essay in her Panjabi book.

> **ਮਨਜੀਤ**
>
> ਮੇਰਾ ਨਾਂ ਮਨਜੀਤ ਕੌਰ ਸੰਧੂ ਹੈ। ਮੇਰੀ ਉਮਰ ਪੰਦਰਾਂ ਸਾਲ ਹੈ। ਮੇਰਾ ਜਨਮ ਦਿਨ 15 ਦਸੰਬਰ ਨੂੰ ਹੈ। ਮੈਂ ਇੰਗਲੈਂਡ ਵਿੱਚ ਪੈਦਾ ਹੋਈ ਸੀ ਅਤੇ ਮੇਰੀ ਨਾਗਰਿਕਤਾ ਬ੍ਰਿਟਿਸ਼ ਹੈ। ਮੈਂ ਆਪਣੀ ਸਹੇਲੀ ਪੂਨਮ ਨੂੰ ਬਹੁਤ ਪਸੰਦ ਕਰਦੀ ਹਾਂ ਕਿਉਂਕਿ ਉਹ ਮੇਰੇ ਨਾਲ ਬਹੁਤ ਪਿਆਰ ਕਰਦੀ ਹੈ। ਮੈਂ ਰਣਜੀਤ ਨੂੰ ਪਸੰਦ ਨਹੀਂ ਕਰਦੀ, ਕਿਉਂਕਿ ਉਹ ਮੇਰੇ ਨਾਲ ਲੜਦੀ ਰਹਿੰਦੀ ਹੈ।

(a) How old is Manjit?

....

(b) When is her birthday?

....

(c) Where was she born?

....

(d) What is her citizenship?

....

(e) Why does Manjit like Poonam?

....

(f) Why does she not like Ranjit?

.... F

9. You read this article about Amarjit.

> ਅਮਰਜੀਤ ਗੁਰਦੁਆਰੇ ਕੋਲ ਰਹਿੰਦਾ ਹੈ। ਹਰ ਐਤਵਾਰ ਉਹ ਆਪਣੇ ਮਿੱਤਰਾਂ ਨਾਲ ਹਾਕੀ ਖੇਡਣ ਜਾਂਦਾ ਹੈ। ਸਨਿੱਚਰਵਾਰ ਨੂੰ ਉਹ ਆਪਣੇ ਮਾਤਾ ਪਿਤਾ ਜੀ ਨਾਲ ਚੀਜ਼ਾਂ ਖ਼੍ਰੀਦਣ ਲਈ ਬਜ਼ਾਰ ਜਾਂਦਾ ਹੈ ਕਿਉਂਕਿ ਉਹ ਉਹਨਾਂ ਨਾਲ ਘੁੰਮਣਾ ਫਿਰਨਾ ਪਸੰਦ ਕਰਦਾ ਹੈ।
>
> ਚੰਗੇ ਗਰੇਡ ਲੈਣ ਲਈ ਉਹ ਸਖ਼ਤ ਮਿਹਨਤ ਕਰਦਾ ਹੈ। ਉਸ ਦੀ ਵੱਡੀ ਭੈਣ ਉਸ ਦੀ ਪੜ੍ਹਾਈ ਵਿੱਚ ਬਹੁਤ ਸਹਾਇਤਾ ਕਰਦੀ ਹੈ।

(a) Where does Amarjit live?

....

(b) Who does he play hockey with?

....

(c) Why does he like to go to the market with his parents?

....

(d) Who helps him in his studies?

.... F

10. You read this letter written by Manmohan Singh to his niece.

> 45, ਈਗਲ ਸਟਰੀਟ, ਲੀਡਜ਼,
> 8 ਨਵੰਬਰ, 2011
>
> ਪਿਆਰੀ ਮਨਜਿੰਦਰ,
>
> ਬਹੁਤ ਬਹੁਤ ਪਿਆਰ। ਅਸੀਂ ਇਸ ਸਾਲ ਤੇਰੇ ਜਨਮ ਦਿਨ 'ਤੇ ਨਹੀਂ ਆ ਸਕਾਂਗੇ। ਨਾ ਆਉਣ ਦਾ ਕਾਰਨ ਇਹ ਹੈ ਕਿ ਉਸੇ ਦਿਨ ਮੇਰੇ ਇੱਕ ਗੂੜ੍ਹੇ ਦੋਸਤ ਦੀ ਲੜਕੀ ਦਾ ਵਿਆਹ ਹੈ ਅਤੇ ਮੇਰਾ ਤੇ ਤੇਰੀ ਚਾਚੀ ਜੀ ਦਾ ਇਸ ਵਿਆਹ 'ਤੇ ਜਾਣਾ ਬਹੁਤ ਜ਼ਰੂਰੀ ਹੈ।
>
> ਅਸੀਂ ਤੈਨੂੰ ਇੱਕ ਲੈਪ ਟੌਪ ਕੰਪਿਊਟਰ ਆਪਣੇ ਵੱਲੋਂ ਸੁਗਾਤ ਵਜੋਂ ਭੇਜ ਰਹੇ ਹਾਂ। ਉਮੀਦ ਹੈ ਕਿ ਤੂੰ ਇਸ ਨੂੰ ਪਸੰਦ ਕਰੇਂਗੀ। ਤੇਰੀ 'ਜੀ.ਸੀ.ਐਸ.ਈ.' ਦੀ ਪ੍ਰੀਖਿਆ ਵੀ ਹੁਣ ਨੇੜੇ ਹੈ। ਇਸ ਲਈ ਪੜ੍ਹਾਈ ਦਿਲ ਲਾ ਕੇ ਕਰਨੀ ਤਾਂ ਕਿ ਤੇਰੇ ਚੰਗੇ ਗਰੇਡ ਆ ਜਾਣ।
>
> ਤੇਰੀ ਚਾਚੀ ਜੀ ਵਲੋਂ ਤੈਨੂੰ ਪਿਆਰ। ਬਲਜੀਤ ਅਤੇ ਦਲਜੀਤ ਵਲੋਂ ਸਤਿ ਸ੍ਰੀ ਅਕਾਲ। ਉੱਤਰ ਜਲਦੀ ਦੇਣਾ।
>
> ਤੇਰਾ ਚਾਚਾ,
> ਮਨਮੋਹਨ ਸਿੰਘ

(a) Why can Manjinder's uncle and aunt not attend her birthday party?

....

(b) What present did they send to Manjinder?

....

(c) What advice did they give for her education?

....

(d) Why?

.... F/H

11. You read this matrimonial in a Panjabi newspaper.

> ਜੱਟ ਸਿੱਖ ਘਰਾਣੇ ਦੀ ਇੰਗਲੈਂਡ ਵਿੱਚ ਜੰਮੀ ਪਲੀ ਲੜਕੀ ਵਾਸਤੇ ਯੋਗ ਵਰ ਦੀ ਲੋੜ ਹੈ। ਲੜਕੀ ਦੀ ਉਮਰ 24 ਸਾਲ, ਕੱਦ 5 ਫ਼ੁੱਟ 3 ਇੰਚ ਅਤੇ ਰੂਪ ਰੰਗ ਦੀ ਸੋਹਣੀ ਹੈ। ਖਾਣਾ ਪਕਾਉਣਾ ਅਤੇ ਬਾਕੀ ਸਾਰੇ ਘਰ ਦੇ ਕੰਮ ਜਾਣਦੀ ਹੈ। ਹਾਈ ਸਕੂਲ ਵਿੱਚ ਅਧਿਆਪਕਾ ਲੱਗੀ ਹੋਈ ਹੈ। ਲੜਕਾ ਅਧਿਆਪਕ ਹੋਵੇ ਤਾਂ ਬਹੁਤ ਹੀ ਚੰਗਾ ਹੈ, ਪਰ ਜੇ ਅਕਾਊਂਟੈਂਟ ਜਾਂ ਵਕੀਲ ਹੋਵੇ ਤਾਂ ਵੀ ਗੱਲਬਾਤ ਕੀਤੀ ਜਾ ਸਕਦੀ ਹੈ। ਹੋਰ ਜਾਣਕਾਰੀ ਲਈ ਲੜਕੀ ਦੇ ਮਾਪਿਆਂ ਨਾਲ ਗੱਲਬਾਤ ਕਰੋ।

(a) Why will this advertisement attract the attention of many boys? Give four reasons.

(i) ....

(ii) ....

(iii) ....

(iv) ....

(b) Who will be the most suitable bridegroom?

.... F/H

12. You read this matrimonial in a Panjabi newspaper.
Fill in the boxes by writing the number of the correct answer.

> ਇਕ ਰਾਮਗੜ੍ਹੀਆ [4] ਦੇ ਡਾਕਟਰ ਲੱਗੇ ਹੋਏ ਮੁੰਡੇ ਲਈ ਇੱਕ ਚੰਗੀ ਪੜ੍ਹੀ ਲਿਖੀ [ ] ਦੀ ਲੋੜ ਹੈ। ਮੁੰਡੇ ਦੀ [ ] 28 ਸਾਲ, ਕੱਦ 5 ਫ਼ੁੱਟ 8 ਇੰਚ ਅਤੇ ਬੜੇ ਨੇਕ [ ] ਦਾ ਹੈ। ਕੁੜੀ ਜੇ [ ] ਲੱਗੀ ਹੋਵੇ ਤਾਂ ਚੰਗਾ ਹੈ ਪਰ ਜੇ ਫ਼ਾਰਮਿਸਿਸਟ ਜਾਂ [ ] ਲੱਗੀ ਹੋਵੇ ਤਾਂ ਵੀ [ ] ਕੀਤੀ ਜਾ ਸਕਦੀ ਹੈ। ਕੁੜੀ ਦਾ ਕੱਦ 5 ਫ਼ੁੱਟ 4 ਇੰਚ ਤੋਂ [ ] ਨਹੀਂ ਹੋਣਾ ਚਾਹੀਦਾ। ਕੁੜੀ [ ] ਹੋਵੇ ਅਤੇ ਉਸ ਨੂੰ [ ] ਖਾਣਾ ਬਣਾਉਣਾ ਆਉਣਾ ਜ਼ਰੂਰੀ ਹੈ। ਚਾਹਵਾਨ ਪਰਿਵਾਰ ਮੁੰਡੇ ਦੇ [ ] ਨਾਲ ਗੱਲਬਾਤ ਕਰਨ। ਟੈਲੀਫ਼ੂਨ ਨੰਬਰ 213858.

1. ਪੰਜਾਬੀ	4. ਘਰਾਣੇ	7. ਉਮਰ	10. ਘੱਟ
2. ਕੁੜੀ	5. ਸੁੰਦਰ	8. ਨਰਸ	11. ਡਾਕਟਰ
3. ਮਾਪਿਆਂ	6. ਗੱਲਬਾਤ	9. ਸੁਭਾ	

H

13. Amandeep has written this article about her friend Manpreet.

ਮੇਰੀ ਸਹੇਲੀ ਮਨਪ੍ਰੀਤ

ਮੇਰੀ ਸਹੇਲੀ ਦਾ ਨਾਂ ਮਨਪ੍ਰੀਤ ਕੌਰ ਨਾਗਰਾ ਹੈ। ਉਸ ਦੀ ਉਮਰ 17 ਸਾਲ ਹੈ। ਉਹ ਸਟੋਕ ਪਾਰਕ ਸਕੂਲ ਕਾਵੈਂਟਰੀ ਵਿੱਚ ਛੇਵੇਂ ਸਾਲ ਵਿੱਚ ਪੜ੍ਹਦੀ ਹੈ। ਉਹ ਇਸ ਸਾਲ ਏ ਲੈਵਲ ਕਰ ਰਹੀ ਹੈ ਅਤੇ ਅਗਲੇ ਸਾਲ ਉਸ ਨੇ ਯੂਨੀਵਰਸਿਟੀ ਜਾਣਾ ਹੈ। ਉਹ ਪੜ੍ਹਾਈ ਵਿੱਚ ਬਹੁਤ ਹੁਸ਼ਿਆਰ ਹੈ।

ਉਸ ਦਾ ਪਤਾ 435 ਰੋਮਨ ਰੋਡ ਕਾਵੈਂਟਰੀ ਹੈ। ਸਾਡਾ ਘਰ ਮਨਪ੍ਰੀਤ ਦੇ ਘਰ ਦੇ ਲਾਗੇ ਹੈ ਅਤੇ ਅਸੀਂ ਇਕੱਠੀਆਂ ਹੀ ਸਕੂਲ ਨੂੰ ਜਾਂਦੀਆਂ ਹਾਂ। ਉਸ ਦਾ ਇੱਕ ਭਰਾ ਅਤੇ ਇੱਕ ਭੈਣ ਹੈ। ਉਸ ਦੇ ਮਾਤਾ ਪਿਤਾ ਜੀ ਅਤੇ ਭੈਣ ਭਰਾ ਮੇਰੇ ਨਾਲ ਬਹੁਤ ਪਿਆਰ ਕਰਦੇ ਹਨ। ਮਨਪ੍ਰੀਤ ਦਾ ਭਰਾ ਵਕੀਲ ਹੈ ਅਤੇ ਉਸ ਦੀ ਭੈਣ ਯੂਨੀਵਰਸਿਟੀ ਵਿੱਚ ਪੜ੍ਹਦੀ ਹੈ। ਉਸ ਦੇ ਭਰਾ ਦਾ ਨਾਂ ਅਰਬਿੰਦਰ ਅਤੇ ਭੈਣ ਦਾ ਨਾਂ ਹਰਦੀਪ ਹੈ। ਮਨਪ੍ਰੀਤ ਸਭ ਤੋਂ ਛੋਟੀ ਹੈ।

ਮਨਪ੍ਰੀਤ ਖੇਡਾਂ ਵਿੱਚ ਬਹੁਤ ਦਿਲਚਸਪੀ ਰੱਖਦੀ ਹੈ ਅਤੇ ਉਹ ਸਕੂਲ ਦੀ ਨੈਟਬਾਲ ਦੀ ਟੀਮ ਦੀ ਕੈਪਟਨ ਹੈ। ਆਪਣੇ ਵਿਹਲੇ ਸਮੇਂ ਵਿੱਚ ਉਹ ਪੰਜਾਬੀ ਅਤੇ ਹਿੰਦੀ ਗਾਣੇ ਸੁਣਨਾ ਪਸੰਦ ਕਰਦੀ ਹੈ। ਉਹ ਜ਼ੀ-ਟੀ.ਵੀ. 'ਤੇ ਹਿੰਦੀ ਡਰਾਮੇ ਦੇਖਣਾ ਬਿਲਕੁਲ ਮਿਸ ਨਹੀਂ ਕਰਦੀ। ਪਵਿੱਤਰ ਰਿਸ਼ਤਾ ਉਸ ਨੂੰ ਸਭ ਤੋਂ ਵੱਧ ਪਸੰਦ ਹੈ।

Read the statements in the grid given below.

For each statement write :

T (True), F (False), ? (not in the text)

Example	1.	Manpreet is more than 15 years old.	T
	2.	Manpreet studies at university.	
	3.	She is very weak in her studies.	
	4.	She has two brothers and one sister.	
	5.	Manpreet is the youngest.	
	6.	She does not take any interest in games.	
	7.	She likes to watch Panjabi and Hindi films in her spare time.	
	8.	She has no interest in watching Hindi dramas.	

F/H

14. You read this article in the school magazine.
Fill in the boxes by writing the number of the correct answer.

ਮੇਰਾ ਪਰਿਵਾਰ

ਮੇਰਾ ਨਾਂ ਅਮਨਦੀਪ ਸਿੰਘ ਹੈ। ਮੇਰੀਆਂ ਦੋ □ ਅਤੇ ਇੱਕ ਭਰਾ ਹੈ। ਮੇਰਾ □ ਮੇਰੇ ਨਾਲੋਂ ਵੱਡਾ ਹੈ ਅਤੇ ਭੈਣਾਂ □ ਹਨ। ਮੇਰਾ ਭਰਾ ਵਿਆਹਿਆ ਹੋਇਆ ਹੈ। ਮੇਰੀਆਂ ਭੈਣਾਂ ਅਜੇ □ ਵਿੱਚ ਪੜ੍ਹਦੀਆਂ ਹਨ। ਮੇਰਾ ਭਰਾ □ ਹੈ ਅਤੇ ਮੇਰੀ ਭਾਬੀ ਇੱਕ ਸੈਕੰਡਰੀ ਸਕੂਲ ਵਿੱਚ □ ਹੈ। ਮੇਰੇ ਪਿਤਾ ਜੀ ਇੱਕ ਡਾਕਖ਼ਾਨੇ ਵਿੱਚ ਕੰਮ ਕਰਦੇ ਹਨ ਪਰ ਮੇਰੇ ਮਾਤਾ ਜੀ ਅੱਜ ਕੱਲ੍ਹ □ ਨਹੀਂ ਕਰਦੇ, ਕਿਉਂਕਿ ਉਹਨਾਂ ਦੀ □ ਕੁਝ ਖ਼ਰਾਬ ਰਹਿੰਦੀ ਹੈ।

ਮੇਰੇ ਭਰਾ ਦਾ ਨਾਂ ਚਰਨਜੀਤ ਸਿੰਘ ਹੈ ਅਤੇ ਭੈਣਾਂ ਦੇ ਨਾਂ ਲਖਬੀਰ ਅਤੇ ਜਸਵੀਰ ਹਨ। ਮੇਰੇ ਦਾਦਾ ਦਾਦੀ ਜੀ □ ਵਿੱਚ ਰਹਿੰਦੇ ਹਨ। ਉੱਥੇ ਉਹਨਾਂ ਦਾ ਬਹੁਤ ਵੱਡਾ □ ਹੈ। ਅਸੀਂ ਕਈ ਵਾਰ □ ਵਿੱਚ ਆਪਣੇ ਦਾਦਾ ਦਾਦੀ ਜੀ ਨੂੰ ਮਿਲਣ ਲਈ ਪੰਜਾਬ ਜਾਂਦੇ ਹਾਂ। ਉਹ ਸਾਡੇ ਨਾਲ ਬਹੁਤ □ ਕਰਦੇ ਹਨ।

1. ਪਿਆਰ	4. ਛੁੱਟੀਆਂ	7. ਕੰਮ	10. ਅਧਿਆਪਕਾ
2. ਪੰਜਾਬ	5. ਸਿਹਤ	8. ਡਾਕਟਰ	11. ਭੈਣਾਂ
3. ਛੋਟੀਆਂ	6. ਮਕਾਨ	9. ਭਰਾ	12. ਸਕੂਲ

H

15. You read an article about parents.

ਮਾਂ-ਬਾਪ ਇੱਕ ਅਣਮੁੱਲੀ ਦਾਤ ਹੈ। ਉਹ ਆਪਣੇ ਬੱਚੇ ਦੇ ਜਨਮ 'ਤੇ ਖ਼ੁਸ਼ੀ ਮਨਾਉਂਦੇ ਹਨ। ਉਸ ਦੇ ਪਾਲਣ ਲਈ ਲਹੂ ਪਸੀਨਾ ਇੱਕ ਕਰ ਦਿੰਦੇ ਹਨ। ਉਸ ਦੇ ਸੁਖ ਲਈ ਹਰ ਤਰ੍ਹਾਂ ਦਾ ਕੰਮ ਕਰਨ ਨੂੰ ਤਿਆਰ ਹੁੰਦੇ ਹਨ। ਉਸ ਦੀ ਪੜ੍ਹਾਈ ਦਾ ਚੰਗੇ ਤੋਂ ਚੰਗਾ ਪ੍ਰਬੰਧ ਕਰਦੇ ਹਨ। ਕਈ ਬੱਚੇ ਤਾਂ ਆਪਣੇ ਮਾਤਾ ਪਿਤਾ ਦੇ ਕੀਤੇ ਨੂੰ ਕਦੇ ਨਹੀਂ ਭੁੱਲਦੇ ਅਤੇ ਉਹਨਾਂ ਦੇ ਕਹਿਣੇ ਨੂੰ ਬੜੇ ਆਦਰ ਨਾਲ ਮੰਨਦੇ ਹਾਂ। ਪਰ ਕੁਝ ਅਜਿਹੇ ਬੱਚੇ ਵੀ ਹਨ, ਜਿਹੜੇ ਆਪਣੇ ਮਾਤਾ ਪਿਤਾ ਦੀ ਕੋਈ ਇੱਜ਼ਤ ਨਹੀਂ ਕਰਦੇ ਅਤੇ ਉਹਨਾਂ ਦੀ ਕੀਤੀ ਹੋਈ ਨੇਕੀ ਨੂੰ ਭੁੱਲਣ ਵਿੱਚ ਬਹੁਤੀ ਦੇਰ ਨਹੀਂ ਲਾਉਂਦੇ। ਬੱਚਿਆਂ ਦਾ ਵੀ ਫ਼ਰਜ਼ ਬਣਦਾ ਹੈ ਕਿ ਉਹ ਆਪਣੇ ਮਾਤਾ ਪਿਤਾ ਜਿਹਨਾਂ ਨੇ ਉਨ੍ਹਾਂ ਨੂੰ ਐਨੀਆਂ ਮੁਸ਼ਕਲਾਂ ਝੱਲ ਕੇ ਪਾਲਿਆ ਹੈ, ਦੀ ਖ਼ੁਸ਼ੀ ਲਈ ਪੂਰਾ ਯਤਨ ਕਰਨ।

1. According to this article what do parents do for their children ? Give three details.
   (i) ....
   (ii) ....
   (iii) ....
2. Describe the two types of children mentioned in this article. Give two details.
   (i) ....
   (ii) .... H

(b) Future plans regarding marriage/partnership.

1. Match the Panjabi words to their English equivalents.

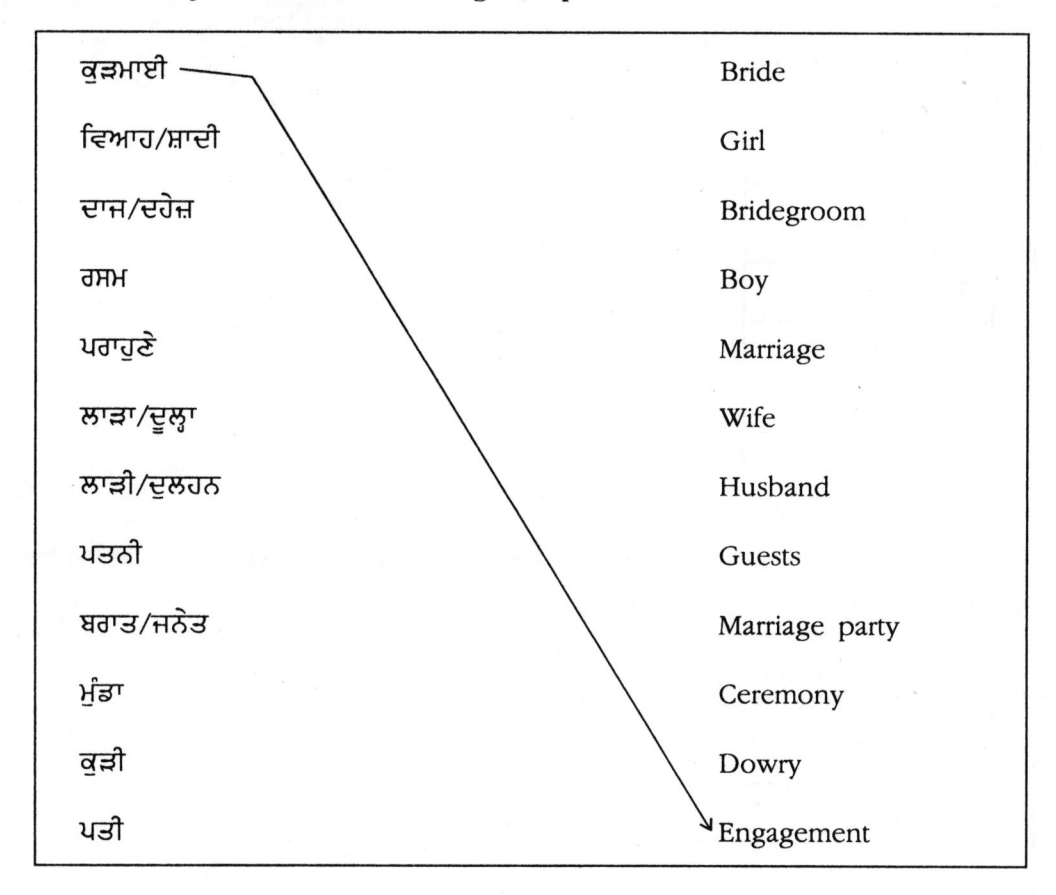

ਕੁੜਮਾਈ	Bride
ਵਿਆਹ/ਸ਼ਾਦੀ	Girl
ਦਾਜ/ਦਹੇਜ਼	Bridegroom
ਰਸਮ	Boy
ਪਰਾਹੁਣੇ	Marriage
ਲਾੜਾ/ਦੂਲ੍ਹਾ	Wife
ਲਾੜੀ/ਦੁਲਹਨ	Husband
ਪਤਨੀ	Guests
ਬਰਾਤ/ਜਨੇਤ	Marriage party
ਮੁੰਡਾ	Ceremony
ਕੁੜੀ	Dowry
ਪਤੀ	Engagement

F

2. Amber has prepared this word puzzle which has two word lists.

Word-list 1	
1.	ਪਤੀ
2.	ਦੁਲਹਨ
3.	ਮੁੰਡਾ
4.	ਵਿਆਹ
5.	ਪਰਾਹੁਣੇ
6.	ਕੁੜਮਾਈ
7.	ਬਰਾਤ
8.	ਸਾੜ੍ਹੀ

Select the words from the list above and match with the words in the list below by writing the correct number in the box.

Example

Word-list 2	
ਸ਼ਾਦੀ	4
ਰਸਮ	
ਕੁੜੀ	
ਦਾਜ	
ਦੁੱਲ੍ਹਾ	
ਪਤਨੀ	

F

3. You read the views of three students about their future plans regarding their marriage.

ਮੈਂ ਤਾਂ ਅਜੇ ਵਿਆਹ ਨਹੀਂ ਕਰਾਉਣਾ ਚਾਹੁੰਦਾ। ਮੇਰੇ ਖ਼ਿਆਲ ਵਿੱਚ ਵਿਆਹ ਤੀਹ ਸਾਲ ਦੀ ਉਮਰ ਤੋਂ ਬਾਅਦ ਹੀ ਹੋਣਾ ਚਾਹੀਦਾ ਹੈ ਕਿਉਂਕਿ ਤੀਹ ਸਾਲ ਤੱਕ ਮੈਂ ਪੜ੍ਹਾਈ ਖ਼ਤਮ ਕਰਨ ਤੋਂ ਬਾਅਦ ਕੁਝ ਸਾਲ ਕੰਮ ਵੀ ਕਰ ਲਿਆ ਹੋਵੇਗਾ। ਮੇਰੇ ਪਾਸ ਆਪਣਾ ਘਰ ਹੋਵੇਗਾ ਅਤੇ ਕੁਝ ਪੈਸੇ ਵੀ ਜੋੜੇ ਹੋਣਗੇ। ਮੈਂ ਕਿਸੇ 'ਤੇ ਨਿਰਭਰ ਨਹੀਂ ਹੋਵਾਂਗਾ। ਮੈਂ ਆਪਣਾ ਵਿਆਹ ਕਰਾਉਣ ਲਈ ਇੰਟਰਨੈੱਟ ਦੀ ਸਹਾਇਤਾ ਲਵਾਂਗਾ ਕਿਉਂਕਿ ਇੰਟਰਨੈੱਟ 'ਤੇ ਕਈ ਵੈਬਸਾਈਟਸ ਹਨ ਜੋ ਆਪਣਾ ਜੀਵਨ ਸਾਥੀ ਲੱਭਣ ਵਿੱਚ ਲੋਕਾਂ ਦੀ ਬਹੁਤ ਮਦਦ ਕਰਦੀਆਂ ਹਨ। ਮੈਂ ਆਪਣਾ ਵਿਆਹ ਕਰਾਉਣ ਵਿੱਚ ਆਪਣੇ ਮਾਤਾ ਪਿਤਾ ਦੀ ਸਲਾਹ ਲੈਣੀ ਕੋਈ ਜ਼ਰੂਰੀ ਨਹੀਂ ਸਮਝਦਾ।

—ਹਰਮਨ ਸਿੰਘ

ਮੇਰੇ ਖ਼ਿਆਲ ਵਿੱਚ ਵਿਆਹ ਲਈ ਤੀਹ ਸਾਲ ਦੀ ਉਮਰ ਜ਼ਿਆਦਾ ਹੈ ਕਿਉਂਕਿ ਤੀਹ ਸਾਲ ਤੋਂ ਬਾਅਦ ਚੰਗਾ ਸਾਥੀ ਲੱਭਣ ਲਈ ਕਾਫ਼ੀ ਮੁਸ਼ਕਲ ਹੋ ਜਾਂਦੀ ਹੈ। ਜਿਹੜੇ ਮੁੰਡੇ ਕੁੜੀਆਂ ਤੀਹ ਸਾਲ ਤੋਂ ਉੱਪਰ ਹੋ ਜਾਂਦੇ ਹਨ, ਉਹਨਾਂ ਦਾ ਵਿਆਹ ਕਰਾਉਣ ਦਾ ਮੌਕਾ ਘੱਟ ਜਾਂਦਾ ਹੈ। ਇਹ ਵੀ ਦੇਖਿਆ ਗਿਆ ਹੈ ਕਿ ਕਈ ਮੁੰਡੇ ਕੁੜੀਆਂ ਚਾਲੀ ਸਾਲ ਤੱਕ ਪਹੁੰਚ ਜਾਂਦੇ ਹਨ ਫੇਰ ਵੀ ਉਹਨਾਂ ਦਾ ਵਿਆਹ ਨਹੀਂ ਹੁੰਦਾ ਅਤੇ ਬਾਅਦ ਵਿੱਚ ਪਛਤਾਉਂਦੇ ਹਨ। ਮੇਰੀ ਰਾਏ ਤਾਂ ਇਹ ਹੈ ਕਿ ਮੁੰਡੇ ਕੁੜੀਆਂ ਨੂੰ ਆਪਣਾ ਵਿਆਹ 20 ਤੋਂ 25 ਸਾਲ ਦੇ ਵਿਚਕਾਰ ਕਰਵਾ ਲੈਣਾ ਚਾਹੀਦਾ ਹੈ ਕਿਉਂਕਿ ਇਹ ਵਿਆਹ ਲਈ ਠੀਕ ਉਮਰ ਹੈ। ਆਪਣਾ ਜੀਵਨ ਸਾਥੀ ਲੱਭਣ ਲਈ ਇੰਟਰਨੈੱਟ ਦੀ ਵਰਤੋਂ ਕਰਨੀ ਮੈਂ ਤਾਂ ਠੀਕ ਨਹੀਂ ਸਮਝਦੀ ਕਿਉਂਕਿ ਇੰਟਰਨੈੱਟ 'ਤੇ ਤੁਸੀਂ ਕਿਸੇ ਬਾਰੇ ਪੂਰੀ ਅਤੇ ਤਸੱਲੀਬਖ਼ਸ਼ ਜਾਣਕਾਰੀ ਨਹੀਂ ਪ੍ਰਾਪਤ ਕਰ ਸਕਦੇ। ਮੈਂ ਤਾਂ ਆਪਣੇ ਮਾਤਾ ਪਿਤਾ ਜੀ ਦੀ ਸਲਾਹ ਤੋਂ ਬਗ਼ੈਰ ਵਿਆਹ ਨਹੀਂ ਕਰਾਉਣਾ ਚਾਹੁੰਦੀ।

—ਕਮਲਦੀਪ ਕੌਰ

ਮੈਂ ਏ ਲੈਵਲ ਕਰਨ ਤੋਂ ਬਾਅਦ ਅੱਗੇ ਪੜ੍ਹਾਈ ਨਹੀਂ ਕਰਨਾ ਚਾਹੁੰਦਾ ਕਿਉਂਕਿ ਮੇਰੇ ਪਿਤਾ ਜੀ ਚਾਹੁੰਦੇ ਹਨ ਕਿ ਮੈਂ ਉਹਨਾਂ ਦੇ ਕਾਰੋਬਾਰ ਵਿੱਚ ਮਦਦ ਕਰਾਂ। ਉਹਨਾਂ ਦੀ ਡਬਲ ਗਲੇਜ਼ਿੰਗ ਦੀ ਇੱਕ ਵੱਡੀ ਫ਼ੈਕਟਰੀ ਹੈ। ਮੈਂ ਆਪਣਾ ਵਿਆਹ ਵੀ ਵੀਹ ਸਾਲ ਦੀ ਉਮਰ ਦੇ ਲਗਭਗ ਹੀ ਕਰਾਉਣਾ ਚਾਹੁੰਦਾ ਹਾਂ। ਮੈਂ ਇਹ ਵੀ ਚਾਹੁੰਦਾ ਹਾਂ ਕਿ ਜਿਸ ਕੁੜੀ ਨਾਲ ਮੈਂ ਵਿਆਹ ਕਰਾਵਾਂ, ਉਹ ਵੀ ਏ ਲੈਵਲ ਤੱਕ ਹੀ ਪੜ੍ਹੀ ਹੋਵੇ। ਮੈਂ ਵੀ ਆਪਣਾ ਸਾਥੀ ਚੁਣਨ ਵਿੱਚ ਆਪਣੇ ਮਾਤਾ ਪਿਤਾ ਜੀ ਦੀ ਸਲਾਹ ਜ਼ਰੂਰ ਲਵਾਂਗਾ।

—ਅਮਰਜੀਤ ਸਿੰਘ

(a) According to this article, why does Harman not like to get married before the age of thirty? Give three reasons.

(i) ....

(ii) ....

(iii) ....

(b) How does Harman plan to find his partner?

....

(c) Why is Kamaldeep against the idea of getting married after the age of thirty?

....

(d) In Kamaldeep's opinion, what is the appropriate age to get married?

....

(e) How are the views of Harman and Kamaldeep different in finding their partners?

....

....

(f) When does Amarjit plan to marry?

....

(g) Why?

....

(h) How are the views of Kamaldeep and Amarjit similar in finding their partners?

....

.... H

(c) Social issues and equality.

1. You read three persons' views about expenses regarding marriage.

ਰਵਿੰਦਰ

ਮੇਰੇ ਖ਼ਿਆਲ ਵਿਚ ਤਾਂ ਵਿਆਹਾਂ 'ਤੇ ਦਿਲ ਖੋਲ੍ਹ ਕੇ ਖ਼ਰਚ ਕਰਨਾ ਚਾਹੀਦਾ ਹੈ। ਵਿਆਹ ਵਾਲਾ ਦਿਨ ਮੁੰਡੇ ਕੁੜੀ ਦੀ ਜ਼ਿੰਦਗੀ ਦਾ ਸਭ ਤੋਂ ਵੱਧ ਖ਼ੁਸ਼ੀਆਂ ਭਰਿਆ ਦਿਨ ਹੁੰਦਾ ਹੈ। ਇਸ ਲਈ ਵਿਆਹ ਪੂਰੇ ਠਾਠ ਬਾਠ ਨਾਲ ਹੀ ਹੋਣਾ ਚਾਹੀਦਾ ਹੈ। ਇਸ ਦਿਨ ਸਾਰੇ ਰਿਸ਼ਤੇਦਾਰਾਂ ਅਤੇ ਮਿੱਤਰਾਂ ਦੋਸਤਾਂ ਨਾਲ ਮਿਲ ਕੇ ਖ਼ੁਸ਼ੀ ਮਨਾਉਣ ਦਾ ਮੌਕਾ ਮਿਲਦਾ ਹੈ। ਇਸ ਖ਼ੁਸ਼ੀਆਂ ਭਰੇ ਮੌਕੇ 'ਤੇ ਜੇ ਮਾਤਾ ਪਿਤਾ ਦਾ ਜ਼ਿਆਦਾ ਖ਼ਰਚ ਹੋ ਜਾਂਦਾ ਤਾਂ ਕੋਈ ਗੱਲ ਨਹੀਂ। ਮੈਂ ਟੈਲੀਵਿਯਨ 'ਤੇ 'ਸ਼ਾਦੀ ਤੀਨ ਕਰੋੜ ਕੀ' ਦਾ ਪ੍ਰੋਗਰਾਮ ਦੇਖਿਆ ਸੀ। ਪ੍ਰੋਗਰਾਮ ਦੇਖ ਕੇ ਬੜਾ ਮਜ਼ਾ ਆਇਆ। ਮੈਂ ਚਾਹੁੰਦੀ ਹਾਂ ਕਿ ਮੇਰਾ ਵਿਆਹ ਵੀ ਇਸੇ ਤਰ੍ਹਾਂ ਦਾ ਹੋਵੇ।

ਅਰਜਨ

ਮੈਂ ਤਾਂ ਵਿਆਹਾਂ ਉਤੇ ਬਹੁਤਾ ਖ਼ਰਚ ਕਰਨ ਦੇ ਬਿਲਕੁਲ ਵੀ ਹੱਕ ਵਿੱਚ ਨਹੀਂ ਹਾਂ। ਮੇਰੇ ਖ਼ਿਆਲ ਵਿੱਚ ਤਾਂ ਇਹ ਫ਼ਜ਼ੂਲ-ਖ਼ਰਚੀ ਹੈ। ਅਮੀਰ ਲੋਕਾਂ ਲਈ ਤਾਂ ਠੀਕ ਹੈ ਪਰ ਗ਼ਰੀਬ ਲੋਕਾਂ ਲਈ ਵਿਆਹਾਂ 'ਤੇ ਐਨਾ ਖ਼ਰਚ ਕਰਨਾ ਮੁਸ਼ਕਲ ਹੀ ਨਹੀਂ ਸਗੋਂ ਅਸੰਭਵ ਹੈ। ਇਹ ਵੀ ਦੇਖਿਆ ਗਿਆ ਹੈ ਕਿ ਕੁੜੀਆਂ ਦੇ ਵਿਆਹਾਂ 'ਤੇ ਜ਼ਿਆਦਾ ਖ਼ਰਚ ਹੁੰਦਾ ਹੈ। ਜੇ ਕਿਸੇ ਨੇ ਆਪਣੀਆਂ ਦੋ ਜਾਂ ਤਿੰਨ ਲੜਕੀਆਂ ਦੀਆਂ ਸ਼ਾਦੀਆਂ ਕਰਨੀਆਂ ਹੋਣ ਤਾਂ ਉਹ ਸਾਰੀ ਉਮਰ ਕਰਜ਼ੇ ਥੱਲੇ ਦੱਬਿਆ ਰਹਿੰਦਾ ਹੈ। ਟੈਲੀਵਿਯਨ 'ਤੇ 'ਸ਼ਾਦੀ ਤੀਨ ਕਰੋੜ ਕੀ' ਵਰਗੇ ਪ੍ਰੋਗਰਾਮ ਸਮਾਜ ਵਿੱਚ ਬਰਾਬਰਤਾ ਲਿਆਉਣ ਦੀ ਬਜਾਏ ਅਮੀਰ ਅਤੇ ਗ਼ਰੀਬ ਲੋਕਾਂ ਵਿੱਚ ਹੋਰ ਵੀ ਪਾੜਾ ਪਾਉਣ ਵਿੱਚ ਮੱਦਦ ਕਰਦੇ ਹਨ।

ਤਰਨ

ਮੈਂ ਵੀ ਅਰਜਨ ਨਾਲ ਸਹਿਮਤ ਹਾਂ ਕਿ ਵਿਆਹਾਂ ਉਤੇ ਲੋੜ ਨਾਲੋਂ ਵੱਧ ਨਹੀਂ ਖ਼ਰਚ ਕਰਨਾ ਚਾਹੀਦਾ। ਠੀਕ ਹੈ ਕਿ ਵਿਆਹ ਵਾਲਾ ਦਿਨ ਖ਼ੁਸ਼ੀਆਂ ਭਰਿਆ ਦਿਨ ਹੁੰਦਾ ਹੈ ਪਰ ਵਿਆਹਾਂ 'ਤੇ ਹਜ਼ਾਰਾਂ ਦੀ ਗਿਣਤੀ ਵਿੱਚ ਬਰਾਤੀਆਂ ਨੂੰ ਸੱਦਣ ਦੀ ਕੀ ਲੋੜ ਹੈ। ਖਾਣੇ ਅਤੇ ਸ਼ਰਾਬਾਂ 'ਤੇ ਕਈ ਕਈ ਹਜ਼ਾਰ ਪੌਂਡ ਖ਼ਰਚ ਹੁੰਦੇ ਹਨ। ਮੇਰੇ ਖ਼ਿਆਲ ਅਨੁਸਾਰ ਤਾਂ ਵਿਆਹਾਂ ਵਿੱਚ ਫ਼ਜ਼ੂਲ-ਖ਼ਰਚੀ ਤੋਂ ਸੰਕੋਚ ਕਰਨਾ ਚਾਹੀਦਾ ਹੈ ਅਤੇ ਮੁੰਡੇ ਤੇ ਕੁੜੀ ਵਾਲਿਆਂ ਨੂੰ ਰਲ ਕੇ ਅੱਧਾ ਅੱਧਾ ਖ਼ਰਚ ਕਰਨਾ ਚਾਹੀਦਾ ਹੈ। ਇਹ ਵੀ ਦੇਖਣ ਵਿੱਚ ਆਇਆ ਹੈ ਕਿ ਕਈ ਵਾਰ ਵਿਆਹਾਂ ਉਤੇ ਖ਼ਰਚ ਵੀ ਬਹੁਤਾ ਕੀਤਾ ਹੁੰਦਾ ਹੈ ਪਰ ਕੁੜੀ ਮੁੰਡੇ ਦੀ ਸ਼ਾਦੀ ਤੋਂ ਬਾਅਦ ਛੇਤੀ ਹੀ ਅਣਬਣ ਹੋ ਜਾਂਦੀ ਹੈ। ਇਸ ਲਈ ਵਿਆਹਾਂ ਉਤੇ ਖ਼ਰਚ ਸੋਚ ਸਮਝ ਕੇ ਹੀ ਕਰਨਾ ਚਾਹੀਦਾ ਹੈ।

(a) What are Rawinder's views on spending money on marriage? Give two details.

....

....

(b) Why does Arjun disagree with Rawinder? Give three reasons.

(i) ....

(ii) ....

(iii) ....

(c) Why is Taran against spending too much money on marriage. Give three reasons.

(i) ....

(ii) ....

(iii) ....

(d) According to the information in the article, what social issues are raised in Panjabi society. Give three details.

(i) ....

(ii) ....

(iii) .... H

2. You read this article in a magazine.

ਪੰਜਾਬੀ ਸਮਾਜ ਵਿੱਚ ਬਹੁਤ ਸਾਰੇ ਐਸੇ [5] ਹਨ ਜਿਨ੍ਹਾਂ ਦੇ ਹੱਲ ਲਈ ਗੰਭੀਰਤਾ ਨਾਲ ਸੋਚਣਾ ਚਾਹੀਦਾ ਹੈ। ਭਾਵੇਂ ਪਹਿਲਾਂ ਨਾਲੋਂ ਹਾਲਾਤ ਕਾਫ਼ੀ [ ] ਗਏ ਹਨ ਪਰ ਫੇਰ ਵੀ ਜਾਤ ਪਾਤ ਦੀ ਪ੍ਰਥਾ ਅਜੇ ਵੀ ਚਾਲੂ ਹੈ। ਉੱਚੀ ਜਾਤ ਵਾਲੇ ਲੋਕ [ ] ਜਾਤ ਵਾਲੇ ਲੋਕਾਂ ਨਾਲ ਮਿਲਣਾ ਜੁਲਣਾ ਅਤੇ ਆਪਸ ਵਿੱਚ ਰਿਸ਼ਤੇ ਕਰਨੇ ਅਜੇ ਵੀ ਮੁਸ਼ਕਲ ਸਮਝਦੇ ਹਨ। ਇਸੇ ਤਰ੍ਹਾਂ ਅਮੀਰਾਂ ਅਤੇ [ ] ਵਿੱਚ ਬਹੁਤ ਵੱਡਾ ਪਾੜਾ ਹੈ। ਅਮੀਰ ਲੋਕ [ ] ਅਮੀਰ ਹਨ ਅਤੇ ਗ਼ਰੀਬ ਬਹੁਤ ਗ਼ਰੀਬ ਹਨ। ਆਮ ਤੌਰ 'ਤੇ ਅਮੀਰ ਲੋਕ ਗ਼ਰੀਬਾਂ ਦੀ ਘੱਟ ਹੀ ਮਦਦ ਕਰਦੇ ਹਨ। ਇਹ ਵੀ ਦੇਖਿਆ ਗਿਆ ਹੈ ਕਿ ਪੰਜਾਬੀ ਸਮਾਜ ਵਿੱਚ ਕੁੜੀਆਂ ਨਾਲੋਂ [ ] ਨੂੰ ਕੰਮ ਵਿੱਚ ਕੁਝ ਵਧੇਰੇ ਆਜ਼ਾਦੀ ਹੈ। ਜਿਸ ਤਰ੍ਹਾਂ ਕਿ ਘਰਾਂ ਵਿੱਚ ਜ਼ਿਆਦਾਤਰ [ ] ਬਣਾਉਣ ਵਿੱਚ ਕੁੜੀਆਂ ਹੀ ਸਹਾਇਤਾ ਕਰਦੀਆਂ ਹਨ। ਇਹਨਾਂ ਸਾਰੀਆਂ [ ] ਸਮੱਸਿਆਵਾਂ ਬਾਰੇ ਪੰਜਾਬੀ ਸਮਾਜ ਨੂੰ ਹੋਰ ਕਠਨ ਕਦਮ ਚੁੱਕਣੇ ਚਾਹੀਦੇ ਹਨ।

Fill in the boxes by writing the number of the correct answer.

1. ਗ਼ਰੀਬਾਂ	3. ਸਮਾਜਿਕ	5. ਮਸਲੇ	7. ਖਾਣਾ
2. ਮੁੰਡਿਆਂ	4. ਸੁਧਰ	6. ਬਹੁਤ	8. ਨੀਵੀਂ

H

3. You read this article in a Panjabi newspaper.

ਪੰਜਾਬ ਦੇ ਬਹੁਤੇ ਮੁੰਡੇ ਨਸ਼ਿਆਂ ਦੇ ਆਦੀ

ਪੰਜਾਬ ਵਿੱਚ ਅੱਜ ਕੱਲ੍ਹ ਬਹੁਤੇ ਨੌਜਵਾਨ ਮੁੰਡੇ ਕਈ ਕਿਸਮ ਦੇ ਨਸ਼ਿਆਂ ਦੀ ਵਰਤੋਂ ਕਰਦੇ ਹਨ ਜਿਵੇਂ ਸ਼ਰਾਬ, ਅਫ਼ੀਮ, ਡੋਡੇ, ਭੰਗ ਆਦਿ। ਇਹ ਇੱਕ ਬੜੀ ਗੰਭੀਰ ਸਮਾਜਿਕ ਸਮੱਸਿਆ ਬਣਦੀ ਜਾ ਰਹੀ ਹੈ। ਨਸ਼ਿਆਂ ਦੀ ਵਰਤੋਂ ਕਾਰਨ ਉਹਨਾਂ ਦੀ ਸਿਹਤ 'ਤੇ ਬਹੁਤ ਬੁਰਾ ਅਸਰ ਪੈ ਰਿਹਾ ਹੈ ਅਤੇ ਉਹਨਾਂ ਦੇ ਸਰੀਰ ਢਿੱਲੜ, ਮੋਟੇ ਅਤੇ ਸੁਸਤ ਹੋ ਜਾਂਦੇ ਹਨ। ਇਸ ਕਰਕੇ ਉਹ ਕਈ ਬੀਮਾਰੀਆਂ ਦੇ ਸ਼ਿਕਾਰ ਵੀ ਹੋ ਜਾਂਦੇ ਹਨ। ਨਾ ਆਪਣੀ ਪੜ੍ਹਾਈ ਕਰਦੇ ਹਨ ਅਤੇ ਨਾ ਹੀ ਕੋਈ ਘਰ ਦਾ ਕੰਮ। ਆਪਣੇ ਖੇਤਾਂ ਵਿੱਚ ਕੰਮ ਕਰਨਾ ਜਾਂ ਆਪਣੇ ਘਰ ਵਿੱਚ ਕੋਈ ਕੰਮ ਕਰਨਾ ਆਪਣੀ ਸ਼ਾਨ ਦੇ ਖ਼ਿਲਾਫ਼ ਸਮਝਦੇ ਹਨ। ਕਿਸੇ ਨਾ ਕਿਸੇ ਲੜਾਈ ਝਗੜੇ ਵਿੱਚ ਫਸੇ ਰਹਿੰਦੇ ਹਨ।

ਬਹੁਤੇ ਮਾਤਾ ਪਿਤਾ ਆਪਣੀ ਨੌਜਵਾਨ ਔਲਾਦ ਤੋਂ ਬਹੁਤ ਦੁਖੀ ਹਨ ਕਿਉਂਕਿ ਉਹਨਾਂ ਦੇ ਮੁੰਡੇ ਉਹਨਾਂ ਦਾ ਕਹਿਣਾ ਨਹੀਂ ਮੰਨਦੇ। ਖ਼ਰਚ ਜ਼ਿਆਦਾ ਕਰਦੇ ਹਨ ਪਰ ਕੰਮ ਕੋਈ ਨਹੀਂ ਕਰਦੇ। ਹਰ ਕੋਈ ਬਾਹਰਲੇ ਦੇਸਾਂ ਨੂੰ ਜਾਣਾ ਚਾਹੁੰਦਾ ਹੈ। ਇਸ ਲਈ ਉਹ ਆਪਣੇ ਮਾਤਾ ਪਿਤਾ ਨੂੰ ਕਰਜ਼ੇ ਲੈਣ ਲਈ ਮਜਬੂਰ ਕਰਦੇ ਹਨ ਅਤੇ ਕਈ ਕਿਸਮ ਦੇ ਗ਼ਲਤ ਕੰਮ ਕਰਦੇ ਹਨ। ਇਸ ਸਮਾਜਿਕ ਸਮੱਸਿਆ ਦੇ ਹੱਲ ਲਈ ਸਰਕਾਰ ਅਤੇ ਕਮਿਊਨਿਟੀ ਦੇ ਲੀਡਰਾਂ ਨੂੰ ਰਲ ਕੇ ਸਖ਼ਤ ਕਾਰਵਾਈ ਕਰਨ ਦੀ ਲੋੜ ਹੈ। ਸਕੂਲਾਂ, ਕਾਲਜਾਂ ਅਤੇ ਹੋਰ ਸੰਸਥਾਵਾਂ ਵਲੋਂ ਨੌਜਵਾਨਾਂ ਨੂੰ ਨਸ਼ਿਆਂ ਦੇ ਨੁਕਸਾਨ ਬਾਰੇ ਜਾਗਰੂਕ ਕਰਾਉਣਾ ਚਾਹੀਦਾ ਹੈ। ਨਸ਼ੀਲੀਆਂ ਚੀਜ਼ਾਂ ਵੇਚਣ ਵਾਲਿਆਂ ਨੂੰ ਸਖ਼ਤ ਜੁਰਮਾਨੇ ਅਤੇ ਸਜ਼ਾਵਾਂ ਹੋਣੀਆਂ ਚਾਹੀਦੀਆਂ ਹਨ। ਜਿਹੜੇ ਮੁੰਡੇ ਨਸ਼ੇ ਪੀਣ ਦੇ ਆਦੀ ਹੋ ਗਏ ਹਨ, ਉਹਨਾਂ ਤੋਂ ਨਸ਼ਾ ਛੁਡਾਉਣ ਲਈ ਕੈਂਪ ਆਦਿ ਲਗਾਉਣੇ ਚਾਹੀਦੇ ਹਨ।

(a) What social issue has been highlighted in this article?

....

(b) How is this social issue affecting the lives of young boys in the Panjab? Give three details.

(i) ....

(ii) ....

(iii) ....

(c) Why are parents worried about their young boys? Give two details.

(i) ....

(ii) ....

(d) What has been suggested to deal with this problem? Give three details.

(i) ....

(ii) ....

(iii) .... H

4. You read this article in a newspaper.

ਡਾ. ਹਰਸ਼ਿੰਦਰ ਕੌਰ ਇੱਕ ਉੱਚ ਕੋਟੀ ਦੇ ਸਮਾਜ ਸੁਧਾਰਕ

ਪੰਜਾਬੀ ਸਮਾਜ ਵਿੱਚ ਵਾਪਰ ਰਹੀਆਂ ਸਮਾਜਿਕ ਬੁਰਾਈਆਂ ਨੂੰ ਦੂਰ ਕਰਨ ਵਿੱਚ ਡਾ. ਹਰਸ਼ਿੰਦਰ ਕੌਰ ਜੀ ਬੜੇ ਸ਼ਲਾਘਾਯੋਗ ਯਤਨ ਕਰ ਰਹੇ ਹਨ। ਉਹ ਪੰਜਾਬੀ ਸਮਾਜ ਵਿੱਚ ਦਾਜ ਦੇਣ, ਦਾਜ ਲੈਣ ਅਤੇ ਖ਼ਾਸ ਤੌਰ 'ਤੇ ਭਰੂਣ ਹੱਤਿਆ ਦੀਆਂ ਸਮੱਸਿਆਵਾਂ ਬਾਰੇ ਬਹੁਤ ਚਿੰਤਿਤ ਹਨ ਅਤੇ ਇਹਨਾਂ ਸਮੱਸਿਆਵਾਂ ਦੇ ਹਲ ਲਈ ਰਾਤ ਦਿਨ ਇੱਕ ਕਰ ਰਹੇ ਹਨ। ਅੱਜ ਕੱਲ੍ਹ ਪੰਜਾਬ ਵਿੱਚ ਮੁੰਡਿਆਂ ਦੇ ਮੁਕਾਬਲੇ ਕੁੜੀਆਂ ਘੱਟ ਪੈਦਾ ਹੁੰਦੀਆਂ ਹਨ ਕਿਉਂਕਿ ਬਹੁਤ ਸਾਰੇ ਲੋਕ ਆਪਣੀਆਂ ਗਰਭਵਤੀ ਇਸਤਰੀਆਂ ਦਾ ਡਾਕਟਰੀ ਮੁਆਇਨਾ ਕਰਵਾ ਕੇ ਆਪਣੀਆਂ ਹੋਣ ਵਾਲੀਆਂ ਲੜਕੀਆਂ ਦੀ ਹੱਤਿਆ ਕਰਵਾ ਦਿੰਦੇ ਹਨ। ਇਹ ਇੱਕ ਬਹੁਤ ਵੱਡੀ ਸਮਾਜਿਕ ਬੁਰਾਈ ਹੈ। ਇਸ ਦੇ ਸਿੱਟੇ ਵਜੋਂ ਪੁਰਸ਼ਾਂ ਦੇ ਮੁਕਾਬਲੇ ਔਰਤਾਂ ਦੀ ਗਿਣਤੀ ਬਹੁਤ ਘਟ ਰਹੀ ਹੈ। ਜੇ ਇਸ ਸਮੱਸਿਆ ਦਾ ਕੋਈ ਹੱਲ ਨਾ ਲੱਭਿਆ ਗਿਆ ਤਾਂ ਮੁੰਡਿਆਂ ਦੀਆਂ ਸ਼ਾਦੀਆਂ ਕਰਨੀਆਂ ਔਖੀਆਂ ਹੋ ਜਾਣਗੀਆਂ। ਡਾ. ਹਰਸ਼ਿੰਦਰ ਕੌਰ ਜੀ ਦੀ ਇਸ ਖੇਤਰ ਵਿੱਚ ਬਹੁਤ ਵੱਡੀ ਦੇਣ ਹੈ ਜਿਹਨਾਂ ਨੇ ਇਸ ਗੰਭੀਰ ਸਮੱਸਿਆ ਨੂੰ ਦੇਸ਼ਾਂ-ਵਿਦੇਸ਼ਾਂ ਵਿੱਚ ਉਜਾਗਰ ਕੀਤਾ ਹੈ ਅਤੇ ਕਰ ਰਹੇ ਹਨ। ਭਰੂਣ ਹੱਤਿਆ ਨੂੰ ਰੋਕਣ ਲਈ ਸਰਕਾਰ ਨੂੰ ਸਖ਼ਤ ਕਾਨੂੰਨ ਬਣਾਉਣੇ ਚਾਹੀਦੇ ਹਨ। ਡਾਕਟਰਾਂ ਅਤੇ ਮਾਤਾ ਪਿਤਾ ਨੂੰ ਜੋ ਭਰੂਣ ਹੱਤਿਆ ਦੇ ਜ਼ਿੰਮੇਵਾਰ ਹੋਣ, ਸਖ਼ਤ ਸਜ਼ਾਵਾਂ ਮਿਲਣੀਆਂ ਚਾਹੀਦੀਆਂ ਹਨ।

(a) What does the heading of this article mean?
   ....

(b) Which two social issues did Dr. Harshinder Kaur highlight?
   (i) ....
   (ii) ....

(c) How will this social issue affect the Panjabi community in the future?
   ....

(d) Why is Dr. Harshinder Kaur so famous in the Panjabi community?
   ....

(e) What according to this article should be done to control the situation? Give two details.
   (i) ....
   (ii) ....

H

5. You read a part of an article in a weekly Panjabi newspaper Mann Jitt.

ਰਾਮਗੜ੍ਹੀਆ ਗੁਰਦੁਆਰਾ ਬਰਮਿੰਘਮ ਵਲੋਂ ਕਲਚਰਲ ਪ੍ਰੋਗਰਾਮ ਸਮੇਂ ਬੱਚਿਆਂ ਦਾ ਸਨਮਾਨ

ਬੀਤੇ ਦਿਨੀਂ ਗੁਰਦੁਆਰਾ ਰਾਮਗੜ੍ਹੀਆ ਸਿੱਖ ਟੈਂਪਲ ਗ੍ਰਾਹਮ ਸਟਰੀਟ ਦੇ ਸਮੂਹ ਸੇਵਾਦਾਰਾਂ ਵਲੋਂ ਪਿਛਲੇ ਸਾਲਾਂ ਦੀ ਤਰ੍ਹਾਂ ਇਸ ਵਾਰ ਵੀ ਦਿਨ ਸਨਿੱਚਰਵਾਰ 12.4.2011 ਨੂੰ ਮਹਾਰਾਜਾ ਜੱਸਾ ਸਿੰਘ ਰਾਮਗੜ੍ਹੀਆ ਹਾਲ ਵਿੱਚ ਗਰੈਜੂਏਸ਼ਨ, ਪੋਸਟ ਗਰੈਜੂਏਸ਼ਨ ਜਾਂ ਕਿਸੇ ਹੋਰ ਖੇਤਰ ਵਿੱਚ ਜਿਨ੍ਹਾਂ ਬੱਚਿਆਂ ਨੇ ਪ੍ਰਾਪਤੀਆਂ ਕੀਤੀਆਂ ਸਨ, ਉਨ੍ਹਾਂ ਨੂੰ ਸਨਮਾਨਿਤ ਕੀਤਾ। ਜਿਥੇ ਇਸ ਨਾਲ ਬੱਚਿਆਂ ਦੀ ਹੌਂਸਲਾ ਅਫ਼ਜ਼ਾਈ ਹੋਈ, ਉਥੇ ਉਨ੍ਹਾਂ ਦੇ ਮਾਪਿਆਂ ਦਾ ਵੀ ਮਾਣ ਵਧਿਆ। ਨਾਲ ਨਾਲ ਸਿੱਖ ਕਮਿਊਨਿਟੀ ਵਿੱਚ ਵੀ ਪਤਾ ਲੱਗਦਾ ਹੈ ਕਿ ਕਿਨ੍ਹਾਂ ਕਿਨ੍ਹਾਂ ਬੱਚਿਆਂ ਨੇ ਉੱਚ ਪੱਧਰੀ ਵਿੱਦਿਆ ਹਾਸਲ ਕਰਕੇ ਉੱਚੀਆਂ ਪਦਵੀਆਂ ਪਾਈਆਂ ਹਨ। ਇਥੇ ਹੀ ਬਸ ਨਹੀਂ, ਇਸ ਪ੍ਰੋਗਰਾਮ ਨਾਲ ਬੱਚਿਆਂ ਦੇ ਪਰਿਵਾਰਾਂ ਨੂੰ ਬੱਚਿਆਂ ਦੀਆਂ ਸ਼ਾਦੀਆਂ ਤੈਅ ਕਰਨ ਵਿੱਚ ਵੀ ਸਹੂਲਤ ਮਿਲਦੀ ਹੈ। ਪਿਛਲੇ ਸਾਲਾਂ ਵਿੱਚ ਕਈ ਸ਼ਾਦੀਆਂ ਸੈਟਲ ਹੋਈਆਂ। ਇੱਕ ਦੂਸਰੇ ਨੂੰ ਮਿਲ ਕੇ ਪਰਿਵਾਰਕ ਸੰਬੰਧ ਵੀ ਕਾਇਮ ਹੋਏ ਹਨ।

ਇਸ ਪ੍ਰੋਗਰਾਮ ਵਿੱਚ ਡਾ. ਜੇ.ਐੱਸ. ਨਾਗਰਾ ਜੀ ਨੇ ਚੀਫ਼ ਗੈਸਟ ਵਜੋਂ ਸ਼ਿਰਕਤ ਕੀਤੀ, ਜਿਨ੍ਹਾਂ ਦੀ ਪੰਜਾਬੀਆਂ ਅਤੇ ਪੰਜਾਬੀ ਮਾਂ-ਬੋਲੀ ਨੂੰ ਵੱਡੀ ਦੇਣ ਹੈ। ਇਨ੍ਹਾਂ ਵਲੋਂ ਪੰਜਾਬੀ ਦੇ ੳ,ਅ,ੲ ਦੇ ਕੈਦਿਆਂ ਤੋਂ ਲੈ ਕੇ ਪੰਜਾਬੀ ਦੀ ਜੀ.ਸੀ.ਐੱਸ.ਈ. ਅਤੇ ਏ-ਲੈਵਲ ਦੀਆਂ ਕਿਤਾਬਾਂ ਲਿਖੀਆਂ ਹੋਈਆਂ ਹਨ ਜੋ ਇੰਗਲੈਂਡ ਦੇ ਸਿਲੇਬਸ ਦੇ ਅਨੁਕੂਲ ਹਨ। ਇਸ ਪ੍ਰੋਗਰਾਮ ਵਿੱਚ Consulate General of India office ਤੋਂ Consul Mr. RR Swain ਉਚੇਚੇ ਤੌਰ ’ਤੇ ਆਏ। ਉਨ੍ਹਾਂ ਨੇ ਇਸ ਪ੍ਰੋਗਰਾਮ ਦੀ ਸ਼ਲਾਘਾ ਕਰਦੇ ਹੋਏ ਗੁਰਦੁਆਰਾ ਸਾਹਿਬ ਦੇ ਪ੍ਰਧਾਨ ਜਸਵਿੰਦਰ ਸਿੰਘ ਸੱਗੂ ਜੀ ਨੂੰ ਸਨਮਾਨ ਚਿੰਨ੍ਹ ਵੀ ਦਿੱਤਾ। ਸਿੱਖ ਚੈਨਲ ਵਲੋਂ ਸਪੈਸ਼ਲ ਇਸ ਪ੍ਰੋਗਰਾਮ ਦੀ ਰਿਕਾਰਡਿੰਗ ਕੀਤੀ ਗਈ।

ਸਟੇਜ ਸਕੱਤਰ ਸ. ਧਨਵੰਤ ਸਿੰਘ ਬਾਹੜਾ ਜੀ ਨੇ ਮਨ ਜਿੱਤ ਪੇਪਰ ਦੇ ਮੁੱਖ ਸੰਪਾਦਕ ਦੀ ਸ਼ਲਾਘਾ ਕਰਦਿਆਂ ਕਿਹਾ ਕਿ ਵੀਰ ਕਰਮ ਸਿੰਘ ਕਰਮ ਸੱਚੇ ਦਿਲੋਂ ਪੰਜਾਬੀ ਮਾਂ-ਬੋਲੀ ਦੀ ਸੇਵਾ ਕਰ ਰਹੇ ਹਨ। ਜਿਥੇ ਇਹ ਹਮੇਸ਼ਾ ਮਨ ਜਿੱਤ ਪੇਪਰ ਰਾਹੀਂ ਸੇਵਾਦਾਰਾਂ ਨੂੰ ਮਾਣ ਬਖ਼ਸ਼ਦੇ ਹਨ, ਉਥੇ ਆਪ ਇੱਕ ਉੱਘੇ ਲੇਖਕ ਤੇ ਕਵੀ ਵੀ ਹਨ। ਸੰਗਤ ਵਲੋਂ ਇਨ੍ਹਾਂ ਨੂੰ ਸਨਮਾਨ ਚਿੰਨ੍ਹ ਵੀ ਦਿੱਤਾ ਗਿਆ ਹੈ।

ਰਾਜ ਰੇਡੀਓ ਤੋਂ ਮਾਸਟਰ ਅਜੀਤ ਸਿੰਘ ਜੀ ਤੇ ਬੀਬੀ ਜਸਵਿੰਦਰ ਕੌਰ ਲਾਲ ਤੇ ਬੀਬੀ ਗੁਰਵਿੰਦਰ ਕੌਰ ਉਭੀ ਜੀ ਨੇ ਵੀ ਖ਼ਾਸ ਸੱਦੇ ਪੱਤਰ ’ਤੇ ਪਹੁੰਚ ਕੇ ਪ੍ਰੋਗਰਾਮ ਨੂੰ ਚਾਰ ਚੰਨ ਲਾਏ। ਬੱਚਿਆਂ ਵਲੋਂ ਸਿੱਖ ਧਰਮ ਦੇ ਨੈਸ਼ਨਲ ਐਨਥਮ ਨਾਲ ਪ੍ਰੋਗਰਾਮ ਦੀ ਸ਼ੁਰੂਆਤ ਕੀਤੀ ਗਈ। ਧਨਵੰਤ ਸਿੰਘ ਬਾਹੜਾ ਜੀ ਨੇ ਸਟੇਜ ਦੀ ਕਾਰਵਾਈ ਨੂੰ ਬੜੇ ਹਸਮੁੱਖ ਅੰਦਾਜ਼ ਨਾਲ ਨਿਭਾਇਆ। ਜਸਵਿੰਦਰ ਸਿੰਘ ਸੱਗੂ ਜੀ ਨੇ ਸਭ ਨੂੰ ਜੀ ਆਇਆਂ ਆਖਿਆ। ਉਪਰੰਤ ਗੀਤ, ਗ਼ਜ਼ਲ ਤੇ ਸਿਤਾਰ ਦੀਆਂ ਆਇਟਮਾਂ ਪੇਸ਼ ਕੀਤੀਆਂ ਗਈਆਂ। Hina Dancers ਦੀਆਂ ਬੱਚੀਆਂ ਨੇ ਨਰਤਕੀ ਪੇਸ਼ ਕੀਤੀ। ਨੱਚਦੇ ਹੱਸਦੇ ਭੰਗੜਾ ਗਰੁੱਪ ਵਲੋਂ ਸਟੇਜ ’ਤੇ ਧਮਾਲਾਂ ਪਾਈਆਂ ਗਈਆਂ। ਬੁਲਾਰਿਆਂ ਅਤੇ ਸਰੋਤਿਆਂ ਨੇ ਇਸ ਪ੍ਰੋਗਰਾਮ ਦੀ ਖ਼ੂਬ ਸ਼ਲਾਘਾ ਕੀਤੀ।

ਰਵਿੰਦਰ ਸਿੰਘ ਸ਼ੀਹਰਾ ਜੀ ਨੇ ਰੈਫਲ ਟਿਕਟਾਂ ਵੇਚ ਕੇ ਇਨਾਮ ਵੰਡੇ। ਨਿਰਮਲ ਸਿੰਘ ਪਨੇਸਰ, ਜਸਵਿੰਦਰ ਸਿੰਘ ਸੱਗੂ, ਧਨਵੰਤ ਸਿੰਘ ਬਾਹੜਾ ਜੀ ਨੇ ਬੱਚਿਆਂ ਦਾ ਸਨਮਾਨ ਕੀਤਾ। ਅੰਤ ਵਿੱਚ ਗੁਰੂ-ਘਰ ਦੇ ਸੇਵਾਦਾਰ ਜਨਰਲ ਸਕੱਤਰ ਸ. ਗੁਰਬਚਨ ਸਿੰਘ ਬਾਹੜਾ ਜੀ ਨੇ ਸਾਰਿਆਂ ਦਾ ਧੰਨਵਾਦ ਕੀਤਾ। ਉਚੇਚੇ ਤੌਰ ’ਤੇ ਐਜੂਕੇਸ਼ਨ ਕਮੇਟੀ ਦੇ ਮੁਖੀ ਨਿਰਮਲ ਸਿੰਘ ਪਨੇਸਰ ਨੇ ਗਿਆਨ ਸਿੰਘ ਵਿਰਦੀ, ਧਨਵੰਤ ਸਿੰਘ ਬਾਹੜਾ, ਮਨੋਹਰ ਸਿੰਘ ਦੇਵਗੁਣ ਅਤੇ ਸਾਰਿਆਂ ਹੀ ਸੇਵਾਦਾਰਾਂ ਦਾ ਬਹੁਤ ਧੰਨਵਾਦ ਕੀਤਾ।

(Mann Jitt Weekly, 24 March, 2011)

(a) What does the heading of the article mean?

   ....

(b) When and where was this event held?

   ....

(c) According to this article how could such functions help the Panjabi community to deal with some social issues? Give three details.

   (i) ....

   (ii) ....

   (iii) ....

(d) Who was the chief guest at this function and what are his contributions to the Panjabi community?

   ....

   ....

(e) How did the representative of the High Commission of India feel about this event?

   ....

   ....

(f) Why was Mr. Karam Singh Karam the chief editor of Mann Jitt honoured at this function? Give three reasons.

   (i) ....

   (ii) ....

   (iii) ....

(g) Describe the religious and cultural programmes presented at this function.

   ....

   ....

   ....

(h) How did the audience feel about this function?

   ....

H

Chapter 2

Leisure

Students should be able to understand and provide information and opinions about the contexts relating to their own leisure activities and that of other people.

1. Free time and the Media

    a. Free time activities
    b. Shopping, money, fashion and trends.
    c. Advantages and disadvantages of new technology.

(a) Free time activities

1. You read about hobbies of some people.

1. ਰਨਦੀਪ	:	ਮੈਂ ਆਪਣੇ ਵਿਹਲੇ ਸਮੇਂ ਵਿੱਚ ਤਬਲਾ ਵਜਾਉਣਾ ਸਿੱਖਦਾ ਹਾਂ।
2. ਕਮਲਜੀਤ	:	ਮੈਂ ਆਪਣੇ ਵਿਹਲੇ ਸਮੇਂ ਵਿੱਚ ਆਪਣੀਆਂ ਸਹੇਲੀਆਂ ਨਾਲ ਗੱਲਾਂ ਕਰਨੀਆਂ ਪਸੰਦ ਕਰਦੀ ਹਾਂ।
3. ਅਮੀਸ਼	:	ਮੈਂ ਆਪਣੇ ਵਿਹਲੇ ਸਮੇਂ ਵਿੱਚ ਫੁੱਟਬਾਲ ਖੇਡਣਾ ਪਸੰਦ ਕਰਦਾ ਹਾਂ।
4. ਮਨਜਿੰਦਰ	:	ਮੈਂ ਆਪਣੇ ਵਿਹਲੇ ਸਮੇਂ ਵਿੱਚ ਫ਼ਿਲਮਾਂ ਦੇਖਣਾ ਪਸੰਦ ਕਰਦੀ ਹਾਂ।
5. ਕੁਲਦੀਪ	:	ਮੈਂ ਆਪਣੇ ਵਿਹਲੇ ਸਮੇਂ ਵਿੱਚ ਨਾਵਲ ਪੜ੍ਹਨੇ ਪਸੰਦ ਕਰਦੀ ਹਾਂ।
6. ਸੰਦੀਪ	:	ਮੈਂ ਆਪਣੇ ਵਿਹਲੇ ਸਮੇਂ ਵਿੱਚ ਤਾਸ਼ ਖੇਡਣੀ ਪਸੰਦ ਕਰਦਾ ਹਾਂ।
7. ਮਨਪ੍ਰੀਤ	:	ਮੈਂ ਆਪਣੇ ਵਿਹਲੇ ਸਮੇਂ ਵਿੱਚ ਡਾਂਸ ਕਰਨਾ ਸਿੱਖਦੀ ਹਾਂ।
8. ਮਨਦੀਪ	:	ਮੈਂ ਆਪਣੇ ਵਿਹਲੇ ਸਮੇਂ ਵਿੱਚ ਬੋਟਿੰਗ ਕਰਨਾ ਪਸੰਦ ਕਰਦਾ ਹਾਂ।
9. ਅਮਨਦੀਪ	:	ਮੈਂ ਆਪਣੇ ਵਿਹਲੇ ਸਮੇਂ ਵਿੱਚ ਤਸਵੀਰਾਂ ਬਣਾਉਣਾ ਸਿੱਖਦੀ ਹਾਂ।

Draw arrows to show hobbies of people. The first one is done for you.

Kamaljit	Boating
Kuldip	Dancing
Randip	Drawing pictures
Ameesh	Playing cards
Amandeep	Reading novels
Sundeep	Playing football
Mandeep	Watching films
Manjinder	Learning to play tabla
Manpreet	Talking to friends

F

2. You are in a park and see the following notices. What do these notices mean in English ?

(a) ਪਾਰਕ ਵਿੱਚ ਕਾਰ ਚਲਾਉਣਾ ਮਨ੍ਹਾ ਹੈ।

....

(b) ਘਾਹ 'ਤੇ ਨਾ ਖੇਲ੍ਹੋ।

....

(c) ਘਾਹ 'ਤੇ ਚੱਲਣਾ ਮਨ੍ਹਾ ਹੈ।

....

(d) ਇੱਥੇ ਫੁੱਲ ਤੋੜਨ ਦੀ ਆਗਿਆ ਨਹੀਂ।

....

(e) ਪਿਸ਼ਾਬ-ਘਰ ਇੱਧਰ ਹੈ।

....

(f) ਇੱਥੋਂ ਫੁੱਲ ਤੋੜਨਾ ਮਨ੍ਹਾ ਹੈ।

....

(g) ਘਾਹ 'ਤੇ ਸਾਈਕਲ ਚਲਾਉਣਾ ਮਨ੍ਹਾ ਹੈ।

....

(h) ਇੱਥੇ ਥੁੱਕਣਾ ਮਨ੍ਹਾ ਹੈ।

....

(i) ਇਹ ਟੌਇਲਟ ਮਰਦਾਂ ਲਈ ਹੈ।

....

(j) ਇਹ ਟੌਇਲਟ ਜ਼ਨਾਨੀਆਂ (ਔਰਤਾਂ) ਲਈ ਹੈ।

....

(k) ਪਾਰਕ ਵਿੱਚ ਗੰਦ ਸੁੱਟਣ ਵਾਲੇ ਨੂੰ ਜੁਰਮਾਨਾ ਹੋ ਸਕਦਾ ਹੈ।

.... F

3. You see these signs at a lake. What are you not allowed to do?

(a) ਬੱਤਖਾਂ ਨੂੰ ਖ਼ੁਰਾਕ ਨਾ ਪਾਓ।
....

(b) ਇਸ ਝੀਲ ਵਿੱਚ ਮੱਛੀਆਂ ਫੜਨ ਦੀ ਮਨਾਹੀ ਹੈ।
....

(c) ਇੱਥੇ ਤੈਰਨਾ ਮਨ੍ਹਾ ਹੈ।
....

(d) ਖ਼ਬਰਦਾਰ, ਇੱਥੇ ਪਾਣੀ ਡੂੰਘਾ ਹੈ।
....

(e) ਇਹ ਖ਼ਤਰਨਾਕ ਥਾਂ ਹੈ, ਇੱਥੋਂ ਦੂਰ ਰਹੋ।
....   F

4. Read the following newspaper headlines and answer the questions in English.

(a) ਲੀਡਜ਼ ਵਿੱਚ ਬਜ਼ੁਰਗਾਂ ਲਈ ਇੱਕ ਨਵਾਂ ਕਮਿਊਨਿਟੀ ਸੈਂਟਰ ਖੁੱਲ੍ਹ ਗਿਆ ਹੈ।

(i) Where has the community centre been opened?
....

(ii) Who is the community centre for?
....

(b) ਸਨਿੱਚਰਵਾਰ ਨੂੰ ਕਾਵੈਂਟਰੀ ਵਿੱਚ ਪੰਜਾਬੀ ਗਾਣਿਆਂ ਦਾ ਪ੍ਰੋਗਰਾਮ।

(i) What type of programme has been mentioned in this headline?
....

(ii) Where will the programme be?
....

(iii) Which day of the week is the programme on?
....

(c) ਇੱਕ ਆਦਮੀ ਤਰਨ ਗਿਆ ਝੀਲ ਵਿੱਚ ਡੁੱਬ ਗਿਆ।

(i) What was the man doing?
....

(ii) What happened to him?
....   F

55

5. You see this poster of a recently released film.

ਇਸ ਸਾਲ ਦੀ ਪ੍ਰਸਿੱਧ ਫ਼ਿਲਮ **ਬੌਡੀਗਾਰਡ** ਪਿਛਲੇ ਦੋ ਹਫ਼ਤਿਆਂ ਤੋਂ ਓਡੀਅਨ ਸਿਨਮੇ ਵਿੱਚ ਦਿਖਾਈ ਜਾ ਰਹੀ ਹੈ।

(i) What is the name of the film?

....

(ii) Where is this film being shown?

....

(iii) For how long is this film being shown?

.... F

6. Ranjit has prepared this word puzzle which has two word-lists.

First word-list	
1.	ਰੇਡੀਓ
2.	ਸਿਨਮਾ
3.	ਗੁਰਦਾਸ ਮਾਨ
4.	ਕਾਰ
5.	ਟੈਲੀਵਿਯਨ
6.	ਕਨਸਰਟ
7.	ਕਿਤਾਬ
8.	ਕੁਰਸੀ

Select the words from the list above and match with the words in the list below by writing the correct number in the box.

Second word-list	
ਲਾਇਬ੍ਰੇਰੀ	7
ਭੰਗੜਾ	
ਖ਼ਬਰਾਂ	
ਫ਼ਿਲਮ	
ਗਾਇਕ	
ਪਵਿੱਤਰ ਰਿਸ਼ਤਾ	

F

7. **You read this advertisement about a film on the window of a shop.**

ਫ਼ਿਲਮ **'ਬੈਂਡ ਬਾਜਾ ਬਰਾਤ'** ਸ਼ੋ ਕੇਸ ਸਿਨਮੇ ਵਿੱਚ ਅਗਲੇ ਸੋਮਵਾਰ ਤੋਂ ਐਤਵਾਰ ਤੱਕ ਇੱਕ ਹਫ਼ਤੇ ਲਈ ਦਿਖਾਈ ਜਾਵੇਗੀ। ਹਰ ਰੋਜ਼ ਦੋ ਸ਼ੋ ਹੋਇਆ ਕਰਨਗੇ। ਪਹਿਲਾ ਸ਼ੋ ਸ਼ਾਮ ਦੇ ਤਿੰਨ ਵਜੇ ਤੋਂ 7 ਵਜੇ ਤੱਕ ਅਤੇ ਦੂਜਾ ਸ਼ੋ ਸ਼ਾਮ ਦੇ ਸਾਢੇ ਸੱਤ ਵਜੇ ਤੋਂ ਸਾਢੇ ਦਸ ਵਜੇ ਤੱਕ ਹੋਵੇਗਾ।

ਟਿਕਟ—ਬਾਲਗ਼ਾਂ ਲਈ 7 ਪੌਂਡ ਅਤੇ 12 ਸਾਲ ਤੋਂ ਉੱਪਰ ਦੇ ਬੱਚਿਆਂ ਲਈ ਸਾਢੇ ਤਿੰਨ ਪੌਂਡ ਹੋਵੇਗਾ।

1. Which film will be shown?

....

2. Where will the film be shown?

....

3. When will the film be shown?

....

4. For how long will the film be shown?

....

5. Write the times of the first show?

....

6. Write the times of the second show?

....

7. How much is the ticket for adults?

....

8. How much is the ticket for children over 12?

.... F

8. You read this advertisement on the window of a shop.

> ਪੰਜਾਬੀ ਕਮਿਊਨਿਟੀ ਦੇ ਮਨੋਰੰਜਨ ਲਈ
>
> ### ਇੱਕ ਪੰਜਾਬੀ ਦਿਨ
>
> ਐਤਵਾਰ 20 ਫ਼ਰਵਰੀ 11 ਵਜੇ ਸਵੇਰ ਤੋਂ ਸ਼ਾਮ 4 ਵਜੇ ਤੱਕ
> ਲਮਿੰਗਟਨ ਸਪਾ ਸਵਿਕ ਹਾਲ ਵਿੱਚ
>
> ਇਸ ਪ੍ਰੋਗਰਾਮ ਵਿੱਚ ਸੁਖਜਿੰਦਰ ਸ਼ਿੰਦਾ ਅਤੇ ਹੰਸ ਰਾਜ ਹੰਸ ਗੀਤ ਸੰਗੀਤ ਪੇਸ਼ ਕਰਨਗੇ। ਇਸ ਮੌਕੇ 'ਤੇ ਵੱਖ ਵੱਖ ਕਿਸਮ ਦੇ ਪੰਜਾਬੀ ਖਾਣੇ ਮਿਲਣਗੇ ਅਤੇ ਲੋਕਾਂ ਦੇ ਖ਼ਰੀਦਣ ਲਈ ਕਈ ਚੀਜ਼ਾਂ ਦੇ ਸਟਾਲ ਹੋਣਗੇ।
>
> **ਟਿਕਟਾਂ—** ਬਾਲਗ਼ : 10 ਪੌਂਡ
>
> ਬਜ਼ੁਰਗ : 5 ਪੌਂਡ
>
> 12 ਸਾਲ ਤੋਂ ਉੱਪਰ ਬੱਚੇ : ਪੂਰਾ ਟਿਕਟ।
>
> 12 ਸਾਲ ਤੋਂ ਘੱਟ ਬੱਚੇ : ਮੁਫ਼ਤ।

(a) What does the heading of this advertisement mean?
....

(b) Where will this event be held?
....

(c) What type of programme will be presented at this function?
....

(d) Who will be allowed to attend this function for free?
.... F/H

9. You read this advertisement in a local newspaper ?

ਦੀਵਾਲੀ **ਦੀਵਾਲੀ** **ਦੀਵਾਲੀ**

ਆਪ ਜੀ ਨੂੰ ਇਹ ਜਾਣ ਕੇ ਖ਼ੁਸ਼ੀ ਹੋਵੇਗੀ ਕਿ ਦੀਵਾਲੀ ਦੀ ਖ਼ੁਸ਼ੀ ਵਿੱਚ ਇੱਕ ਗੀਤ ਸੰਗੀਤ ਦਾ ਰੰਗਾ-ਰੰਗ ਪ੍ਰੋਗਰਾਮ 20 ਨਵੰਬਰ ਨੂੰ ਇੰਡੀਅਨ ਕਮਿਊਨਿਟੀ ਸੈਂਟਰ ਵਿੱਚ ਮਨਾਇਆ ਜਾਵੇਗਾ। ਪ੍ਰੋਗਰਾਮ ਸ਼ਾਮ ਦੇ ਸੱਤ ਵਜੇ ਸ਼ੁਰੂ ਹੋਵੇਗਾ ਅਤੇ ਦਸ ਵਜੇ ਖ਼ਤਮ ਹੋਵੇਗਾ। ਪੰਜਾਬ ਦੀ ਪ੍ਰਸਿੱਧ ਗੀਤਕਾਰ ਮਿਸ ਪੂਜਾ ਗੀਤ ਸੰਗੀਤ ਪੇਸ਼ ਕਰੇਗੀ ਅਤੇ ਕੁੜੀਆਂ ਦਾ ਹੀਨਾ ਡਾਂਸਰਜ਼ ਗਰੁੱਪ ਡਾਂਸ ਕਰੇਗਾ। ਟਿਕਟ ਦਸ ਪੌਂਡ ਪ੍ਰਤੀ ਵਿਅਕਤੀ ਹੈ ਜਿਸ ਵਿੱਚ ਵੈਸ਼ਨੂੰ ਖਾਣਾ ਵੀ ਸ਼ਾਮਲ ਹੈ।

(a) When will the 'Diwali' festival be celebrated?

....

(b) Where will it be celebrated?

....

(c) How long is the show?

....

(d) Who is performing at this show? Give two details.

....

....

(e) How much is the ticket per person?

....

(f) Why will people think it is a cheap ticket for this price?

.... F

10. **You read this advertisement.**

ਪੰਜਾਬੀ ਗਾਣਿਆਂ ਦਾ ਇੱਕ ਮਨੋਰੰਜਕ ਪ੍ਰੋਗਰਾਮ	

15 ਅਗਸਤ, 7 ਵਜੇ ਸ਼ਾਮ ਤੋਂ ਰਾਤ ਦੇ 11 ਵਜੇ ਤੱਕ
ਇੰਡੀਅਨ ਕਮਿਊਨਿਟੀ ਸੈਂਟਰ ਕਾਵੈਂਟਰੀ ਵਿੱਚ

ਭਾਰਤ ਤੋਂ ਆਏ ਪ੍ਰਸਿੱਧ ਗਾਇਕ ਤੁਹਾਡੇ ਸ਼ਹਿਰ ਵਿੱਚ ਇੱਕ ਚੈਰਿਟੀ ਸ਼ੋ ਕਰ ਰਹੇ ਹਨ। ਆਮਦਨੀ ਦਾ ਪੰਜਾਹ ਪ੍ਰਤੀਸ਼ਤ ਵੱਖ ਵੱਖ ਚੈਰਿਟੀਆਂ ਨੂੰ ਦਿੱਤਾ ਜਾਵੇਗਾ। ਆਓ ਅਤੇ ਇਸ ਮਨੋਰੰਜਕ ਪ੍ਰੋਗਰਾਮ ਤੋਂ ਲਾਭ ਉਠਾਓ ਅਤੇ ਚੈਰਿਟੀ ਦੇ ਕੰਮਾਂ ਵਿੱਚ ਹਿੱਸਾ ਪਾਓ।

ਟਿਕਟਾਂ ਦੀ ਕੀਮਤ

ਬਾਲਗ਼	— 10 ਪੌਂਡ	12 ਸਾਲ ਤੋਂ ਉੱਪਰ ਬੱਚੇ	— ਅੱਧੀ ਕੀਮਤ
ਬਜ਼ੁਰਗ	— ਮੁਫ਼ਤ	12 ਸਾਲ ਤੋਂ ਘੱਟ ਉਮਰ ਦੇ ਬੱਚੇ	— ਮੁਫ਼ਤ

Read the sentences in the grid.

For each statement in the grid write :

T (True), F (False), ? (not in the text)

Example	1.	There will be Hindi songs in the programme.	F
	2.	Programme will start at 7pm.	
	3.	The programme will be held on March 10.	
	4.	Children below the age of 12 will go free.	
	5.	Elderly people will get tickets at half price.	
	6.	All will get free food.	

F/H

11. **You read a part of Amarjit's article below.**

ਮੈਂ ਨਾਗਰਾ ਸਪੋਰਟਸ ਸੈਂਟਰ ਦਾ ਮੈਂਬਰ ਹਾਂ। ਇਹ ਸਪੋਰਟਸ ਸੈਂਟਰ ਸਵੇਰ ਨੂੰ ਅੱਠ ਵਜੇ ਖੁੱਲ੍ਹਦਾ ਹੈ ਅਤੇ ਰਾਤ ਦੇ ਦਸ ਵਜੇ ਬੰਦ ਹੁੰਦਾ ਹੈ। ਸਪੋਰਟਸ ਸੈਂਟਰ ਵਿੱਚ ਕਈ ਕਿਸਮ ਦੀਆਂ ਖੇਡਾਂ ਖੇਡੀਆਂ ਜਾ ਸਕਦੀਆਂ ਹਨ। ਜਿਵੇਂ ਬੈਡਮਿੰਟਨ, ਟੇਬਲ ਟੈਨਿਸ, ਕ੍ਰਿਕਟ, ਟੈਨਿਸ ਆਦਿ। ਇੱਥੇ ਇੱਕ ਸਵਿਮਿੰਗ ਪੂਲ ਵੀ ਹੈ, ਜਿੱਥੇ ਲੋਕੀਂ ਤਰਨਾ ਸਿੱਖਦੇ ਹਨ। ਕਸਰਤ ਕਰਨ ਲਈ ਕਈ ਮਸ਼ੀਨਾਂ ਹਨ। ਲੋਕਾਂ ਦੀ ਸਹੂਲਤ ਲਈ ਇੱਕ ਵੱਡੀ ਕਾਰ ਪਾਰਕ, ਕਪੜੇ ਬਦਲਣ ਲਈ ਇੱਕ ਵੱਖਰਾ ਕਮਰਾ ਅਤੇ ਸ਼ਾਵਰ ਹਨ। ਇੱਕ ਮਹੀਨੇ ਦੀ ਫ਼ੀਸ ਪੱਚੀ ਪੌਂਡ ਹੈ। ਪਰ ਜੇ ਕਿਸੇ ਨੇ ਸਾਲ ਲਈ ਮੈਂਬਰ ਬਣਨਾ ਹੋਵੇ ਤਾਂ ਫ਼ੀਸ ਢਾਈ ਸੌ ਪੌਂਡ ਹੈ। ਮੈਂ ਹਫ਼ਤੇ ਵਿੱਚ ਮੰਗਲਵਾਰ ਅਤੇ ਸਨਿੱਚਰਵਾਰ 6 ਵਜੇ ਤੋਂ 8 ਵਜੇ ਤਕ ਸਪੋਰਟਸ ਸੈਂਟਰ ਜਾਂਦਾ ਹਾਂ ਅਤੇ ਆਪਣੇ ਮਿੱਤਰਾਂ ਨਾਲ ਬੈਡਮਿੰਟਨ ਖੇਡਦਾ ਹਾਂ।

Read the sentences in the grid below.

For each statement in the grid write :

T (True), F (False), ? (not in the text)

Example	1.	Amarjit goes to Nagra Sports Centre to play.	T
	2.	People can go to the sports centre at 8 am.	
	3.	Sports centre closes at 12 pm.	
	4.	People have no difficulty of parking here.	
	5.	Amarjit pays a fee every month for using sports facilities.	
	6.	Yearly fee is £300.00.	

F/H

12. You read below about four people how they spend their spare time.

ਮਨਮਿੰਦਰ :	ਮੈਂ ਆਪਣੇ ਵਿਹਲੇ ਸਮੇਂ ਵਿੱਚ ਪੰਜਾਬੀ ਅਤੇ ਹਿੰਦੀ ਫ਼ਿਲਮਾਂ ਦੇਖਣਾ ਪਸੰਦ ਕਰਦੀ ਹਾਂ। ਜਿਹੜੀ ਫ਼ਿਲਮ ਨਵੀਂ ਆਉਂਦੀ ਹੈ, ਮੈਂ ਝੱਟ ਜਾਂ ਤਾਂ ਸਿਨਮੇ ਵਿੱਚ ਦੇਖਣ ਚਲੇ ਜਾਂਦੀ ਹਾਂ ਜਾਂ ਫੇਰ ਵੀਡੀਓ ਫ਼ਿਲਮ ਲਿਆ ਕੇ ਘਰ ਦੇਖ ਲੈਂਦੀ ਹਾਂ।
ਮਨਜਿੰਦਰ :	ਮੈਂ ਆਪਣੇ ਵਿਹਲੇ ਸਮੇਂ ਵਿੱਚ ਆਪਣੇ ਘਰ ਦੇ ਬਗ਼ੀਚਿਆਂ ਵਿੱਚ ਕੰਮ ਕਰਦਾ ਹਾਂ। ਮੈਂ ਆਪਣੇ ਮੋਹਰਲੇ ਅਤੇ ਪਿਛਲੇ ਬਗ਼ੀਚੇ ਵਿੱਚ ਕਈ ਤਰ੍ਹਾਂ ਦੇ ਫੁੱਲਾਂ ਦੇ ਬੂਟੇ ਲਾਏ ਹੋਏ ਹਨ। ਪਿਛਲੇ ਬਗ਼ੀਚੇ ਵਿੱਚ ਫੁੱਲਾਂ ਦੇ ਬੂਟੇ ਹਨ ਅਤੇ ਕਈ ਕਿਸਮ ਦੀਆਂ ਸਬਜ਼ੀਆਂ ਵੀ ਬੀਜੀਆਂ ਹਨ। ਗਰਮੀਆਂ ਨੂੰ ਹਰ ਦੋ ਹਫ਼ਤੇ ਬਾਅਦ ਘਾਹ ਕੱਟਦਾ ਹਾਂ। ਮੈਂ ਇਹ ਕੰਮ ਕਰਨਾ ਬਹੁਤ ਪਸੰਦ ਕਰਦਾ ਹਾਂ।
ਜਸਦੀਪ :	ਮੈਨੂੰ ਆਪਣੇ ਵਿਹਲੇ ਸਮੇਂ ਵਿੱਚ ਟਿਕਟਾਂ ਇਕੱਠੀਆਂ ਕਰਨ ਦਾ ਸ਼ੌਕ ਹੈ। ਮੈਂ ਪਿਛਲੇ ਪੰਜਾਂ ਸਾਲਾਂ ਤੋਂ ਟਿਕਟਾਂ ਇਕੱਠੀਆਂ ਕਰ ਰਹੀ ਹਾਂ। ਹੁਣ ਮੇਰੇ ਪਾਸ 15 ਦੇਸ਼ਾਂ ਦੀਆਂ ਕਾਫ਼ੀ ਪੁਰਾਣੀਆਂ ਅਤੇ ਨਵੀਆਂ ਟਿਕਟਾਂ ਹਨ। ਮੈਂ ਹਰ ਦੇਸ਼ ਦੀਆਂ ਟਿਕਟਾਂ ਦੀ ਇੱਕ ਐਲਬਮ ਬਣਾਈ ਹੋਈ ਹੈ।
ਕੁਲਦੀਪ :	ਮੈਨੂੰ ਕਿਤਾਬਾਂ ਪੜ੍ਹਨ ਦਾ ਬਹੁਤ ਸ਼ੌਕ ਹੈ। ਪੰਜਾਬੀ ਨਾਵਲ ਮੈਂ ਜ਼ਿਆਦਾ ਪੜ੍ਹਦੀ ਹਾਂ। ਮੈਨੂੰ ਨਾਨਕ ਸਿੰਘ ਦੇ ਲਿਖੇ ਹੋਏ ਨਾਵਲ ਬਹੁਤ ਚੰਗੇ ਲੱਗਦੇ ਹਨ। ਇੱਕ ਵਾਰੀ ਨਾਵਲ ਪੜ੍ਹਨਾ ਸ਼ੁਰੂ ਕਰਾਂ ਸਹੀ, ਜਦੋਂ ਤਕ ਖ਼ਤਮ ਨਹੀਂ ਹੁੰਦਾ, ਮਨ ਨੂੰ ਚੈਨ ਨਹੀਂ ਆਉਂਦੀ।

Read the sentences in the grid below.

For each statement in the grid write :

T (True), F (False), ? (not in the text)

1

Example	1.	Manjinder's hobby is watching films.	F
	2.	Kuldeep's hobby is collecting stamps.	
	3.	Manjinder is fond of planting flower plants in her garden.	
	4.	Manjinder does not like to cut the grass.	
	5.	Jasdeep has been collecting stamps for the last five years.	
	6.	Manminder has old and new stamps of 15 countries.	
	7.	Jasdeep is vey fond of reading books.	
	8.	Kuldeep likes reading novels.	

F/H

2 Answer the following questions in English.

(a) (i) Who likes reading books?
....

(ii) What types of books does he/she read?
....

(iii) Why?
....

(b) (i) Who likes gardening?
....

(ii) What types of jobs does he/she do in the garden? Give two details.
....
....

(c) (i) Who likes collecting stamps?
....

(ii) What has he/she said about collecting stamps?
....

(d) (i) Who likes watching films?
....

(ii) What arrangements does he/she make to watch films? Give two details.
....
....

H

13. You read this article in a newspaper

ਮਿਡਲੈਂਡ 'ਚ ਏਸ਼ੀਅਨ ਲੋਕਾਂ ਨੂੰ ਮਨੋਰੰਜਕ ਸਮਾਗਮ 'ਚ ਸ਼ਾਮਲ ਹੋਣ ਦਾ ਸੱਦਾ

ਮਿਡਲੈਂਡ ਦੇ ਸਾਰੇ ਏਸ਼ੀਅਨ ਭੈਣ [4] ਨੂੰ ਇੱਕ ਵਿਸ਼ੇਸ਼ ਮਨੋਰੰਜਨ ਭਰੇ [ ] ਵਿੱਚ ਸ਼ਾਮਲ ਹੋਣ ਦਾ ਸੱਦਾ ਦਿੱਤਾ ਜਾਂਦਾ ਹੈ। ਇਹ ਗੀਤਾਂ ਭਰਿਆ ਪ੍ਰੋਗਰਾਮ [ ] ਤੋਂ ਆਇਆ ਗਰੁੱਪ 'ਸ਼ਾਨੇ-ਪੰਜਾਬ' ਪੇਸ਼ ਕਰੇਗਾ।

ਪ੍ਰੋਗਰਾਮ 20 ਫ਼ਰਵਰੀ [ ] ਦੇ 7 ਵਜੇ [ ] ਕਮਿਊਨਿਟੀ ਸੈਂਟਰ ਕਾਵੈਂਟਰੀ ਵਿੱਚ ਹੋਵੇਗਾ। ਇਸ ਪ੍ਰੋਗਰਾਮ ਵਿੱਚ ਇਕੱਤਰ ਹੋਈ [ ] ਬਿਹਾਰ ਪ੍ਰਾਂਤ ਦੇ [ ] ਦੀ ਭਲਾਈ ਦੇ ਕੰਮਾਂ ਲਈ ਭੇਜੀ ਜਾਵੇਗੀ। ਦਾਖ਼ਲਾ [ ] ਦੋ ਪੌਂਡ ਹੈ।

ਹੋਰ ਜਾਣਕਾਰੀ ਲਈ ਪ੍ਰੋਗਰਾਮ ਕਮੇਟੀ ਨੂੰ ਟੈਲੀਫ਼ੂਨ ਕਰੋ 01203-617314

Fill in the boxes above with the numbers for the correct words.

1. ਗ਼ਰੀਬਾਂ	4. ਭਰਾਵਾਂ	7. ਸਮਾਗਮ
2. ਭਾਰਤ	5. ਮਾਇਆ	8. ਇੰਡੀਅਨ
3. ਸਿਰਫ਼	6. ਸ਼ਾਮ	

H

14. You read about how Baljit and Amandeep spend their pocket money.

ਬਲਜੀਤ : ਮੇਰੇ ਮਾਤਾ ਪਿਤਾ ਜੀ ਮੈਨੂੰ ਹਰ ਹਫ਼ਤੇ ਦਸ ਪੌਂਡ ਜੇਬ ਖ਼ਰਚ ਲਈ ਦਿੰਦੇ ਹਨ। ਮੈਂ ਇਹ ਸਾਰੇ ਦੇ ਸਾਰੇ ਪੈਸੇ ਹਫ਼ਤੇ ਵਿੱਚ ਖ਼ਰਚ ਕਰ ਦਿੰਦੀ ਹਾਂ। ਇੱਕ ਵਾਰ ਹਫ਼ਤੇ ਵਿੱਚ ਸਿਨਮਾ ਦੇਖਦੀ ਹਾਂ ਅਤੇ ਬਾਕੀ ਪੈਸਿਆਂ ਦੀਆਂ ਸਵੀਟਾਂ ਖਾ ਲੈਂਦੀ ਹਾਂ।

ਅਮਨਦੀਪ : ਮੇਰੇ ਮਾਤਾ ਪਿਤਾ ਜੀ ਮੈਨੂੰ ਬਹੁਤਾ ਜੇਬ ਖ਼ਰਚ ਨਹੀਂ ਦਿੰਦੇ। ਮੈਨੂੰ ਸਿਰਫ਼ ਚਾਰ ਪੌਂਡ ਹਫ਼ਤੇ ਦਾ ਜੇਬ ਖ਼ਰਚ ਮਿਲਦਾ ਹੈ। ਇਸ ਵਿੱਚੋਂ ਦੋ ਪੌਂਡ ਹਰ ਹਫ਼ਤੇ ਬੈਂਕ ਵਿੱਚ ਆਪਣੇ ਅਕਾਊਂਟ ਵਿੱਚ ਜਮ੍ਹਾਂ ਕਰਾ ਦਿੰਦੀ ਹਾਂ। ਬੈਂਕ ਵਿੱਚ ਮੈਂ ਆਪਣਾ ਅਕਾਊਂਟ ਖੁਲ੍ਹਾਇਆ ਹੋਇਆ ਹੈ। ਹੁਣ ਤੱਕ ਮੇਰੇ ਅਕਾਊਂਟ ਵਿੱਚ 150 ਪੌਂਡ ਜਮ੍ਹਾਂ ਹੋ ਗਏ ਹਨ। ਬਾਕੀ ਦੋ ਪੌਂਡ ਮੈਂ ਆਪਣੀ ਪੜ੍ਹਾਈ ਦੀਆਂ ਚੀਜ਼ਾਂ ਖ਼ਰੀਦਣ ਵਿੱਚ ਖ਼ਰਚਦੀ ਹਾਂ। ਮੈਂ ਐਵੇਂ ਸਵੀਟਸ ਆਦਿ ਖਾਣ ਵਿੱਚ ਪੈਸੇ ਬਰਬਾਦ ਨਹੀਂ ਕਰਦੀ।

(a) How does Baljit spend her pocket money? Give two details.

    (i) ....

    (ii) ....

(b) How does Amandeep spend her pocket money? Give two details

    (i) ....

    (ii) ....

(c) Who do you think spends the pocket money more wisely and why?

    ....   F/H

15. **You read Manjit's views about a recreational programme.**

> ਪਿਛਲੇ ਐਤਵਾਰ ਮੈਂ ਇੱਕ ਮਨੋਰੰਜਨ ਪ੍ਰੋਗਰਾਮ ਦੇਖਿਆ ਸੀ। ਪ੍ਰੋਗਰਾਮ ਸ਼ਾਮ ਦੇ ਸੱਤ ਵਜੇ ਸ਼ੁਰੂ ਹੋਇਆ ਸੀ ਅਤੇ ਦਸ ਵਜੇ ਖ਼ਤਮ ਹੋਇਆ ਸੀ। ਇਸ ਵਿੱਚ ਸੁਖਜਿੰਦਰ ਛਿੰਦਾ ਅਤੇ ਕਮਲ ਹੀਰ ਨੇ ਗਾਣੇ ਗਾ ਕੇ ਲੋਕਾਂ ਨੂੰ ਖ਼ੁਸ਼ ਕੀਤਾ। ਇਸਤਰੀਆਂ ਦੇ ਸਤਰੰਗ ਗਿੱਧਾ ਗਰੁੱਪ ਨੇ ਗਿੱਧਾ ਪਾ ਕੇ ਤਾਂ ਕਮਾਲ ਹੀ ਕਰ ਦਿੱਤਾ। ਮੈਨੂੰ ਇਹ ਪ੍ਰੋਗਰਾਮ ਬਹੁਤ ਚੰਗਾ ਲੱਗਿਆ ਕਿਉਂਕਿ ਇਹ ਪੂਰੇ ਟਾਈਮ ਸਿਰ ਸ਼ੁਰੂ ਹੋਇਆ ਅਤੇ ਠੀਕ ਦਸ ਵਜੇ ਖ਼ਤਮ ਹੋਇਆ ਸੀ। ਗਾਣ ਵਾਲਿਆਂ ਨੇ ਸਾਰੇ ਮੇਰੇ ਮਨਪਸੰਦ ਦੇ ਗਾਣੇ ਗਾਏ, ਜਿਹਨਾਂ ਨੂੰ ਮੈਂ ਬਹੁਤ ਪਸੰਦ ਕੀਤਾ। ਇਸਤਰੀਆਂ ਦੇ ਗਿੱਧਾ ਗਰੁੱਪ ਨੇ ਤਾਂ ਬਹਿ ਜਾ ਬਹਿ ਜਾ ਕਰਾ ਦਿੱਤੀ। ਜਦੋਂ ਉਹ ਗਿੱਧਾ ਪਾ ਰਹੀਆਂ ਸੀ, ਸਾਰੇ ਹਾਲ ਵਿੱਚ ਬਿਲਕੁਲ ਚੁੱਪ-ਚਾਪ ਸੀ। ਖਾਣ ਪੀਣ ਦਾ ਪ੍ਰਬੰਧ ਪ੍ਰਸੰਸਾ ਯੋਗ ਸੀ, ਅਤੇ ਖਾਣਾ ਬਹੁਤ ਸੁਆਦ ਸੀ, ਜੋ ਪ੍ਰੋਗਰਾਮ ਦੇ ਅੱਧੇ ਟਾਈਮ 'ਤੇ ਸੀ।

(a) When was the recreational programme held?

    ....

(b) What arrangements were made to entertain the people? Give two details.

    (i) ....

    (ii) ....

(c) Why did Manjit like this programme? Give two reasons.

    (i) ....

    (ii) ....

(d) How did the audience respond to the ladies' dance?

    ....

(e) What were Manjit's views about food?

    ....   H

16. You see this item in a Panjabi magazine for young people.

> ## ਮਨਜੀਤ ਦੀ ਮੁਸ਼ਕਲ
>
> ਮੈਨੂੰ ਸਕੂਲ ਵਿੱਚ ਛੇ ਹਫ਼ਤਿਆਂ ਦੀਆਂ ਛੁੱਟੀਆਂ ਹਨ। ਮੇਰੀ ਵੱਡੀ ਭੈਣ ਦੋ ਮਹੀਨਿਆਂ ਤੋਂ ਚਾਚਾ ਜੀ ਕੋਲ ਪੰਜਾਬ ਗਈ ਹੋਈ ਹੈ ਤੇ ਮੇਰਾ ਵੱਡਾ ਭਰਾ ਕੰਮ 'ਤੇ ਜਾਂਦਾ ਹੈ। ਮੇਰੀਆਂ ਬਾਕੀ ਸਹੇਲੀਆਂ ਵੀ ਛੁੱਟੀਆਂ ਵਿੱਚ ਬਾਹਰ ਗਈਆਂ ਹੋਈਆਂ ਹਨ। ਮੈਂ ਸਾਰਾ ਦਿਨ ਘਰ ਇਕੱਲੀ ਹੁੰਦੀ ਹਾਂ। ਮੇਰਾ ਘਰ ਵਿੱਚ ਦਿਲ ਬਿਲਕੁਲ ਨਹੀਂ ਲੱਗਦਾ, ਕਿਉਂਕਿ ਮੈਂ ਇਕੱਲੀ ਹੁੰਦੀ ਹਾਂ। ਮੈਂ ਹਰ ਵੇਲੇ ਬੜੀ ਉਦਾਸ ਰਹਿੰਦੀ ਹਾਂ। ਸਾਰਾ ਦਿਨ ਟੈਲੀਵਿਜ਼ਨ ਦੇਖ ਦੇਖ ਅੱਕ ਗਈ ਹਾਂ। ਕੋਈ ਕੰਮ ਕਰਨ ਨੂੰ ਜੀ ਨਹੀਂ ਕਰਦਾ। ਭੁੱਖ ਵੀ ਘਟ ਗਈ ਹੈ। ਕੀ ਤੁਸੀਂ ਮੈਨੂੰ ਕੋਈ ਸਲਾਹ ਦੇ ਸਕਦੇ ਹੋ ਕਿ ਮੈਂ ਛੁੱਟੀਆਂ ਕਿਸ ਤਰ੍ਹਾਂ ਗੁਜ਼ਾਰਾਂ? ਮੇਰੀ ਉਮਰ ਪੰਦਰਾਂ ਸਾਲ ਹੈ।

ਤੁਹਾਡੀ ਮੁਸ਼ਕਲ ਦੂਰ ਕਰਨ ਲਈ ਸੁਝਾਅ ਅਗਲੇ ਮਹੀਨੇ ਦੇ ਮੈਗਜ਼ੀਨ ਵਿੱਚ ਦਿੱਤਾ ਜਾਵੇਗਾ।

Answer the following questions in English.

1. Why is it not possible for Manjit to spend her holidays with her sister, brother and friends?

    (i) sister..

    (ii) brother..

    (iii) friends..

2. How does she feel staying at home? Give four details.

    (i) ....

    (ii) ....

    (iii) ....

    (iv) .... H

(b) Shopping, money, fashion and trends

1. You are in the shopping centre in Jalandhar and read the following signs.

1.	ਜੁੱਤੀਆਂ ਦੀ ਦੁਕਾਨ	2.	ਕਿਤਾਬਾਂ ਦੀ ਦੁਕਾਨ	3.	ਸਬਜ਼ੀਆਂ
4.	ਫਲਾਂ ਦੀ ਦੁਕਾਨ	5.	ਅਖ਼ਬਾਰਾਂ	6.	ਕਪੜਿਆਂ ਦੀ ਦੁਕਾਨ
7.	ਦਰਜ਼ੀ ਦੀ ਦੁਕਾਨ	8.	ਗਹਿਣਿਆਂ ਦੀ ਦੁਕਾਨ	9.	ਸਾਇਕਲਾਂ ਦੀ ਦੁਕਾਨ
10.	ਰੇਡੀਓ ਤੇ ਟੈਲੀਵਿਯਨ ਦੀ ਦੁਕਾਨ			11.	ਫੁੱਲਾਂ ਦੀ ਦੁਕਾਨ

(a) You want to buy a book. Which sign would direct you to the bookshop?

Write the number of the correct answer in the box. ☐ F

(b) You want to buy a newspaper. Which sign would direct you to the newspaper shop?

Write the number of the correct answer in the box. ☐ F

(c) You want to get your trousers mended. Which sign would direct you to the tailor's shop?

Write the number of the correct answer in the box. ☐ F

(d) You want to buy some flowers. Which sign would direct you to the flower shop?

Write the number of the correct answer in the box.. ☐ F

(e) You want to look at some jewellery. Which sign would direct you to the jeweller's shop?

Write the number of the correct answer in the box.. ☐ F

2. You are looking at the store guide in a large department store. You want to buy a scarf for your mother. Which floor would you go to?

1. ਪਹਿਲੀ ਮੰਜ਼ਿਲ...ਬੱਚਿਆਂ ਦੇ ਕੱਪੜੇ
2. ਦੂਜੀ ਮੰਜ਼ਿਲ...ਆਦਮੀਆਂ ਦੇ ਕੱਪੜੇ
3. ਤੀਜੀ ਮੰਜ਼ਿਲ...ਇਸਤਰੀਆਂ ਦੇ ਕੱਪੜੇ
4. ਥੱਲੇ...ਖ਼ੁਰਾਕ

Write the number of the correct floor in the box. ☐ F

3. You are looking at this notice board in a department store. You want to buy some toys for your sister. Which floor would you go to ?

```
1. ਪਹਿਲੀ ਮੰਜ਼ਿਲ.................................................ਕਾਰਾਂ ਦਾ ਸਾਮਾਨ
2. ਦੂਜੀ ਮੰਜ਼ਿਲ...................................................ਖਿਡੌਣੇ
3. ਤੀਜੀ ਮੰਜ਼ਿਲ..................................................ਔਰਤਾਂ ਦੇ ਕੱਪੜੇ
4. ਥੱਲੇ.............................................................ਘਰ ਦਾ ਸਾਮਾਨ
```

Write the number of the correct floor in the box. ☐ F

4. You see this notice on the door of a shop.

'ਇਹ ਦੁਕਾਨ ਹਰ. ਵੀਰਵਾਰ ਬੰਦ ਰਹੇਗੀ।'

What does this notice tell you?

.... F

5. You see these signs in a department store.

```
1. ਪੀਣ ਵਾਲੀਆਂ ਚੀਜ਼ਾਂ
2. ਫਲ ਅਤੇ ਸਬਜ਼ੀਆਂ
3. ਫ਼ਾਰਮੇਸੀ ਅਤੇ ਦਵਾਈਆਂ
4. ਸਟੇਸ਼ਨਰੀ
```

(a) You want to buy patotoes. Which sign would direct you to the vegetable section ?
Write the number of the correct answer in the box. ☐

(b) You want to buy a pen. Which sign would direct you to the stationary section ?
Write the number of the correct answer in the box. ☐

(c) You want to buy orange juice. Which sign would direct you to the food and drink section ?
Write the number of the correct answer in the box. ☐ F

6. Draw arrows to show the following.

1. ਮੀਨਾ ਆਪਣੇ ਭਰਾ ਲਈ ਦੋ ਰੁਮਾਲ ਖ਼ਰੀਦਣਾ ਚਾਹੁੰਦੀ ਹੈ।
2. ਅਰਬਿੰਦਰ ਆਪਣੇ ਪਿਤਾ ਜੀ ਲਈ ਇੱਕ ਕਮੀਜ਼ ਖ਼ਰੀਦਣਾ ਚਾਹੁੰਦਾ ਹੈ।
3. ਅਮਨਦੀਪ ਆਪਣੀ ਮਾਤਾ ਜੀ ਲਈ ਕੋਟੀ ਖ਼ਰੀਦਣਾ ਚਾਹੁੰਦੀ ਹੈ।
4. ਰਣਜੀਤ ਆਪਣੀ ਕੁੜੀ ਲਈ ਸਲਵਾਰ ਕਮੀਜ਼ ਖ਼ਰੀਦਣਾ ਚਾਹੁੰਦੀ ਹੈ।
5. ਮਨਦੀਪ ਆਪਣੇ ਲਈ ਪੱਗੜੀ ਖ਼ਰੀਦਣਾ ਚਾਹੁੰਦਾ ਹੈ।
6. ਹਰਦੀਪ ਆਪਣੀ ਭੈਣ ਲਈ ਇੱਕ ਜੁਰਾਬਾਂ ਦਾ ਜੋੜਾ ਖ਼ਰੀਦਣਾ ਚਾਹੁੰਦੀ ਹੈ।
7. ਮਨਪ੍ਰੀਤ ਆਪਣੇ ਭਤੀਜੇ ਲਈ ਖਿਡੌਣੇ ਖ਼ਰੀਦਣਾ ਚਾਹੁੰਦੀ ਹੈ।

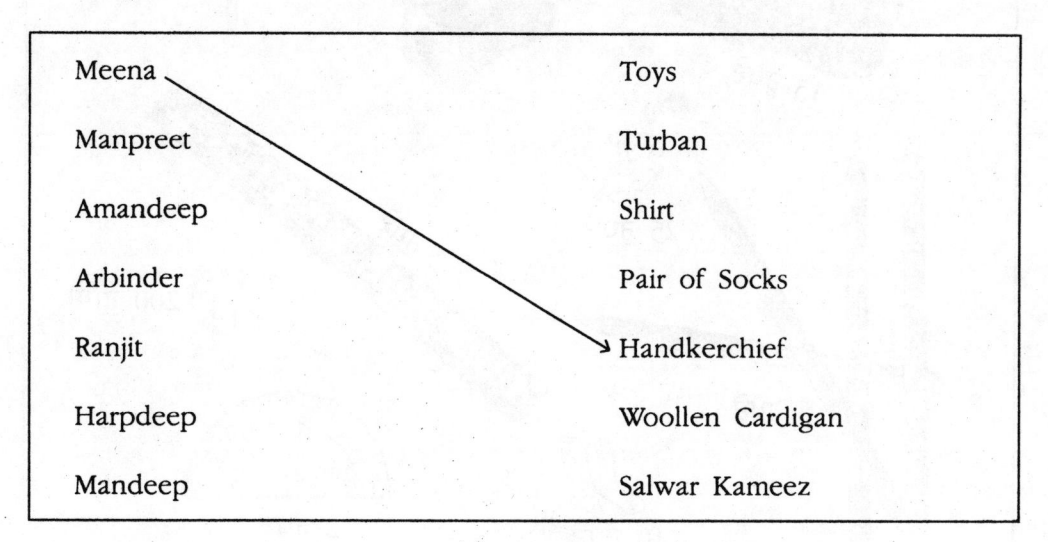

Meena	Toys
Manpreet	Turban
Amandeep	Shirt
Arbinder	Pair of Socks
Ranjit	Handkerchief
Harpdeep	Woollen Cardigan
Mandeep	Salwar Kameez

F

7. You see some articles and their prices in a shop in the Panjab.

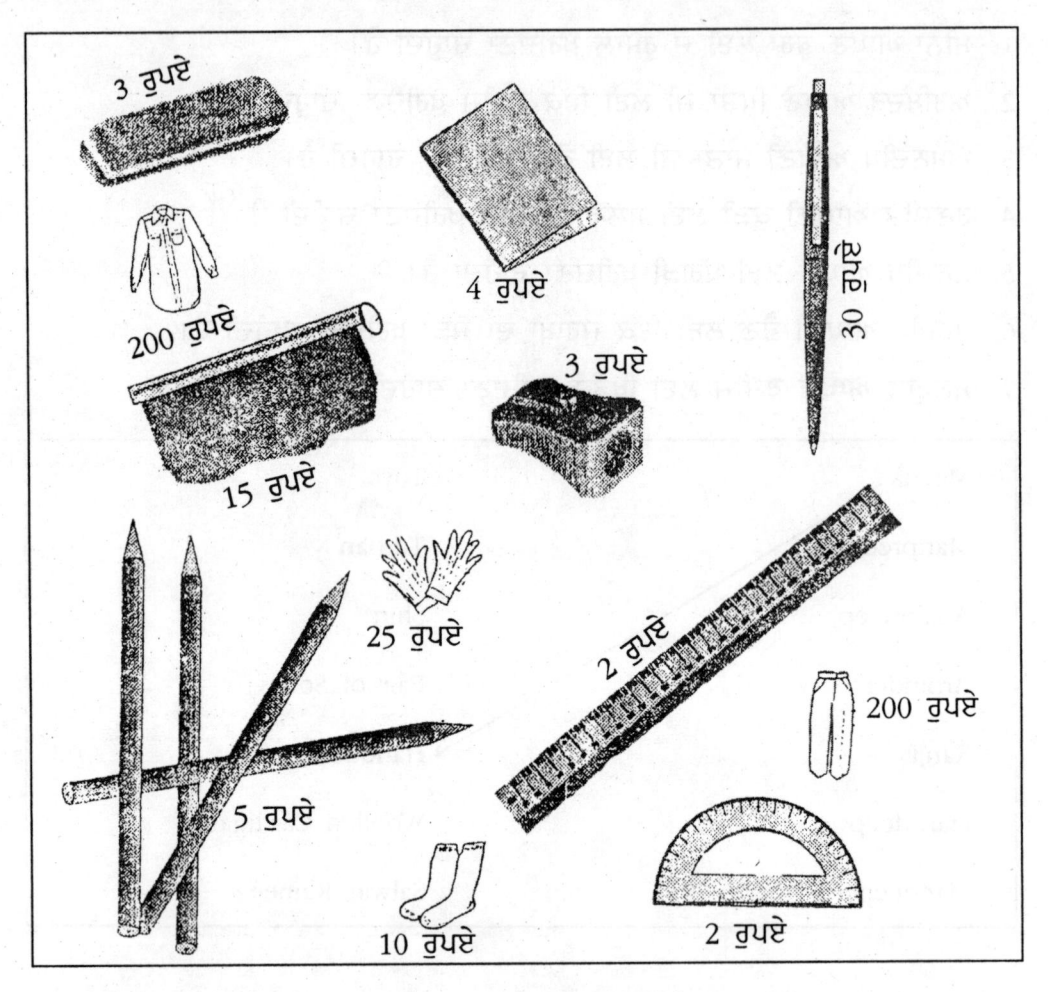

Write the prices of the following articles in English.

1. ਰਬੜ............ 3 Rupees ....

2. ਪੈੱਨ...

3. ਰੂਲਰ..

4. ਲਿਖਣ ਵਾਲੀ ਕਾਪੀ...........................

5. ਦਸਤਾਨੇ......................................

6. ਪੈਂਟ...

7. ਪੈਨਸਲ ਕੇਸ..................................

8. ਪੈਨਸਲਾਂ....................................

9. ਪੈਨਸਲਾਂ ਘੜਨ ਵਾਲਾ......................

10. ਪ੍ਰੋਟੈਕਟਰ..................................

11. ਕਮੀਜ਼....................................

12. ਜੁਰਾਬਾਂ...................................

F

8. Amber has prepared this word puzzle which has two word-lists.

Word-list 1	
1.	ਸਟੇਸ਼ਨਰੀ
2.	ਖੇਡਾਂ ਦਾ ਸਾਮਾਨ
3.	ਸੁਨਿਆਰਾ
4.	ਫਲਾਂ ਦੀ ਦੁਕਾਨ
5.	ਕਿਤਾਬਾਂ ਦੀ ਦੁਕਾਨ
6.	ਕਪੜੇ ਸੀਣਾ
7.	ਸਬਜ਼ੀਆਂ
8.	ਡਾਕਟਰ ਦੀ ਸਰਜਰੀ

Select the words from the list above and match with the words in the list below by writing the correct number in the box.

Word-list 2	
ਗੋਭੀ	7
ਕੇਲੇ	
ਡਿਕਸ਼ਨਰੀ	
ਦਰਜ਼ੀ	
ਸੋਨਾ	
ਹਾਕੀ	

F

9. You read the shopping lists of Amandeep, Manpreet and Sarbdeep.

1. ਅਮਨਦੀਪ
4 ਪੌਂਡ ਗਾਜਰਾਂ
2 ਪੌਂਡ ਸ਼ਲਗਮ
2 ਗੋਭੀ ਦੇ ਫੁੱਲ

2. ਮਨਪ੍ਰੀਤ
2 ਪੌਂਡ ਜਲੇਬੀਆਂ
1 ਪੌਂਡ ਬਰਫ਼ੀ
3 ਪੌਂਡ ਲੱਡੂ
10 ਗ਼ੁਲਾਬ ਜਾਮੁਨ

3. ਸਰਬਦੀਪ
2 ਦਰਜਨ ਕੇਲੇ
5 ਅੰਬ
2 ਪੌਂਡ ਸੇਬ
3 ਪੌਂਡ ਅੰਗੂਰ

(a) Who bought sweets?
Write the number of the correct answer in the box. ☐

(b) Who bought fruit?
Write the number of the correct answer in the box. ☐

(c) Who bought vegetables?
Write the number of the correct answer in the box. ☐ F

10. You read a message written by Manjinder's mother.

ਪਿਆਰੀ ਮਨਜਿੰਦਰ,
ਮੈਂ ਤੈਨੂੰ ਇਹ ਦੱਸਣਾ ਚਾਹੁੰਦੀ ਹਾਂ ਕਿ ਦੁਕਾਨ ਵਿੱਚ ਟਮਾਟਰ ਖ਼ਤਮ ਹੋ ਗਏ ਹਨ। ਕੋਈ ਸਬਜ਼ੀ ਵੀ ਤਾਜ਼ੀ ਨਹੀਂ ਹੈ। ਇਸ ਲਈ ਤੂੰ ਅੱਜ ਸਬਜ਼ੀ ਖ਼ਰੀਦਣ ਨਾ ਜਾਣਾ ਕਿਉਂਕਿ ਜਿਹੜੀ ਸਬਜ਼ੀ ਅਸੀਂ ਖ਼ਰੀਦਣਾ ਚਾਹੁੰਦੇ ਹਾਂ, ਉਹ ਦੁਕਾਨ ਵਿੱਚ ਨਹੀਂ ਹੈ।

ਤੇਰੇ ਮਾਤਾ ਜੀ

Why has Manjinder's mother asked her not to go shopping?
Give two reasons.

(i) ....

(ii) .... F

11. You see this advertisement on a shop window.

> ਜੁੱਤੀਆਂ ਦੀਆਂ ਕੀਮਤਾਂ ਵਿੱਚ ਭਾਰੀ ਕਟੌਤੀ।
> ਆਦਮੀਆਂ, ਇਸਤਰੀਆਂ ਅਤੇ ਬੱਚਿਆਂ
> ਦੀਆਂ ਜੁੱਤੀਆਂ ਦੀਆਂ ਕੀਮਤਾਂ ਅੱਧੀਆਂ।

What is this advertisement about? Give two details.

(i) ....

(ii) .... F

12. You read this advertisement in a local newspaper.

> ਮੰਡੇਰ ਸਟੋਰ, ਬਰਮਿੰਘਮ
> ਕਪੜੇ ਧੋਣ ਵਾਲੀਆਂ ਮਸ਼ੀਨਾਂ ਦੀਆਂ ਕੀਮਤਾਂ ਵਿੱਚ ਨਾ ਮੰਨਣਯੋਗ ਕਮੀ।
> ਅਸਲੀ ਕੀਮਤ   £ 390.00
> ਘਟਾਈ ਹੋਈ ਕੀਮਤ   £ 330.00
> £ 60.00 ਬਚਾਓ

Why will this advertisement attract more customers who would want to buy washing machines?

....

.... F

13. You see this notice on the door of another shop.

ਇਹ ਦੁਕਾਨ ਹਫ਼ਤੇ ਦੇ ਸੱਤੇ ਦਿਨ ਖੁੱਲ੍ਹੀ ਰਹਿੰਦੀ ਹੈ। ਸੋਮਵਾਰ ਤੋਂ ਸਨਿੱਚਰਵਾਰ ਤੱਕ, ਸਵੇਰ ਦੇ ਅੱਠ ਵਜੇ ਤੋਂ ਸ਼ਾਮ ਦੇ ਸੱਤ ਵਜੇ ਤੱਕ ਖੁੱਲ੍ਹਦੀ ਹੈ ਪਰ ਐਤਵਾਰ ਨੂੰ ਦੁਕਾਨ ਸਵੇਰੇ ਨੌਂ ਵਜੇ ਖੁੱਲ੍ਹਦੀ ਹੈ ਅਤੇ ਦੋ ਵਜੇ ਬੰਦ ਹੁੰਦੀ ਹੈ।

(a) How many days of the week does this shop open?

....

(b) What are the opening and closing times from Monday to Saturday?

Open ....

Close ....

(c) Which day of the week does the shop open late and close early?

....

(d) What are the opening and closing times when it opens late and closes early?

Open ....

Close .... F

14. You see this advertisement in a Panjabi newspaper.

ਭਾਰੀ ਸੇਲ

- **ਸਿੰਗਰ ਸਿਲਾਈ ਮਸ਼ੀਨ**

ਸਿਰਫ਼ 300 ਪੌਂਡ +

ਲੰਡਨ ਦੇ ਆਸ ਪਾਸ ਅਤੇ ਮਿਡਲਸੈਕਸ ਏਰੀਏ ਵਿੱਚ ਮੁਫ਼ਤ ਡਲਿਵਰੀ ਕੀਤੀ ਜਾਵੇਗੀ।

ਵਿਸ਼ੇਸ਼ ਡਿਸਕਾਊਂਟ

ਸਾਰੀ ਤਰ੍ਹਾਂ ਦੀਆਂ ਘਰੇਲੂ ਅਤੇ ਇੰਡਸਟਰੀਅਲ ਸਿਲਾਈ ਮਸ਼ੀਨਾਂ ਉੱਤੇ 30% ਡਿਸਕਾਊਂਟ ਦੇ ਰਹੇ ਹਾਂ। ਸਾਡੇ ਨਾਲੋਂ ਸਸਤੀਆਂ ਮਸ਼ੀਨਾਂ ਤੁਹਾਨੂੰ ਹੋਰ ਕਿਸੇ ਦੁਕਾਨ ਤੋਂ ਨਹੀਂ ਮਿਲਣਗੀਆਂ।

(a) Why will this advertisement attract the attention of prospective buyers of sewing machines?

....

(b) What additional benefit will customers living in the London area get?

.... F

15. You read Arbinder's note to Mandeep.

> ਪਿਆਰੇ ਮਨਦੀਪ,
>
> ਇਸ ਸਾਲ ਮੈਂ ਆਪਣੇ ਪਿਤਾ ਜੀ ਨੂੰ ਇੱਕ ਕਮੀਜ਼ ਤੋਹਫ਼ੇ ਵਜੋਂ ਦੇਣਾ ਚਾਹੁੰਦਾ ਹਾਂ। ਉਹਨਾਂ ਦੇ ਗਲੇ ਦਾ ਸਾਈਜ਼ ਪੰਦਰਾਂ ਹੈ ਅਤੇ ਉਹ ਚਿੱਟਾ ਰੰਗ ਜ਼ਿਆਦਾ ਪਸੰਦ ਕਰਦੇ ਹਨ। ਕਮੀਜ਼ ਦਾ ਕਪੜਾ ਵਧੀਆ ਕੁਆਲਟੀ ਦਾ ਹੋਣਾ ਚਾਹੀਦਾ ਹੈ। ਕੀ ਤੁਸੀਂ ਮੈਨੂੰ ਦੱਸ ਸਕਦੇ ਹੋ ਕਿ ਵਧੀਆ ਕਮੀਜ਼ਾਂ ਕਿਸ ਦੁਕਾਨ ਤੋਂ ਮਿਲਦੀਆਂ ਹਨ?
>
> —ਅਰਬਿੰਦਰ

Read the sentences in the grid below.

For each statement in the grid write:

T (True), F (False), ? (not in the text)

Example		Arbinder wants to buy a shirt for his uncle.	F
	1.	He wants to buy a shirt of a size 15.	
	2.	He wants to buy a shirt in a black colour.	
	3.	He wants to buy a shirt which would keep his uncle warm.	
	4.	The shirt should be cheap.	
	5.	The material of the shirt should be of a good quality.	

F/H

16. You read Manjit's note, below to her friend.

> ਮੈਂ ਅਸਡਾ ਸਟੋਰ ਕੁਝ ਚੀਜ਼ਾਂ ਖ਼ਰੀਦਣ ਚੱਲੀ ਹਾਂ। ਮੈਂ ਤੇਰੀ ਉਡੀਕ ਕੀਤੀ ਸੀ, ਪਰ ਤੂੰ ਨਹੀਂ ਆਈ। ਮੈਂ ਚਾਹੁੰਦੀ ਹਾਂ ਕਿ ਅੱਜ ਅਸੀਂ ਦੁਪਹਿਰ ਦਾ ਖਾਣਾ ਅਸਡਾ ਸਟੋਰ ਵਿੱਚ ਹੀ ਖਾਈਏ। ਇਸ ਲਈ ਤੂੰ ਜਲਦੀ ਤੋਂ ਜਲਦੀ ਅਸਡਾ ਸਟੋਰ ਪਹੁੰਚ ਜਾਣਾ। ਇਹ ਸਟੋਰ ਕਾਵੈਂਟਰੀ ਤੋਂ ਲਿਸਟਰ ਜਾਣ ਵਾਲੀ ਸੜਕ 'ਤੇ ਹੈ ਅਤੇ ਵਾਲਸਗ੍ਰੇਵ ਹਸਪਤਾਲ ਦੇ ਲਾਗੇ ਹੈ।
>
> —ਮਨਜੀਤ

(a) According to this note where is the Asda Store?

....

....

(b) What does Manjit want her friend to do?

....

(c) Why?

.... F/H

17. You read your mother's message. Fill in the boxes by writing the number of the correct answer.

> ਪਿਆਰੀ ਜਸਦੀਪ,
>
> ਮੈਂ ਅੱਜ ਤੇਰੇ ਨਾਲ [4] ਕਰਨ ਨਹੀਂ ਜਾ ਸਕਾਂਗੀ, ਕਿਉਂਕਿ ਅੱਜ ਮੈਂ ਕੰਮ ਤੋਂ [ ] ਨਾਲ ਆਉਣਾ ਹੈ। ਜੇ ਤੇਰੇ ਪਿਤਾ ਜੀ [ ] ਆ ਗਏ ਤਾਂ ਤੂੰ ਉਹਨਾਂ ਨੂੰ ਨਾਲ ਲੈ ਜਾਈਂ। ਜੇ ਉਹ ਵੀ ਨਾ ਆਏ ਤਾਂ ਤੂੰ ਇਕੱਲੀ ਹੀ [ ] ਅਤੇ ਆਪਣੀਆਂ ਚੀਜ਼ਾਂ ਖ਼ਰੀਦ ਲਿਆਉਣੀਆਂ। ਚੀਜ਼ਾਂ ਖ਼ਰੀਦਣ ਲਈ ਪੈਸੇ ਮੈਂ ਅਲਮਾਰੀ ਵਿੱਚ ਲਿਫ਼ਾਫ਼ੇ ਵਿੱਚ ਪਾ ਕੇ ਰੱਖੇ ਹਨ। ਤੂੰ ਟਾਊਨ ਨੂੰ [ ] ਵਿੱਚ ਚਲੇ ਜਾਣਾ। ਜੋ [ ] ਤੂੰ ਖ਼ਰੀਦਣੀਆਂ ਹਨ, ਉਹ ਤੈਨੂੰ ਦੋ ਸਟੋਰਾਂ ਤੋਂ ਮਿਲ ਜਾਣਗੀਆਂ। ਜੁੱਤੀਆਂ 'ਮਾਰਕਸ ਐਂਡ ਸਪੈਂਸਰ' ਸਟੋਰ ਦੀ [ ] ਮੰਜ਼ਿਲ 'ਤੇ ਹਨ ਅਤੇ ਤੇਰੇ ਸਕੂਲ ਦੀ ਵਰਦੀ 'ਸੀ ਐਂਡ ਏ' ਸਟੋਰ ਦੀ ਚੌਥੀ [ ] 'ਤੇ ਮਿਲ ਜਾਵੇਗੀ। ਇਹ ਦੋਨੋਂ ਸਟੋਰ [ ] ਨੂੰ ਨੌਂ ਵਜੇ ਖੁੱਲ੍ਹਦੇ ਹਨ ਅਤੇ ਸ਼ਾਮ ਨੂੰ ਛੇ ਵਜੇ [ ] ਹੁੰਦੇ ਹਨ। ਤੂੰ ਛੇ ਵਜੇ ਤੋਂ ਪਹਿਲਾਂ ਪਹਿਲਾਂ [ ] ਚੀਜ਼ਾਂ ਖ਼ਰੀਦ ਲਵੀਂ।

1. ਚੀਜ਼ਾਂ	4. ਸ਼ੌਪਿੰਗ	7. ਤੀਜੀ	10. ਸਵੇਰ
2. ਪਹਿਲਾਂ	5. ਮੰਜ਼ਿਲ	8. ਆਪਣੀਆਂ	11. ਬੰਦ
3. ਬਸ	6. ਚਲੇ ਜਾਣਾ	9. ਦੇਰ	

H

18. You read this letter which your uncle wrote to the manager of Gill Store.

> 1107, ਮਾਡਲ ਟਾਊਨ, ਜਲੰਧਰ।
> 18 ਨਵੰਬਰ, 2011
>
> ਸੇਵਾ ਵਿੱਚ
>
> ਸ੍ਰੀਮਾਨ ਮੈਨੇਜਰ ਸਾਹਿਬ,
> ਗਿੱਲ ਸਟੋਰ, ਜਲੰਧਰ।
>
> ਸ੍ਰੀਮਾਨ ਜੀ,
>
> ਮੈਂ ਤੁਹਾਡੇ ਸਟੋਰ ਤੋਂ ਪਿਛਲੇ ਬੁੱਧਵਾਰ ਦੋ ਕਮੀਜ਼ਾਂ ਆਪਣੇ ਲਈ ਅਤੇ ਇੱਕ ਸੀਤਾ ਸਿਲਾਇਆ ਪੰਜਾਬੀ ਸੂਟ (ਸਲਵਾਰ ਕਮੀਜ਼) ਆਪਣੀ ਬੇਟੀ ਲਈ ਖ਼ਰੀਦਿਆ ਸੀ। ਜਦੋਂ ਮੈਂ ਘਰ ਆ ਕੇ ਪੈਕਟ ਖੋਲ੍ਹ ਕੇ ਕਮੀਜ਼ਾਂ ਪਾ ਕੇ ਦੇਖੀਆਂ ਤਾਂ ਇੱਕ ਕਮੀਜ਼ ਤਾਂ ਠੀਕ ਸੀ ਪਰ ਦੂਜੀ ਕਮੀਜ਼ ਦੀ ਫਿਟਿੰਗ ਕਾਫ਼ੀ ਤੰਗ ਹੈ। ਬਟਨ ਬੰਦ ਕਰਨ ਨਾਲ ਕਾਲਰ ਗਲ ਨੂੰ ਕਾਫ਼ੀ ਘੁੱਟਦਾ ਹੈ ਅਤੇ ਮੋਢਿਆਂ ਤੋਂ ਵੀ ਬਹੁਤ ਤੰਗ ਹੈ। ਦੋਨਾਂ ਕਮੀਜ਼ਾਂ 'ਤੇ ਸਾਈਜ਼ ਭਾਵੇਂ 15½ ਲਿਖਿਆ ਹੋਇਆ ਹੈ, ਪਰ ਇੱਕ ਕਮੀਜ਼ ਦੂਜੀ ਨਾਲੋਂ ਕਾਫ਼ੀ ਤੰਗ ਹੈ।
>
> ਬੇਟੀ ਦਾ ਸੂਟ ਵੀ ਠੀਕ ਨਹੀਂ ਨਿਕਲਿਆ। ਉਸ ਦੀ ਕਮੀਜ਼ ਤਾਂ ਠੀਕ ਹੈ ਪਰ ਸਲਵਾਰ ਦਾ ਕੱਪੜਾ ਕਈ ਥਾਵਾਂ ਤੋਂ ਕਾਫ਼ੀ ਫਿੱਕਾ ਫਿੱਕਾ ਲੱਗਦਾ ਹੈ। ਸਲਵਾਰ ਅਤੇ ਕਮੀਜ਼ ਵੱਖਰੀ ਵੱਖਰੀ ਕਿਸਮ ਦੇ ਕਪੜੇ ਦੇ ਬਣੇ ਲੱਗਦੇ ਹਨ। ਇਹ ਵੀ ਹੋ ਸਕਦਾ ਹੈ ਕਿ ਸਲਵਾਰ ਦਾ ਰੰਗ ਧੁੱਪ ਵਿੱਚ ਬਹੁਤਾ ਚਿਰ ਪਈ ਰਹਿਣ ਕਰਕੇ ਫਿੱਕਾ ਪੈ ਗਿਆ ਹੋਵੇ।
>
> ਇਸ ਲਈ ਮੈਂ ਬੇਨਤੀ ਕਰਦਾ ਹਾਂ ਕਿ ਜਾਂ ਤਾਂ ਤੁਸੀਂ ਮੇਰੀ ਕਮੀਜ਼ ਅਤੇ ਬੇਟੀ ਦੀ ਸਲਵਾਰ ਬਦਲ ਦਿਓ ਜਾਂ ਫੇਰ ਸਾਰੀਆਂ ਚੀਜ਼ਾਂ ਵਾਪਸ ਲੈ ਕੇ ਸਾਡੇ ਪੈਸੇ ਮੋੜ ਦਿਓ।
>
> ਕਿਰਪਾ ਕਰਕੇ ਉੱਤਰ ਜਲਦੀ ਦੇਣਾ।
>
> ਆਪ ਜੀ ਦਾ ਦਾਸ,
> ਅਮਰਜੀਤ ਸਿੰਘ

1. When and where did your uncle go shopping?

   ....

2. What did he buy for himself and for his daughter?

   ....

3. Why was he not very happy with his shopping? Give three reasons.

   (i) ....

   (ii) ....

   (iii) ....

4. What does your uncle demand from Gill Store? Give two details.

   (i) ....

   (ii) .... H

19. You read two students' views about fashion and trends.

ਹਰਬਿੰਦਰ : ਮੈਂ ਸਲਵਾਰ ਕਮੀਜ਼ ਪਾਉਣਾ ਜ਼ਿਆਦਾ ਪਸੰਦ ਕਰਦੀ ਹਾਂ, ਕਿਉਂਕਿ ਇਹ ਸਾਡਾ ਪੰਜਾਬੀ ਪਹਿਰਾਵਾ ਹੈ ਅਤੇ ਇਸ ਨਾਲ ਸਰੀਰ ਨੂੰ ਆਰਾਮ ਰਹਿੰਦਾ ਹੈ। ਮੈਂ ਚਾਹੁੰਦੀ ਹਾਂ ਕਿ ਕੰਮ 'ਤੇ ਵੀ ਸਲਵਾਰ ਕਮੀਜ਼ ਪਾ ਕੇ ਹੀ ਜਾਵਾਂ। ਮੈਂ ਪੈਂਟ ਪਾਉਣਾ ਬਿਲਕੁਲ ਪਸੰਦ ਨਹੀਂ ਕਰਦੀ ਕਿਉਂਕਿ ਇਸ ਨਾਲ ਪੇਟ ਘੁੱਟਿਆ ਰਹਿੰਦਾ ਹੈ। ਅੱਜ ਕੱਲ੍ਹ ਪੰਜਾਬੀ ਵਿਆਹ ਸ਼ਾਦੀਆਂ ਜਾਂ ਹੋਰ ਸਮਾਗਮਾਂ 'ਤੇ ਕੁੜੀਆਂ ਵਿੱਚ ਪੰਜਾਬੀ ਸੂਟ ਪਾਉਣਾ ਆਮ ਫ਼ੈਸ਼ਨ ਹੈ। ਪੰਜਾਬੀ ਕਪੜਿਆਂ ਵਿੱਚ ਕੁੜੀਆਂ ਬਹੁਤ ਸੁੰਦਰ ਲੱਗਦੀਆਂ ਹਨ।

ਮਨਜੀਤ : ਮੇਰੇ ਖ਼ਿਆਲ ਵਿੱਚ ਘਰ ਵਿੱਚ ਸਲਵਾਰ ਕਮੀਜ਼ ਪਾਉਣਾ ਠੀਕ ਹੈ ਪਰ ਘਰ ਤੋਂ ਬਾਹਰ ਅੰਗਰੇਜ਼ੀ ਕੱਪੜੇ ਪਾਉਣੇ ਚਾਹੀਦੇ ਹਨ, ਕਿਉਂਕਿ ਅਸੀਂ ਇੰਗਲੈਂਡ ਵਿੱਚ ਰਹਿੰਦੇ ਹਾਂ ਅਤੇ ਸਾਨੂੰ ਇੱਥੋਂ ਦੇ ਰਿਵਾਜ ਅਨੁਸਾਰ ਹੀ ਕੱਪੜੇ ਪਾਉਣੇ ਚਾਹੀਦੇ ਹਨ। ਇਥੇ ਦਾ ਫ਼ੈਸ਼ਨ ਬਲਾਊਸ ਅਤੇ ਸਕਰਟ ਜਾਂ ਕਮੀਜ਼/ਬਲਾਊਸ ਅਤੇ ਪੈਂਟ ਹੈ ਅਤੇ ਬਹੁਤੀਆਂ ਪੰਜਾਬੀ ਕੁੜੀਆਂ ਦਾ ਇਹਨਾਂ ਕਪੜਿਆਂ ਵੱਲ ਰੁਝਾਨ ਵਧਦਾ ਜਾ ਰਿਹਾ ਹੈ।

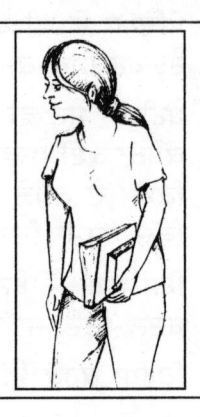

(a) Why does Harbinder like to wear Panjabi clothes? Give two reasons.

(i) ....

(ii) ....

(b) Why does Harbinder not like to wear trousers?

....

(c) Why does Manjit not like to wear Panjabi clothes outside home?

....

(d) How are the views of Harbinder and Manjit different about fashion and trends?

.... H

20. You read this article about fashion and trends in a Panjabi magazine.

ਖਾਓ ਮਨ ਭਾਉਂਦਾ ਅਤੇ ਪਹਿਨੋ ਜਗ ਭਾਉਂਦਾ

ਇਹ ਕਹਾਵਤ ਆਮ ਪ੍ਰਸਿੱਧ ਹੈ ਕਿ 'ਖਾਓ ਮਨ ਭਾਉਂਦਾ ਅਤੇ ਪਹਿਨੋ ਜਗ ਭਾਉਂਦਾ'। ਇਸ ਕਹਾਵਤ ਦੇ ਅਰਥ ਹਨ ਕਿ ਅਸੀਂ ਆਪਣੀ ਮਰਜ਼ੀ ਦਾ ਖਾਣਾ ਤਾਂ ਖਾ ਸਕਦੇ ਹਾਂ ਪਰ ਸਾਨੂੰ ਪਹਿਨਣਾ ਉਹ ਹੀ ਚਾਹੀਦਾ ਹੈ ਜੋ ਬਾਕੀ ਲੋਕਾਂ ਨੂੰ ਚੰਗਾ ਲੱਗੇ। ਪਰ ਅੱਜ ਕੱਲ੍ਹ ਸਮਾਂ ਬਦਲ ਗਿਆ ਹੈ ਅਤੇ ਹੁਣ ਟੈਲੀਵਿਯਨ ਅਤੇ ਸਿਨਮਾਂ ਆਦਿ ਲੋਕਾਂ ਦੇ ਫ਼ੈਸ਼ਨ ਅਤੇ ਰੁਝਾਨ ਬਦਲਣ ਵਿੱਚ ਇੱਕ ਮਹੱਤਵਪੂਰਨ ਹਿੱਸਾ ਪਾ ਰਹੇ ਹਨ।

ਅੱਜ ਦੇ ਯੁੱਗ ਵਿੱਚ ਫ਼ੈਸ਼ਨ ਅਤੇ ਟਰੈਂਡ ਬਹੁਤ ਜਲਦੀ ਬਦਲਦੇ ਹਨ। ਮੁੰਡੇ ਕੁੜੀਆਂ ਇੱਕ ਦੂਜੇ ਤੋਂ ਪਿੱਛੇ ਨਹੀਂ ਰਹਿਣਾ ਚਾਹੁੰਦੇ। ਉਹ ਇੱਕ ਦੂਜੇ ਦੀ ਨਕਲ ਕਰਦੇ ਹਨ। ਆਪਣੇ ਆਪ ਨੂੰ ਸੰਵਾਰ ਕੇ ਰੱਖਣਾ, ਸਾਫ਼ ਸੁਥਰੇ ਕਪੜੇ ਪਾਉਣਾ ਅਤੇ ਵਧੀਆ ਦਿੱਖ ਵਾਲੇ ਬਨਾਉਣਾ ਬਹੁਤ ਚੰਗੀ ਗੱਲ ਹੈ। ਪਰ ਅੱਜ ਕੱਲ੍ਹ ਇਹ ਵੀ ਦੇਖਿਆ ਜਾਂਦਾ ਹੈ ਕਿ ਕਈ ਲੜਕੀਆਂ ਮੁੰਡਿਆਂ ਦੇ ਮੁਕਾਬਲੇ ਆਪਣੇ ਆਪ ਨੂੰ ਵਧੇਰੇ ਆਕਰਸ਼ਕ ਬਨਾਉਣ ਲਈ ਕਈ ਕਿਸਮ ਦੇ ਫ਼ੈਸ਼ਨ ਕਰਦੀਆਂ ਹਨ ਜੋ ਸਮਾਜਕ ਤੌਰ 'ਤੇ ਸ਼ੋਭਾ ਨਹੀਂ ਦਿੰਦਾ ਜਿਵੇਂ ਕਿ ਉਹ ਸਲਵਾਰ ਕਮੀਜ਼ ਪਾਉਣ ਦੀ ਥਾਂ ਮਿੰਨੀ ਸਕਰਟਾਂ ਪਾਉਣਾ ਜ਼ਿਆਦਾ ਪਸੰਦ ਕਰਦੀਆਂ ਹਨ।

ਅੱਜ ਕੱਲ੍ਹ ਮੁੰਡੇ-ਕੁੜੀਆਂ ਜ਼ਿਆਦਾਤਰ ਫ਼ਿਲਮਾਂ ਅਤੇ ਡਰਾਮਿਆਂ ਵਿੱਚ ਕੰਮ ਕਰਨ ਵਾਲੇ ਐਕਟਰ- ਐਕਟਰੈਸਾਂ ਦੀ ਨਕਲ ਕਰਦੇ ਹਨ ਜੋ ਪੈਸੇ ਦੀ ਖ਼ਾਤਰ ਮਨ-ਭੜਕਾਊ ਜਾਂ ਅੰਗ-ਪ੍ਰਦਰਸ਼ਨ ਵਾਲੀਆਂ ਡਰੈੱਸਾਂ ਪਾਉਂਦੇ ਹਨ। ਮਨ-ਭੜਕਾਊ ਕੱਪੜੇ ਪਾ ਕੇ ਅਤੇ ਅੰਗ-ਪ੍ਰਦਰਸ਼ਨ ਕਰ ਕੇ ਕਿਸੇ ਨੂੰ ਆਕਰਸ਼ਕ ਨਹੀਂ ਕੀਤਾ ਜਾ ਸਕਦਾ ਸਗੋਂ ਸਾਦੇ ਕੱਪੜੇ ਪਾ ਕੇ ਅਤੇ ਸਾਦਗੀ ਵਿੱਚ ਰਹਿ ਕੇ ਅਸੀਂ ਜ਼ਿਆਦਾ ਚੰਗੇ ਲੱਗਾਂਗੇ।

(a) What does the heading of this article mean?

....

(b) Why do people change fashion?

....

(c) Why do girls spend more time on fashion than boys?

....

(d) According to this article what types of fashion is considered objectionable and why?

....

.... H

(c) Advantages and disadvantages of new technology.

1. You read this instruction on the school notice-board.

   ਸਕੂਲ ਵਿੱਚ ਮੋਬਾਇਲ ਫ਼ੋਨ ਲਿਆਉਣਾ ਮਨ੍ਹਾ ਹੈ।

   What are you not allowed to do?

A	Make noise
B	Disturb others
C	Bring mobile phones

   Write the letter of the correct answer in the box. ☐   F

2. You read the following instructions on the notice-board of another school.

   (a) ਕਲਾਸ ਵਿੱਚ ਆਪਣਾ ਮੋਬਾਇਲ ਫ਼ੋਨ ਬੰਦ ਰੱਖੋ।

   What have you been asked to do?

A	Keep your mobile phone off
B	Do your work quietly
C	Respect your teachers

   Write the letter of the correct answer in the box. ☐

   (b) ਮੋਬਾਇਲ ਫ਼ੋਨ 'ਤੇ ਬੁਲਿੰਗ ਕਰਨ ਵਾਲਿਆਂ ਨੂੰ ਸਖ਼ਤ ਸਜ਼ਾ ਦਿੱਤੀ ਜਾਵੇਗੀ।

   What does this instruction mean?

   ....   F

3. You read a part of Ranjita's article about advantages of new technology.

ਨਵੀਂ ਟੈਕਨੌਲੋਜੀ ਦੇ ਲਾਭ

ਮੇਰੇ ਖ਼ਿਆਲ ਵਿੱਚ ਤਾਂ ਨਵੀਂ ਟੈਕਨੌਲੋਜੀ ਨੇ ਲੋਕਾਂ ਦੀ ਜ਼ਿੰਦਗੀ ਹੀ ਬਦਲ ਕੇ ਰੱਖ ਦਿੱਤੀ ਹੈ। ਜਿੱਥੇ ਤੁਸੀਂ ਮੋਬਾਇਲ ਫ਼ੋਨ ਜਾਂ ਟੈਕਸਟ ਮੈਸਿਜ ਦੁਆਰਾ ਇੱਕ ਦੂਜੇ ਨਾਲ ਗੱਲਬਾਤ ਕਰ ਸਕਦੇ ਹੋ ਅਤੇ ਵੀਡਿਓ ਕਾਨਫ਼ਰੰਸ ਰਾਹੀਂ ਇੱਕ ਦੂਜੇ ਦੇ ਸਾਹਮਣੇ ਬੈਠ ਕੇ ਵੱਖ-ਵੱਖ ਵਿਸ਼ਿਆਂ 'ਤੇ ਬਹਿਸਾਂ ਕਰ ਸਕਦੇ ਹੋ, ਉੱਥੇ ਤੁਸੀਂ ਆਪਣੇ ਘਰ ਬੈਠੇ ਆਪਣੀ ਸ਼ੌਪਿੰਗ ਵੀ ਕਰ ਸਕਦੇ ਹੋ। ਹੁਣ ਤੁਹਾਨੂੰ ਚੀਜ਼ਾਂ ਖ਼੍ਰੀਦਣ ਲਈ ਅਤੇ ਚੀਜ਼ਾਂ ਦੀਆਂ ਕੀਮਤਾਂ ਜਾਨਣ ਲਈ ਸਟੋਰਾਂ ਅਤੇ ਦੁਕਾਨਾਂ ਵਿੱਚ ਜਾਣ ਦੀ ਲੋੜ ਨਹੀਂ। ਹੁਣ ਤੁਸੀਂ ਇਹ ਸਾਰੀ ਜਾਣਕਾਰੀ ਇੰਟਰਨੈੱਟ 'ਤੇ ਘਰ ਬੈਠੇ ਹੀ ਲੈ ਸਕਦੇ ਹੋ। ਤੁਸੀਂ ਜੋ ਵੀ ਕੋਈ ਚੀਜ਼ ਖ਼੍ਰੀਦਣੀ ਚਾਹੁੰਦੇ ਹੋ, ਉਸ ਨੂੰ ਘਰ ਬੈਠੇ ਹੀ ਇੰਟਰਨੈੱਟ 'ਤੇ ਆਰਡਰ ਕਰ ਸਕਦੇ ਹੋ ਅਤੇ ਸਟੋਰ ਵਾਲੇ ਤੁਹਾਡੀ ਸ਼ੌਪਿੰਗ ਤੁਹਾਡੇ ਘਰ ਪੁਚਾ ਦਿੰਦੇ ਹਨ। ਤੁਸੀਂ ਪੈਸੇ ਵੀ ਆਪਣੇ ਕਾਰਡ ਦਾ ਨੰਬਰ ਦੱਸ ਕੇ ਦੇ ਸਕਦੇ ਹੋ। ਕਿੰਨੀ ਕ਼ਮਾਲ ਦੀ ਗੱਲ ਹੈ! ਜਿਹੜੇ ਸਿਆਣੇ ਲੋਕ ਤੁਰ ਫਿਰ ਨਹੀਂ ਸਕਦੇ, ਉਹਨਾਂ ਲਈ ਇਹ ਇੱਕ ਬਹੁਤ ਵੱਡੀ ਸਹੂਲਤ ਹੈ।

—ਰਨਜੀਤਾ

Read the statements in the grid below.

For each statement in the grid write:

T (True), F (False), ? (not in the text)

Example		People have benefitted a lot from new technology.	T
	1.	You can talk to each other over long distances because of new technology.	
	2.	New technology does not help you for shopping.	
	3.	Cars will fly like aeroplanes in ten year's time.	
	4.	You can pay for your shopping on the internet by using your card.	
	5.	Elderly people did not benefit from new technology.	

F/H

4. You read a part of Kamron's essay about disadvantages of new technology.

ਨਵੀਂ ਟੈਕਨੌਲੋਜੀ ਦੇ ਨੁਕਸਾਨ

ਭਾਵੇਂ ਨਵੀਂ ਟੈਕਨੌਲੋਜੀ ਦੇ ਬਹੁਤ ਸਾਰੇ ਲਾਭ ਹਨ ਪਰ ਇਸ ਦੇ ਕਈ ਨੁਕਸਾਨ ਵੀ ਹਨ। ਆਮ ਦੇਖਿਆ ਜਾਂਦਾ ਹੈ ਕਿ ਬਹੁਤੇ ਲੋਕ ਜ਼ਰੂਰਤ ਤੋਂ ਵੱਧ ਟੈਕਨੌਲੋਜੀ ਦੀ ਵਰਤੋਂ ਕਰਦੇ ਹਨ। ਕਈ ਛੋਟੇ ਛੋਟੇ ਬੱਚੇ ਵੀ ਆਪਣੀਆਂ ਜੇਬਾਂ ਵਿੱਚ ਮੋਬਾਇਲ ਫ਼ੋਨ ਪਾਈ ਫਿਰਦੇ ਹਨ ਅਤੇ ਇੱਕ ਦੂਜੇ ਨੂੰ ਟੈਲੀਫ਼ੋਨ ਕਰਦੇ ਜਾਂ ਟੈਕਸਟ ਮੈਸਿਜ ਭੇਜਦੇ ਰਹਿੰਦੇ ਹਨ। ਕਈ ਸ਼ਰਾਰਤੀ ਮੁੰਡੇ ਕੁੜੀਆਂ ਟੈਕਨੌਲੋਜੀ ਨੂੰ ਇੱਕ ਦੂਜੇ ਨੂੰ ਡਰਾਉਣ ਧਮਕਾਉਣ ਲਈ ਵੀ ਵਰਤਦੇ ਹਨ ਜਿਸ ਕਰਕੇ ਲੜਾਈਆਂ ਵੀ ਹੋ ਜਾਂਦੀਆਂ ਹਨ। ਸਕੂਲਾਂ ਵਿੱਚ ਸਾਈਬਰ ਬੁਲਿੰਗ ਦੀਆਂ ਘਟਨਾਵਾਂ ਆਮ ਹੁੰਦੀਆਂ ਹਨ।

ਨਵੀਂ ਟੈਕਨੌਲੋਜੀ ਦੀ ਜੇ ਸਹੀ ਵਰਤੋਂ ਕੀਤੀ ਜਾਵੇ ਤਾਂ ਵਿਦਿਆਰਥੀਆਂ ਦੀ ਪੜ੍ਹਾਈ ਵਿੱਚ ਬਹੁਤ ਮਦਦ ਹੋ ਸਕਦੀ ਹੈ। ਹੋਮਵਰਕ ਕਰਨ ਲਈ ਅਤੇ ਬਾਕੀ ਹੋਰ ਜਾਣਕਾਰੀ ਪ੍ਰਾਪਤ ਕਰਨ ਲਈ ਇੰਟਰਨੈੱਟ ਦੀ ਵਰਤੋਂ ਬਹੁਤ ਲਾਭਦਾਇਕ ਹੋ ਸਕਦੀ ਹੈ। ਪਰ ਕਈ ਨੌਜਵਾਨ ਮੁੰਡੇ ਕੁੜੀਆਂ ਇੰਟਰਨੈੱਟ ਦੀ ਯੋਗ ਵਰਤੋਂ ਨਹੀਂ ਕਰਦੇ। ਉਹ ਬਹੁਤ ਲੰਮੇ ਸਮੇਂ ਲਈ ਕੰਪਿਊਟਰ ਦੁਆਲੇ ਚਿੰਬੜੇ ਰਹਿੰਦੇ ਹਨ ਅਤੇ ਇੰਟਰਨੈੱਟ 'ਤੇ ਉਹ ਪ੍ਰੋਗਰਾਮ ਦੇਖਦੇ ਹਨ ਜੋ ਉਹਨਾਂ ਨੂੰ ਨਹੀਂ ਦੇਖਣੇ ਚਾਹੀਦੇ। ਇਸ ਨਾਲ ਉਨ੍ਹਾਂ ਦੀ ਸਿਹਤ ਵੀ ਖ਼ਰਾਬ ਹੋ ਜਾਂਦੀ ਹੈ ਅਤੇ ਕਈ ਮਾਨਸਿਕ ਪਰੇਸ਼ਾਨੀਆਂ ਵਿੱਚ ਵੀ ਫਸ ਜਾਂਦੇ ਹਨ।

ਮੇਰੇ ਖ਼ਿਆਲ ਵਿੱਚ ਤਾਂ ਸਕੂਲ ਦੇ ਛੋਟੀ ਉਮਰ ਦੇ ਬੱਚਿਆਂ ਨੂੰ ਮੋਬਾਇਲ ਫ਼ੋਨ ਵਰਤਣ ਦੀ ਆਗਿਆ ਨਹੀਂ ਹੋਣੀ ਚਾਹੀਦੀ ਕਿਉਂਕਿ ਉਹਨਾਂ ਨੂੰ ਇਸ ਦੀ ਕੋਈ ਖ਼ਾਸ ਲੋੜ ਨਹੀਂ ਹੁੰਦੀ। ਇਹ ਇਕ ਫ਼ਜ਼ੂਲ ਖ਼ਰਚੀ ਹੈ। ਮੇਰਾ ਇਹ ਵੀ ਵਿਚਾਰ ਹੈ ਕਿ ਮਾਤਾ ਪਿਤਾ ਨੂੰ ਆਪਣੇ ਬੱਚਿਆਂ ਦਾ ਪੂਰਾ ਧਿਆਨ ਰੱਖਣਾ ਚਾਹੀਦਾ ਹੈ ਕਿ ਉਹ ਟੈਕਨੌਲੋਜੀ ਦੀ ਸਹੀ ਵਰਤੋਂ ਕਰਦੇ ਹਨ ਕਿ ਨਹੀਂ।

—ਕੈਮਰਨ

(a) What does the heading of this essay mean?

　　..

(b) What according to Kamron are the disadvantages of new technology? Give four details.

　　(i) ....

　　(ii) ....

　　(iii) ....

　　(iv) ....

(c) Why is Kamron against giving mobile phones to young children?

　　..

(d) What advice does he give to parents regarding their children using new technology?

　　..　H

5. You read the views of two people about using new technology.

ਮੈਂ ਆਪਣਾ ਵਿਆਹ ਕਰਾਉਣ ਲਈ 'ਸ਼ਾਦੀ ਡਾਟ ਕਾਮ' ਦੀ ਵੈੱਬ ਸਾਈਟ ਦਾ ਪ੍ਰਯੋਗ ਕੀਤਾ ਸੀ। ਇਸ ਵੈੱਬ ਸਾਈਟ 'ਤੇ ਜਾ ਕੇ ਮੈਂ ਬਹੁਤ ਸਾਰੀਆਂ ਲੜਕੀਆਂ ਦੇ ਫ਼ੋਟੋ ਅਤੇ ਉਹਨਾਂ ਬਾਰੇ ਹੋਰ ਜਾਣਕਾਰੀ ਪ੍ਰਾਪਤ ਕੀਤੀ। ਆਖ਼ਰ ਮੈਨੂੰ ਇੱਕ ਲੜਕੀ ਪਸੰਦ ਆ ਗਈ। ਮੈਂ ਉਸ ਨੂੰ ਈ-ਮੇਲ ਕੀਤੀ ਕਿ ਮੈਂ ਉਸ ਨਾਲ ਰਿਸ਼ਤੇ ਲਈ ਗੱਲਬਾਤ ਅੱਗੇ ਵਧਾਉਣਾ ਚਾਹੁੰਦਾ ਹਾਂ। ਉਸ ਦਾ ਉੱਤਰ ਬਗ਼ੈਰ ਕਿਸੀ ਦੇਰੀ ਤੋਂ ਆ ਗਿਆ। ਇਸ ਤਰ੍ਹਾਂ ਸਾਡੀਆਂ ਕਈ ਈ-ਮੇਲਾਂ ਆਉਂਦੀਆਂ ਜਾਂਦੀਆਂ ਰਹੀਆਂ। ਆਖ਼ਰ ਸਾਡਾ ਵਿਆਹ ਹੋ ਗਿਆ। ਹੁਣ ਅਸੀਂ ਬਹੁਤ ਖ਼ੁਸ਼ ਹਾਂ। ਜੋ ਵੀ ਅਸੀਂ ਇੱਕ ਦੂਜੇ ਨੂੰ ਜਾਣਕਾਰੀ ਦਿੱਤੀ ਸੀ, ਉਹ ਬਿਲਕੁਲ ਸੱਚ ਸੀ। ਮੈਨੂੰ ਤਾਂ ਇੰਟਰਨੈੱਟ ਦਾ ਬਹੁਤ ਲਾਭ ਹੋਇਆ ਹੈ।

—ਅਰਜਨ ਸਿੰਘ

ਮੈਂ ਵੀ ਆਪਣੇ ਵਿਆਹ ਲਈ 'ਸ਼ਾਦੀ ਡਾਟ ਕਾਮ' ਵੈੱਬ ਸਾਈਟ ਦੀ ਮਦਦ ਲਈ ਸੀ। ਅਸੀਂ ਵੀ ਇੱਕ ਦੂਜੇ ਨੂੰ ਬਹੁਤ ਸਾਰੀਆਂ ਈ-ਮੇਲਾਂ ਭੇਜੀਆਂ। ਮੁੰਡੇ ਨੇ ਮੈਨੂੰ ਕਾਫ਼ੀ ਲੰਮੀਆਂ ਲੰਮੀਆਂ ਪਿਆਰ ਭਰੀਆਂ ਈ-ਮੇਲਾਂ ਕੀਤੀਆਂ। ਉਸ ਨੇ ਮੈਨੂੰ ਦੱਸਿਆ ਕਿ ਉਹ ਇੱਕ ਬਹੁਤ ਅਮੀਰ ਘਰ ਦਾ ਕੁਆਰਾ, ਪੜ੍ਹਿਆ ਲਿਖਿਆ 25 ਸਾਲਾਂ ਦਾ ਮੁੰਡਾ ਹੈ। ਮੇਰੀ ਉਮਰ ਇੱਕੀ ਸਾਲ ਦੀ ਹੈ। ਮੈਂ ਸੋਚਿਆ ਮੇਰੇ ਲਈ ਇਹ ਰਿਸ਼ਤਾ ਠੀਕ ਹੈ। ਇਸ ਲਈ ਮੈਂ ਉਸ ਨਾਲ ਵਿਆਹ ਕਰਨ ਲਈ ਮੰਨ ਗਈ। ਮੇਰੇ ਮਾਤਾ ਪਿਤਾ ਜੀ ਨੇ ਮੈਨੂੰ ਬਥੇਰਾ ਸਮਝਾਇਆ ਕਿ ਇੰਟਰਨੈੱਟ 'ਤੇ ਸ਼ਾਦੀ ਕਰਨ ਤੋਂ ਪਹਿਲਾਂ ਮੁੰਡੇ ਬਾਰੇ ਜਾਂਚ-ਪੜਤਾਲ ਕਰਨੀ ਚਾਹੀਦੀ ਹੈ ਪਰ ਮੈਂ ਉਹਨਾਂ ਦੀ ਇੱਕ ਨਾ ਮੰਨੀ। ਆਖ਼ਰ ਵਿਆਹ ਦਾ ਦਿਨ ਨਿਯਤ ਹੋ ਗਿਆ ਅਤੇ ਉਹ ਬਰਾਤ ਲੈ ਕੇ ਸਾਡੇ ਸ਼ਹਿਰ ਆਇਆ। ਪਰ ਜਦੋਂ ਫੇਰੇ ਹੋਣ ਲੱਗੇ ਤਾਂ ਉਸ ਦੀ ਪਹਿਲੀ ਪਤਨੀ ਪੁਲਿਸ ਨਾਲ ਲੈ ਕੇ ਆ ਗਈ। ਪੁਲੀਸ ਨੇ ਮੈਨੂੰ ਦੱਸਿਆ ਕਿ ਉਸ ਮੁੰਡੇ ਦੀ ਸ਼ਾਦੀ ਹੋ ਚੁੱਕੀ ਹੈ ਅਤੇ ਉਸ ਦੇ ਦੋ ਬੱਚੇ ਵੀ ਹਨ। ਉਸ ਦੀ ਉਮਰ 40 ਸਾਲ ਹੈ ਅਤੇ ਉਸ ਦਾ ਪਹਿਲੀ ਜ਼ਨਾਨੀ ਨਾਲ ਤਲਾਕ ਵੀ ਨਹੀਂ ਹੋਇਆ ਸੀ। ਪੁਲੀਸ ਉਸ ਨੂੰ ਫੜ ਕੇ ਲੈ ਗਈ। ਨਵੀਂ ਟੈਕਨੌਲੋਜੀ ਕਾਰਨ ਮੇਰੀ ਅਤੇ ਮੇਰੇ ਮਾਤਾ ਪਿਤਾ ਜੀ ਦੀ ਬਹੁਤ ਬੇਇਜ਼ਤੀ ਹੋਈ। ਹੁਣ ਮੈਂ ਇਹੋ ਹੀ ਕਹਾਂਗੀ ਕਿ ਜੇ ਤੁਸੀਂ ਆਪਣੀ ਸ਼ਾਦੀ ਲਈ ਟੈਕਨੌਲੋਜੀ ਦੀ ਵਰਤੋਂ ਕਰਨੀ ਹੈ ਤਾਂ ਪੂਰੀ ਪੜਚੋਲ ਕਰਨ ਦੀ ਲੋੜ ਹੈ।

—ਕਿਰਨਦੀਪ ਕੌਰ

(a) What did Arjun achieve by using new technology?
....

(b) How?
....

(c) What is Arjun's opinion about using the internet?
....

(d) Why did Kirandeep find using new technology unhelpful? Give two reasons.

   (i) ....

   (ii) ....

(e) How did she feel after this incident?
....

(f) What advice did she give to other people in similar situations?
....   H

2. Holidays

(a) Plans, preferences, experiences

1. You read Aman's e-mail

ਪਿਆਰੇ ਚਾਚਾ ਜੀ

ਮੈਂ ਤੁਹਾਨੂੰ ਇੱਕ ਖ਼ੁਸ਼ੀ ਵਾਲੀ ਗੱਲ ਦੱਸਣਾ ਚਾਹੁੰਦੀ ਹਾਂ ਕਿ ਮੈਂ, ਮਾਤਾ ਜੀ ਅਤੇ ਪਿਤਾ ਜੀ ਨੇ ਈਸਟਰ ਦੀਆਂ ਛੁੱਟੀਆਂ ਵਿੱਚ ਪੰਜਾਬ ਆਉਣ ਦੀ ਪਲੈਨ ਬਣਾਈ ਹੈ। ਅਸੀਂ ਦੋ ਹਫ਼ਤਿਆਂ ਲਈ ਆਵਾਂਗੇ। ਅਸੀਂ ਭੈਣ ਜੀ ਦੇ ਵਿਆਹ ਲਈ ਕੱਪੜੇ ਖ਼੍ਰੀਦਣੇ ਹਨ ਅਤੇ ਕੁਝ ਗੁਰਦੁਆਰਿਆਂ ਦੀ ਯਾਤਰਾ ਵੀ ਕਰਨੀ ਹੈ। ਤੁਸੀਂ ਸਾਡੇ ਨਾਲ ਜਾਣ ਲਈ ਤਿਆਰ ਰਹਿਣਾ।

—ਅਮਨ

(a) When is Aman going to the Panjab?

....

(b) Who else is going with her?

....

(c) Why are they going to the Panjab? Give two reasons.

(i) ....

(ii) .... F

2. You read Ria's e-mail to Amber

ਪਿਆਰੀ ਐਂਬਰ

ਤੁਸੀਂ ਮੈਨੂੰ ਪੁੱਛਿਆ ਹੈ ਕਿ ਇੰਡੀਆ ਛੁੱਟੀਆਂ ਜਾਣ ਲਈ ਕਿਹੜਾ ਚੰਗਾ ਸਮਾਂ ਹੈ। ਮੇਰੇ ਖ਼ਿਆਲ ਵਿੱਚ ਇੰਡੀਆ ਜਾਣ ਲਈ ਅਕਤੂਬਰ ਨਵੰਬਰ ਜਾਂ ਫ਼ਰਵਰੀ ਮਾਰਚ ਸਭ ਤੋਂ ਚੰਗਾ ਸਮਾਂ ਹੈ ਕਿਉਂਕਿ ਇਹਨਾਂ ਮਹੀਨਿਆਂ ਵਿੱਚ ਮੌਸਮ ਬਹੁਤ ਸੋਹਣਾ ਹੁੰਦਾ ਹੈ। ਨਾ ਬਹੁਤੀ ਸਰਦੀ ਤੇ ਨਾ ਹੀ ਬਹੁਤੀ ਗਰਮੀ ਹੁੰਦੀ ਹੈ। ਦਿਨ ਕਾਫ਼ੀ ਸਾਫ਼ ਹੁੰਦੇ ਹਨ। ਹਰ ਪਾਸੇ ਹਰੀਆਂ ਹਰੀਆਂ ਫ਼ਸਲਾਂ ਹੁੰਦੀਆਂ ਹਨ।

—ਰੀਆ

(a) When is the best time to go to India for holiday?

....

(b) Why? Give three reasons.

(i) ....

(ii) ....

(iii) .... F

3. You read about Gurpal and Amandeep's holidays.

> ਗੁਰਪਾਲ ਆਪਣੀ ਭੈਣ ਅਮਨਦੀਪ ਨਾਲ ਗਰਮੀਆਂ ਦੀਆਂ ਛੁੱਟੀਆਂ ਵਿੱਚ ਇੰਡੀਆ ਗਿਆ ਸੀ। ਇੰਗਲੈਂਡ ਤੋਂ ਉਹ ਦੋ ਸੌ ਪੌਂਡ ਦੇ ਟਰੈਵਲਰਜ਼ ਚੈੱਕ ਅਤੇ ਇੱਕ ਸੌ ਪੰਜਾਹ ਪੌਂਡ ਦੇ ਨੋਟ ਲੈ ਕੇ ਗਏ ਸੀ। ਇੰਡੀਆ ਵਿੱਚ ਉਹਨਾਂ ਨੇ ਪੌਂਡ ਰੁਪਇਆਂ ਵਿੱਚ ਬਦਲਣੇ ਸੀ। ਇਸ ਲਈ ਉਹ ਇੱਕ ਬੈਂਕ ਵਿੱਚ ਗਏ। ਇਸ ਬੈਂਕ ਦਾ ਨਾਂ ਸਟੇਟ ਬੈਂਕ ਆਫ਼ ਇੰਡੀਆ ਸੀ। ਸਭ ਤੋਂ ਪਹਿਲਾਂ ਉਹਨਾਂ ਨੇ ਪੌਂਡ ਦਾ ਭਾਅ (ਰੇਟ) ਪੁੱਛਿਆ। ਬੈਂਕ ਦੇ ਕਲਰਕ ਨੇ ਦੱਸਿਆ ਕਿ ਅੱਜ ਦਾ ਪੌਂਡ ਦਾ ਰੇਟ ਸੱਤਰ ਰੁਪਏ ਹੈ। ਗੁਰਪਾਲ ਨੇ ਤੀਹ ਪੌਂਡਾਂ ਦੇ ਰੁਪਏ ਲੈਣ ਵਾਸਤੇ ਕਿਹਾ। ਕਲਰਕ ਨੇ ਗੁਰਪਾਲ ਨੂੰ ਆਪਣਾ ਪਾਸਪੋਰਟ ਦਿਖਾਲਣ ਵਾਸਤੇ ਕਿਹਾ। ਗੁਰਪਾਲ ਨੇ ਪਾਸਪੋਰਟ ਦਿਖਾਇਆ ਅਤੇ ਬੈਂਕ ਕਲਰਕ ਨੇ ਤੀਹ ਪੌਂਡਾਂ ਦੇ ਇੱਕ ਪੌਂਡ ਦੇ ਸੱਤਰ ਰੁਪਏ ਦੇ ਹਿਸਾਬ ਨਾਲ ਇੱਕੀ ਸੌ ਰੁਪਏ ਦੇ ਦਿੱਤੇ।

Read the sentences in the grid below.

For each statement in the grid write :

T (True), F (False), ? (not in the text)

Example		Amandeep is Gurpal's sister.	T
	1.	They went to Canada in their summer holidays.	
	2.	Gurpal has an elder brother.	
	3.	They took £300 with them.	
	4.	They went to a post office to get their money changed.	
	5.	They met the bank manager.	
	6.	They got £30 exchanged.	
	7.	The rate for £1.00 was rupees fifty.	
	8.	Gurpal had to show his passport to get the money.	
	9.	They received two thousand and one hundred rupees.	

F/H

4. **You read this advertisement in a Panjabi newspaper.**

ਹੇਮ ਕੁੰਡ ਸਾਹਿਬ ਦੀ ਯਾਤਰਾ

ਆਪ ਜੀ ਨੂੰ ਇਹ ਜਾਣ ਕੇ ਖ਼ੁਸ਼ੀ ਹੋਵੇਗੀ ਕਿ ਅਗਸਤ ਦੇ ਪਹਿਲੇ ਹਫ਼ਤੇ ਇੱਕ ਜਥਾ ਹੇਮਕੁੰਡ ਸਾਹਿਬ ਦੀ ਯਾਤਰਾ ਲਈ ਰਵਾਨਾ ਹੋਵੇਗਾ। ਇਹ ਜਥਾ ਹੀਥਰੋ ਏਅਰਪੋਰਟ ਤੋਂ ਜਾਵੇਗਾ।
ਇਸ ਜਥੇ ਦਾ ਪ੍ਰੋਗਰਾਮ ਨਾਗਰਾ ਟਰੈਵਲਜ਼ ਦੇ ਸਹਿਯੋਗ ਨਾਲ ਬਣਾਇਆ ਜਾ ਰਿਹਾ ਹੈ। ਯਾਤਰਾ ਕਰਨ ਵਾਲਿਆਂ ਦਾ ਇਹ ਜਥਾ ਦੁਨੀਆਂ ਦੀ ਪ੍ਰਸਿੱਧ ਏਅਰ ਲਾਈਨਜ਼ ਏਅਰ ਇੰਡੀਆ ਰਾਹੀਂ 3 ਅਗਸਤ ਨੂੰ ਦਿੱਲੀ ਲਈ ਚੱਲੇਗਾ ਅਤੇ ਵੀਹ ਅਗਸਤ ਨੂੰ ਵਾਪਸ ਆਵੇਗਾ।

ਯਾਤਰਾ ਦਾ ਕੁਲ ਖ਼ਰਚ ਕੇਵਲ £999

ਯਾਤਰਾ ਦੇ ਖ਼ਰਚੇ ਵਿੱਚ ਹੇਠ ਲਿਖੀਆਂ ਚੀਜ਼ਾਂ ਸ਼ਾਮਲ ਨਹੀਂ :

1. ਖਾਣ ਪੀਣ ਦਾ ਖ਼ਰਚਾ 2. ਇਨਸ਼ੋਰੈਂਸ 3. ਵੀਜ਼ਾ ਫ਼ੀਸ

ਖ਼ਾਸ ਧਿਆਨਯੋਗ ਗੱਲਾਂ

1. ਇੰਡੀਅਨ ਪਾਸਪੋਰਟ ਵਾਲਿਆਂ ਨੂੰ ਵੀਜ਼ੇ ਦੀ ਲੋੜ ਨਹੀਂ।
2. ਬ੍ਰਿਟਿਸ਼ ਪਾਸਪੋਰਟ ਵਾਲਿਆਂ ਨੂੰ ਭਾਰਤ ਦਾ ਵੀਜ਼ਾ ਲੈਣਾ ਪਵੇਗਾ।
3. ਲੋੜ ਅਨੁਸਾਰ ਪ੍ਰੋਗਰਾਮ ਵਿੱਚ ਤਬਦੀਲੀ ਕੀਤੀ ਜਾ ਸਕਦੀ ਹੈ।

ਯਾਤਰਾ 'ਤੇ ਜਾਣ ਵਾਲੇ ਸੱਜਣ ਛੇਤੀ ਤੋਂ ਛੇਤੀ ਸੰਪਰਕ ਕਰਨ। ਅੱਜ ਹੀ ਫ਼ਾਰਮ ਮੰਗਵਾਉ ਤੇ ਆਪਣੀ ਸੀਟ ਪੱਕੀ ਕਰਵਾ ਲਵੋ ਤਾਂ ਕਿ ਨਿਰਾਸਤਾ ਨਾ ਹੋਵੇ।

ਯਾਤਰਾ ਦੇ ਖ਼ਰਚੇ ਵਿੱਚ ਕੀ ਕੀ ਸ਼ਾਮਲ ਹੋਵੇਗਾ :

1. ਲੰਡਨ ਤੋਂ ਦਿੱਲੀ ਦਾ ਰੀਟਰਨ ਟਿਕਟ।
2. ਦਿੱਲੀ ਵਿੱਚ ਹੋਟਲ ਦਾ ਖ਼ਰਚਾ।
3. ਸਾਰੀ ਯਾਤਰਾ ਲਈ ਕੋਚ ਦਾ ਖ਼ਰਚਾ।

ਜੇਕਰ ਕੋਈ ਸੱਜਣ ਹਜ਼ੂਰ ਸਾਹਿਬ ਦੀ ਯਾਤਰਾ ਕਰਨਾ ਚਾਹੁਣ ਤਾਂ ਉਸ ਦਾ ਵੀ ਬੰਦੋਬਸਤ ਕੀਤਾ ਜਾ ਸਕਦਾ ਹੈ—ਉਸ ਦਾ ਖ਼ਰਚ ਵੱਖਰਾ ਹੋਵੇਗਾ।

(a) For how long is this tour to India?

....

(b) From which airport will this group leave and where will it land in India?

....

....

(c) What is included in the price? Give three details.

(i) ....

(ii) ....

(iii) ....

(d) What is not included in the price? Give three details.

(i) ....

(ii) ....

(iii) ....

(e) What further advice is given to the passengers? Give three details.

(i) ....

(ii) ....

(iii) .... F/H

5. You read this letter which Kuldeep wrote to a tourist office in Chandigarh. Fill in the boxes by writing the number of the correct answer.

ਸ੍ਰੀਮਾਨ ਜੀ,

ਮੇਰਾ ਭਰਾ ਅਤੇ [4] ਗਰਮੀਆਂ ਦੀਆਂ ਛੁੱਟੀਆਂ ਵਿੱਚ ਪੰਜਾਬ ਆ ਰਹੇ ਹਾਂ। ਅਸੀਂ 15 ਜੁਲਾਈ ਨੂੰ [ ] ਹਫ਼ਤਿਆਂ ਲਈ ਆਉਣਾ ਹੈ। ਅਸੀਂ ਚੰਡੀਗੜ੍ਹ ਅਤੇ ਪੰਜਾਬ ਦੀਆਂ ਬਾਕੀ [ ] ਥਾਵਾਂ ਦੀ [ ] ਕਰਨਾ ਚਾਹੁੰਦੇ ਹਾਂ। ਮੈਂ ਆਪ ਜੀ ਦੀ ਅਤੀ ਧੰਨਵਾਦੀ ਹੋਵਾਂਗੀ ਜੇ ਤੁਸੀਂ ਸਾਨੂੰ ਹੇਠ ਲਿਖੀ ਜਾਣਕਾਰੀ ਜਲਦੀ ਤੋਂ ਜਲਦੀ [ ] ਸਕੋ।

— ਪੰਜਾਬ ਵਿੱਚ ਦੇਖਣ ਵਾਲੀਆਂ [ ] ਬਾਰੇ ਲੀਫ਼ਲੈੱਟ।

— ਇਹਨਾਂ ਥਾਵਾਂ 'ਤੇ [ ] ਲਈ ਚੰਗੇ ਹੋਟਲਾਂ ਅਤੇ ਰੈਸਟੋਰੈਂਟਾਂ ਬਾਰੇ ਜਾਣਕਾਰੀ।

— ਆਉਣ [ ] ਦੇ ਸਾਧਨਾਂ ਬਾਰੇ ਜਾਣਕਾਰੀ।

1. ਰਹਿਣ	3. ਪ੍ਰਸਿੱਧ	5. ਜਾਣ	7. ਥਾਵਾਂ
2. ਭੇਜ	4. ਮੈਂ	6. ਤਿੰਨ	8. ਸੈਰ

H

6. You read this report which Amarjit wrote to the Inspector of police.

ਸ੍ਰੀਮਾਨ ਜੀ,

ਮੈਂ ਕੱਲ੍ਹ 17 ਜਨਵਰੀ ਨੂੰ ਦਿੱਲੀ ਤੋਂ ਜਲੰਧਰ ਨੂੰ ਸ਼ਤਾਬਦੀ ਗੱਡੀ ਵਿੱਚ ਸਫ਼ਰ ਕਰ ਰਹੀ ਸੀ। ਮੈਂ ਸ਼ਾਮ ਦੇ ਸਾਢੇ ਚਾਰ ਵਜੇ ਦਿੱਲੀ ਤੋਂ ਗੱਡੀ ਫੜੀ ਸੀ, ਜੋ ਜਲੰਧਰ ਰਾਤ ਦੇ ਨੌਂ ਵਜੇ ਪਹੁੰਚੀ ਸੀ। ਜਦੋਂ ਮੈਂ ਜਲੰਧਰ ਗੱਡੀ ਤੋਂ ਉਤਰਨ ਲੱਗੀ ਤਾਂ ਦੇਖਿਆ ਕਿ ਮੇਰਾ ਬਰੀਫ਼ ਕੇਸ ਨਹੀਂ ਸੀ। ਮੈਨੂੰ ਪੂਰੀ ਤਰ੍ਹਾਂ ਯਾਦ ਹੈ ਕਿ ਜਦੋਂ ਮੈਂ ਦਿੱਲੀ ਗੱਡੀ 'ਤੇ ਚੜ੍ਹੀ ਸੀ ਤਾਂ ਬਰੀਫ਼ ਕੇਸ ਮੇਰੇ ਕੋਲ ਸੀ ਅਤੇ ਮੈਂ ਆਪ ਗੱਡੀ ਵਿੱਚ ਸਾਮਾਨ ਰੱਖਣ ਵਾਲੇ ਫੱਟੇ ਉੱਤੇ ਰੱਖਿਆ ਸੀ। ਪਰ ਜਦੋਂ ਮੈਂ ਜਲੰਧਰ ਪਹੁੰਚ ਕੇ ਗੱਡੀ ਤੋਂ ਉਤਰਨ ਲੱਗੀ ਨੇ ਦੇਖਿਆ ਤਾਂ ਬਰੀਫ਼ ਕੇਸ ਫੱਟੇ 'ਤੇ ਨਹੀਂ ਸੀ। ਇਹ ਦੇਖ ਕੇ ਮੈਨੂੰ ਬਹੁਤ ਹੈਰਾਨੀ ਹੋਈ ਅਤੇ ਫ਼ਿਕਰ ਵੀ ਲੱਗਾ ਹੋਇਆ ਹੈ, ਕਿਉਂਕਿ ਬਰੀਫ਼ ਕੇਸ ਵਿੱਚ ਮੇਰੀਆਂ ਬਹੁਤ ਜ਼ਰੂਰੀ ਚੀਜ਼ਾਂ ਹਨ।

ਗੱਡੀ ਰਸਤੇ ਵਿੱਚ ਸਿਰਫ਼ ਲੁਧਿਆਣੇ ਖੜੀ ਹੋਈ ਸੀ। ਹੋ ਸਕਦਾ ਹੈ ਕਿ ਲੁਧਿਆਣੇ ਉਤਰਨ ਵਾਲੀ ਕੋਈ ਸਵਾਰੀ ਗ਼ਲਤੀ ਨਾਲ ਮੇਰਾ ਬਰੀਫ਼ ਕੇਸ ਲੈ ਗਈ ਹੋਵੇ। ਬਰੀਫ਼ ਕੇਸ ਸਫ਼ਾਰੀ ਕੰਪਨੀ ਦਾ ਬਣਿਆ ਹੋਇਆ ਹੈ। ਇਹ 16 ਇੰਚ ਲੰਬਾ ਅਤੇ 12 ਇੰਚ ਚੌੜਾ ਹੈ। ਇਹ ਕਾਲੇ ਰੰਗ ਦਾ ਹੈ ਅਤੇ ਇਸ 'ਤੇ Y037297 ਨੰਬਰ ਲਿਖਿਆ ਹੋਇਆ ਹੈ। ਬਰੀਫ਼ ਕੇਸ ਦੇ ਮੂਹਰਲੇ ਪਾਸੇ ਮੇਰਾ ਨਾਮ ਵੀ ਲਿਖਿਆ ਹੋਇਆ ਹੈ।

ਬਰੀਫ਼ ਕੇਸ ਵਿੱਚ ਮੇਰਾ ਪਾਸਪੋਰਟ, ਚੈੱਕਬੁੱਕ, ਇੱਕ ਪਾਰਕਰ ਪੈੱਨ ਅਤੇ ਕਈ ਹੋਰ ਜ਼ਰੂਰੀ ਕਾਗ਼ਜ਼ ਹਨ। ਮੈਨੂੰ ਇਹ ਸਾਰੀਆਂ ਚੀਜ਼ਾਂ ਬਹੁਤ ਜ਼ਰੂਰੀ ਚਾਹੀਦੀਆਂ ਹਨ। ਮੈਂ ਆਪ ਜੀ ਦੀ ਅਤਿ ਧੰਨਵਾਦੀ ਹੋਵਾਂਗੀ, ਜੇ ਤੁਸੀਂ ਮੇਰਾ ਬਰੀਫ਼ ਕੇਸ ਜਲਦੀ ਤੋਂ ਜਲਦੀ ਲੱਭ ਦਿਓ।

ਆਪ ਜੀ ਦੀ ਸ਼ੁਭ ਚਿੰਤਕ,

ਅਮਰਜੀਤ ਕੌਰ

(a) How did Amarjit travel from Delhi to Jalandhar?

....

(b) When and how did she discover that her briefcase was stolen?

....

....

(c) What made Amarjit believe she had a briefcase at the time she started her journey?

....

(d) Why is it important for Amarjit to find her briefcase? Give two reasons.

(i) ....

(ii) .... H

7. You read Mandeep's article which he wrote about his holidays in India.

ਮੈਂ ਆਪਣੇ ਪਰਿਵਾਰ ਨਾਲ ਗਰਮੀਆਂ ਦੀਆਂ ਛੁੱਟੀਆਂ ਵਿੱਚ ਇੰਡੀਆ ਗਿਆ ਸੀ। ਜਾਣ ਤੋਂ ਪਹਿਲਾਂ ਅਸੀਂ ਆਪਣੇ ਪਾਸਪੋਰਟ ਚੈੱਕ ਕੀਤੇ ਅਤੇ ਇੰਡੀਆ ਦਾ ਵੀਜ਼ਾ ਲਿਆ। ਮੈਂ ਪਹਿਲੀ ਵਾਰੀ ਇੰਡੀਆ ਜਾਣਾ ਸੀ। ਇਸ ਲਈ ਮੈਨੂੰ ਬਹੁਤ ਚਾਅ ਸੀ।

ਕੁਤਬ ਮੀਨਾਰ

ਅਸੀਂ 20 ਜੁਲਾਈ ਨੂੰ ਹੀਥਰੋ ਹਵਾਈ ਅੱਡੇ ਤੋਂ ਦਸ ਵਜੇ ਦੀ ਇੰਡੀਆ ਲਈ ਫ਼ਲਾਈਟ ਫੜੀ ਸੀ। ਅਸੀਂ 21 ਜੁਲਾਈ ਨੂੰ ਸਵੇਰੇ ਸੱਤ ਵਜੇ ਦਿੱਲੀ ਇੰਦਰਾ ਗਾਂਧੀ ਏਅਰਪੋਰਟ 'ਤੇ ਪਹੁੰਚ ਗਏ ਸੀ। ਦਿੱਲੀ ਮੇਰੇ ਮਾਮਾ ਜੀ ਸਾਨੂੰ ਲੈਣ ਵਾਸਤੇ ਆਏ ਹੋਏ ਸਨ। ਅਸੀਂ ਸਲਾਹ ਕੀਤੀ ਕਿ ਕੁਝ ਦਿਨ ਦਿੱਲੀ ਠਹਿਰਿਆ ਜਾਵੇ ਅਤੇ ਇੱਥੇ ਦੀਆਂ ਪ੍ਰਸਿੱਧ ਥਾਵਾਂ ਅਤੇ ਆਗਰੇ ਦਾ ਤਾਜ ਮਹੱਲ ਦੇਖਿਆ ਜਾਵੇ। ਅਸੀਂ ਦਿੱਲੀ ਦਾ ਲਾਲ ਕਿਲ੍ਹਾ, ਕੁਤਬ ਮਿਨਾਰ, ਰਾਸ਼ਟਰਪਤੀ ਭਵਨ, ਪਾਲਿਕਾ ਬਜ਼ਾਰ ਆਦਿ ਦੇਖੇ ਅਤੇ ਕੁਝ ਇਤਿਹਾਸਕ ਗੁਰਦੁਆਰਿਆਂ ਜਿਵੇਂ ਸੀਸ ਗੰਜ ਤੇ ਬੰਗਲਾ ਸਾਹਿਬ ਜੀ ਦੇ ਦਰਸ਼ਨ ਵੀ ਕੀਤੇ। ਇਹ ਥਾਵਾਂ ਦੇਖਣ ਨੂੰ ਸਾਨੂੰ ਦੋ ਦਿਨ ਲੱਗ ਗਏ। ਤੀਜੇ ਦਿਨ ਅਸੀਂ ਆਗਰੇ ਨੂੰ ਤਾਜ ਮਹੱਲ ਦੇਖਣ ਲਈ ਤਾਜ ਐਕਸਪ੍ਰੈਸ ਗੱਡੀ ਵਿੱਚ ਗਏ ਸੀ ਅਤੇ ਸ਼ਾਮ ਨੂੰ ਦਿੱਲੀ ਵਾਪਸ ਆ ਗਏ ਸੀ। ਦਿੱਲੀ ਵਿੱਚ ਅਸੀਂ ਅਸ਼ੋਕਾ ਹੋਟਲ ਵਿੱਚ ਠਹਿਰੇ ਸੀ। ਇਹ ਹੋਟਲ ਮਹਿੰਗਾ ਤਾਂ ਜ਼ਰੂਰ ਹੈ ਪਰ ਇਸ ਵਿੱਚ ਬਹੁਤ ਸਹੂਲਤਾਂ ਹਨ। ਇਸ ਦਾ ਸਟੈਂਡਰਡ ਤਾਂ ਇੰਗਲੈਂਡ ਦੇ ਹੋਟਲਾਂ ਨਾਲੋਂ ਵੀ ਉੱਚਾ ਹੈ।

ਤਾਜ ਮਹਿਲ

ਚੌਥੇ ਦਿਨ ਅਸੀਂ ਸ਼ਤਾਬਦੀ ਗੱਡੀ ਵਿੱਚ ਦਿੱਲੀ ਤੋਂ ਜਲੰਧਰ ਪਹੁੰਚੇ। ਜਲੰਧਰ ਤੋਂ ਟੈਕਸੀ ਲੈ ਕੇ ਅਸੀਂ ਆਪਣੇ ਪਿੰਡ ਪਹੁੰਚੇ ਸੀ। ਸ਼ਤਾਬਦੀ ਗੱਡੀ ਵਿੱਚ ਸਫ਼ਰ ਕਰ ਕੇ ਬਹੁਤ ਖ਼ੁਸ਼ੀ ਹੋਈ। ਇਹ ਗੱਡੀ ਏਅਰ ਕੰਡੀਸੰਨਡ ਸੀ ਅਤੇ ਸੀਟਾਂ ਵੀ ਹਵਾਈ ਜਹਾਜ਼ ਦੀਆਂ ਸੀਟਾਂ ਵਰਗੀਆਂ ਸਨ। ਖਾਣ ਪੀਣ ਦਾ ਸਾਰਾ ਪ੍ਰਬੰਧ ਗੱਡੀ ਵਿੱਚ ਹੀ ਸੀ। ਪੰਜਾਬ ਸਾਡਾ ਦੋ ਹਫ਼ਤੇ ਰਹਿਣ ਦਾ ਪ੍ਰੋਗਰਾਮ ਸੀ। ਪਿੰਡ ਦੀ ਜ਼ਿੰਦਗੀ ਦੇਖ ਕੇ ਬਹੁਤ ਖ਼ੁਸ਼ੀ ਹੋਈ। ਪਿੰਡ ਦੇ ਲੋਕ ਸਾਡੇ ਨਾਲ ਬਹੁਤ ਪਿਆਰ ਕਰਦੇ ਸਨ। ਪੰਜਾਬ ਵਿੱਚ ਆਪਣੇ ਕਈ ਰਿਸ਼ਤੇਦਾਰਾਂ ਨੂੰ ਪਹਿਲੀ ਵਾਰ ਹੀ ਮਿਲਿਆ ਸੀ। ਜੋ ਸਾਡੇ ਰਿਸ਼ਤੇਦਾਰਾਂ ਅਤੇ ਮਾਤਾ-ਪਿਤਾ ਦੇ ਪੁਰਾਣੇ ਮਿੱਤਰਾਂ ਦੋਸਤਾਂ ਨੇ ਸਾਡੀ ਆਓ ਭਗਤ ਕੀਤੀ, ਮੈਂ ਕਦੇ ਨਹੀਂ ਭੁੱਲ ਸਕਦਾ। ਅਸੀਂ ਹਰਿਮੰਦਰ ਸਾਹਿਬ ਅਤੇ ਭਾਖੜਾ ਡੈਮ ਦੇਖਣ ਵੀ ਗਏ। ਹਰਿਮੰਦਰ ਸਾਹਿਬ ਅਸੀਂ ਦੋ ਘੰਟੇ ਠਹਿਰੇ ਸੀ। ਹਰਿਮੰਦਰ ਸਾਹਿਬ ਦੇ ਦਰਸ਼ਨ ਕਰ ਕੇ ਅਤੇ ਕੀਰਤਨ ਸੁਣ ਕੇ ਦਿਲ ਨੂੰ ਬਹੁਤ ਸ਼ਾਂਤੀ ਆਈ। ਅਸੀਂ ਤਿੰਨ ਹਫ਼ਤਿਆਂ ਬਾਅਦ ਵਾਪਸ ਇੰਗਲੈਂਡ ਆਏ ਸੀ। ਇਹ ਛੁੱਟੀਆਂ ਦਾ ਜੋ ਤਜਰਬਾ ਮੈਨੂੰ ਹੋਇਆ, ਕਦੇ ਭੁੱਲ ਨਹੀਂ ਸਕਦਾ।

(a) Whom did Mandeep go to India with?
   ....

(b) What preparations did they make before going to India? Give two details.
   (i) ....
   (ii) ....

(c) When did they reach Delhi and who received them at the airport?
   ....
   ....

(d) Why did they stay in Delhi for some days?
   ....
   ....

(e) How did they go to Agra and what did they do there?
   ....
   ....

(f) What is Mandeep's opinion about Ashoka Hotel?
   ....

(g) How did he feel about his journey to Jalandhar by Shatabadi train?
   ....

(h) What are Mandeep's views about village life? Give three details.
   (i) ....
   (ii) ....
   (iii) ....

(i) How did he feel after visiting Harimandar Sahib?
   ....   H

92

8. You have received this e-mail from your brother who is on holiday in the Panjab.

ਸਤਿ ਸ੍ਰੀ ਅਕਾਲ। ਮੈਨੂੰ ਬਹੁਤ ਅਫ਼ਸੋਸ ਹੈ ਕਿ ਜਦੋਂ ਦਾ ਮੈਂ ਪੰਜਾਬ ਪਹੁੰਚਿਆ ਹਾਂ ਮੈਂ ਤੁਹਾਨੂੰ ਕੋਂਈ ਈ-ਮੇਲ ਨਹੀਂ ਕਰ ਸਕਿਆ। ਇੱਥੇ ਵਧੇਰੇ ਗਰਮੀ ਹੋਣ ਕਾਰਨ ਕੁਝ ਦਿਨ ਮੇਰੀ ਸਿਹਤ ਖ਼ਰਾਬ ਹੋ ਗਈ ਸੀ ਅਤੇ ਹਰ ਰੋਜ਼ ਕੋਈ ਨਾ ਕੋਈ ਰਿਸ਼ਤੇਦਾਰ ਸਾਨੂੰ ਮਿਲਣ ਆਇਆ ਰਹਿੰਦਾ ਸੀ। ਇਸ ਲਈ ਤੁਹਾਨੂੰ ਈ-ਮੇਲ ਕਰਨ ਦਾ ਸਮਾਂ ਹੀ ਨਹੀਂ ਮਿਲਿਆ।

ਮੈਂ ਅੰਮ੍ਰਿਤਸਰ ਠੀਕ ਠਾਕ ਪਹੁੰਚ ਗਿਆ ਸੀ ਪਰ ਮੇਰਾ ਜਹਾਜ਼ ਪੂਰੇ ਦੋ ਘੰਟੇ ਲੇਟ ਸੀ। ਮੈਨੂੰ ਲੈਣ ਲਈ ਤਾਇਆ ਜੀ ਅਤੇ ਕਿਰਨ ਏਅਰਪੋਰਟ 'ਤੇ ਆਏ ਹੋਏ ਸਨ ਪਰ ਉਹਨਾਂ ਨੂੰ ਏਅਰਪੋਰਟ 'ਤੇ ਕਾਫ਼ੀ ਦੇਰ ਉਡੀਕਣਾ ਪਿਆ ਸੀ। ਅਸੀਂ ਪਹਿਲਾਂ ਹਰਿਮੰਦਰ ਸਾਹਿਬ ਮੱਥਾ ਟੇਕਣ ਗਏ ਸੀ ਤੇ ਇਸ ਤੋਂ ਬਾਅਦ ਸਿੱਧੇ ਪਿੰਡ ਚਲੇ ਗਏ ਸੀ। ਤਾਇਆ ਜੀ ਦੀ ਕਾਰ ਏਅਰ ਕੰਡੀਸ਼ਨ ਸੀ ਅਤੇ ਰਸਤੇ ਵਿੱਚ ਅਸੀਂ ਕਾਫ਼ੀ ਗੱਲਾਂ-ਬਾਤਾਂ ਕੀਤੀਆਂ। ਅਸੀਂ ਥੋੜ੍ਹੀ ਦੇਰ ਜਲੰਧਰ ਇੱਕ ਰੈਸਟੋਰੈਂਟ ਵਿੱਚ ਰੁਕੇ ਸੀ ਅਤੇ ਚਾਹ ਪਾਣੀ ਪੀਤਾ ਸੀ।

ਸ੍ਰੀ ਹਰਿਮੰਦਰ ਸਾਹਿਬ, ਅੰਮ੍ਰਿਤਸਰ

ਇੱਥੇ ਗਰਮੀ ਕੁਝ ਜ਼ਿਆਦਾ ਹੀ ਹੈ ਖ਼ਾਸ ਕਰਕੇ ਦੁਪਹਿਰ ਵੇਲੇ। ਇਸ ਲਈ ਮੈਂ ਦੁਪਹਿਰ ਦੇ 12 ਵਜੇ ਤੋਂ ਸ਼ਾਮ ਦੇ ਤਿੰਨ ਵਜੇ ਤੱਕ ਬਾਹਰ ਨਹੀਂ ਜਾਂਦਾ ਕਿਉਂਕਿ ਇਸ ਵੇਲੇ ਬਹੁਤ ਗਰਮੀ ਪੈਂਦੀ ਹੈ। ਪਰ 12 ਵਜੇ ਤੋਂ ਪਹਿਲਾਂ ਅਤੇ ਸ਼ਾਮ ਦੇ ਤਿੰਨ ਵਜੇ ਤੋਂ ਬਾਅਦ ਮੌਸਮ ਕਾਫ਼ੀ ਚੰਗਾ ਹੁੰਦਾ ਹੈ।

ਤਾਇਆ ਜੀ, ਤਾਈ ਜੀ ਮੈਨੂੰ ਚੰਡੀਗੜ੍ਹ, ਅਨੰਦਪੁਰ ਸਾਹਿਬ ਅਤੇ ਭਾਖੜਾ ਡੈਮ ਦਿਖਾਉਣ ਲਈ ਪ੍ਰੋਗਰਾਮ ਬਣਾ ਰਹੇ ਹਨ। ਮੈਨੂੰ ਇਹ ਥਾਵਾਂ ਦੇਖਣ ਦੀ ਬਹੁਤ ਖ਼ਾਹਿਸ਼ ਹੈ। ਮੇਰਾ ਦਿਲ ਤਾਂ ਸ਼ਿਮਲਾ, ਕਸੌਲੀ, ਮਸੂਰੀ ਅਤੇ ਧਰਮਸ਼ਾਲਾ ਵਰਗੀਆਂ ਥਾਵਾਂ ਨੂੰ ਦੇਖਣ ਲਈ ਵੀ ਬਹੁਤ ਕਰਦਾ ਹੈ ਪਰ ਮੇਰੇ ਕੋਲ ਸਮਾਂ ਬਹੁਤ ਥੋੜ੍ਹਾ ਹੈ। ਇਸ ਲਈ ਮੈਂ ਇਹਨਾਂ ਥਾਵਾਂ 'ਤੇ ਨਹੀਂ ਜਾ ਸਕਾਂਗਾ। ਬਾਕੀ ਇੱਥੇ ਇੰਗਲੈਂਡ ਨਾਲੋਂ ਚੀਜ਼ਾਂ ਬਹੁਤ ਸਸਤੀਆਂ ਹਨ। ਮੈਂ ਕਾਫ਼ੀ ਚੀਜ਼ਾਂ ਖ਼੍ਰੀਦ ਕੇ ਲੈ ਆਵਾਂਗਾ।

ਮੇਰੇ ਵਲੋਂ ਮਾਤਾ ਅਤੇ ਪਿਤਾ ਜੀ ਨੂੰ ਸਤਿ ਸ੍ਰੀ ਅਕਾਲ।

ਤੇਰਾ ਵੱਡਾ ਵੀਰ,

ਅਰਜਨ

(a) Why couldn't your brother write sooner? Give two reasons.

   (i) ....

   (ii) ....

(b) Who came to meet him at Amritsar airport?

   ....

(c) Why did they have to wait for a long time?

   ....

(d) Explain how they made their journey from Amritsar to the village more pleasant.

   ....

   ....

   ....

(e) What effect did the hot weather have on Arjun?

   ....

(f) Why did he think he might not be able to go to Shimla and other hilly places?

   ....

(g) What does Arjun think is the main benefit of his trip to India?

   ....

H

9. You read this article which Jasdeep wrote about her holidays.

ਮੈਂ ਪਿਛਲੇ ਸਾਲ ਗਰਮੀ ਦੀਆਂ ਛੁੱਟੀਆਂ ਵਿੱਚ ਇੰਡੀਆ ਗਈ ਸੀ। ਮੈਂ ਹੀਥਰੋ ਏਅਰਪੋਰਟ ਤੋਂ ਏਅਰ ਇੰਡੀਆ ਦੇ ਜਹਾਜ਼ ਵਿੱਚ ਗਈ ਸੀ। ਇੰਡੀਆ ਵਿੱਚ ਬਹੁਤ ਜ਼ਿਆਦਾ ਗਰਮੀ ਸੀ। ਮੈਂ ਜ਼ਿਆਦਾਤਰ ਆਪਣੇ ਨਾਨਾ ਜੀ ਦੇ ਘਰ ਰਹੀ ਸੀ ਜੋ ਜਲੰਧਰ ਵਿੱਚ ਰਹਿੰਦੇ ਹਨ।

ਮੈਂ ਅਨੰਦਪੁਰ ਸਾਹਿਬ ਗਈ ਸੀ। ਇੱਥੇ ਗੁਰਦੁਆਰਿਆਂ ਦੇ ਦਰਸ਼ਨ ਕਰ ਕੇ ਬਹੁਤ ਖ਼ੁਸ਼ੀ ਹੋਈ। ਮੈਂ ਹਰਿਮੰਦਰ ਸਾਹਿਬ ਦੇਖਣ ਲਈ ਅੰਮ੍ਰਿਤਸਰ ਵੀ ਗਈ ਸੀ। ਹਰਿਮੰਦਰ ਸਾਹਿਬ ਵਿੱਚ ਕੀਰਤਨ ਸੁਣ ਕੇ ਮਨ ਨੂੰ ਬਹੁਤ ਸ਼ਾਂਤੀ ਆਈ। ਇੱਥੇ ਸਵੇਰ ਤੋਂ ਸ਼ਾਮ ਤੱਕ ਹਜ਼ਾਰਾਂ ਦੀ ਗਿਣਤੀ ਵਿੱਚ ਲੋਕ ਹਰਿਮੰਦਰ ਸਾਹਿਬ ਦੇ ਦਰਸ਼ਨ ਕਰਨ ਲਈ ਆਉਂਦੇ ਹਨ।

ਪੰਜਾਬ ਵਿੱਚ ਮੇਰੀਆਂ ਕਈ ਸਹੇਲੀਆਂ ਬਣ ਗਈਆਂ ਸਨ ਜੋ ਮੇਰੇ ਨਾਲ ਬਹੁਤ ਪਿਆਰ ਕਰਦੀਆਂ ਸਨ। ਮੈਂ ਇੱਕ ਸਹੇਲੀ ਮਨਜੀਤ ਨੂੰ ਨਾਲ ਲੈ ਕੇ ਡੇਹਰਾਦੂਨ ਅਤੇ ਮਸੂਰੀ ਗਈ ਸੀ। ਇਹ ਦੋਵੇਂ ਥਾਵਾਂ ਬਹੁਤ ਸੁੰਦਰ ਅਤੇ ਦੇਖਣ ਯੋਗ ਹਨ। ਪਹਾੜੀਆਂ 'ਤੇ ਸਥਿਤ ਹੋਣ ਕਰਕੇ ਇੱਥੋਂ ਦਾ ਮੌਸਮ ਕਾਫ਼ੀ ਠੰਡਾ ਸੀ ਜੋ ਮੈਨੂੰ ਬਹੁਤ ਪਸੰਦ ਆਇਆ ਸੀ। ਅਸੀਂ ਇਹਨਾਂ ਦੋਨਾਂ ਥਾਵਾਂ 'ਤੇ ਕੋਚ ਵਿੱਚ ਗਈਆਂ ਸੀ ਅਤੇ ਰਸਤੇ ਵਿੱਚ ਕਈ ਥਾਵਾਂ 'ਤੇ ਠਹਿਰੇ ਸੀ।

ਕਸ਼ਮੀਰ

ਨਾਨਾ ਜੀ ਮੈਨੂੰ ਇੱਕ ਹਫ਼ਤੇ ਲਈ ਕਸ਼ਮੀਰ ਵੀ ਲੈ ਕੇ ਗਏ ਸੀ। ਕਸ਼ਮੀਰ ਹਿਮਾਲਿਆ ਪਰਬਤ ਦੀਆਂ ਪਹਾੜੀਆਂ ਵਿੱਚ ਸਥਿੱਤ ਹੈ ਅਤੇ ਬਹੁਤ ਸੁੰਦਰ ਇਲਾਕਾ ਹੈ। ਇੱਥੇ ਤੁਸੀਂ ਪਹਾੜਾਂ 'ਤੇ ਬਰਫ਼ ਪਈ ਵੀ ਦੇਖ ਸਕਦੇ ਹੋ। ਇਹ ਇਲਾਕਾ ਆਪਣੀਆਂ ਸੀਨਰੀਆਂ ਕਾਰਨ ਬਹੁਤ ਪ੍ਰਸਿੱਧ ਹੈ। ਤਰ੍ਹਾਂ ਤਰ੍ਹਾਂ ਦੇ ਫੁੱਲ ਹਨ। ਪਹਿਲਗਾਮ ਅਤੇ ਡਲ ਝੀਲ ਦੇ ਨਜ਼ਾਰੇ ਦੇਖਣ ਯੋਗ ਹਨ। ਡਲ ਝੀਲ 'ਤੇ ਤੁਸੀਂ ਘਰਾਂ ਵਾਲੀਆਂ ਕਿਸ਼ਤੀਆਂ ਦੇਖ ਸਕਦੇ ਹੋ। ਬਹੁਤੇ ਯਾਤਰੀ ਘਰਾਂ ਵਾਲੀਆਂ ਕਿਸ਼ਤੀਆਂ ਵਿੱਚ ਰਹਿੰਦੇ ਹਨ। ਇਹਨਾਂ ਕਿਸ਼ਤੀਆਂ ਵਿੱਚ ਜ਼ਿੰਦਗੀ ਬਹੁਤ ਦਿਲਚਸਪ ਹੁੰਦੀ ਹੈ। ਅਸੀਂ ਵੀ ਦੋ ਦਿਨਾਂ ਲਈ ਇੱਕ ਕਿਸ਼ਤੀ ਕਿਰਾਏ 'ਤੇ ਲਈ ਸੀ। ਕਿਸ਼ਤੀ ਵਿੱਚ ਰਹਿਣਾ ਬਹੁਤ ਹੀ ਚੰਗਾ ਲੱਗਿਆ ਸੀ ਕਿਉਂਕਿ ਕਿਸ਼ਤੀ ਨੂੰ ਜਦੋਂ ਚਾਹੋ ਚਲਾ ਸਕਦੇ ਸੀ ਅਤੇ ਜਦੋਂ ਚਾਹੋ ਅਤੇ ਜਿੱਥੇ ਵੀ ਚਾਹੋ ਝੀਲ ਵਿੱਚ ਖੜੀ ਕਰ ਸਕਦੇ ਸੀ। ਮਈ ਤੋਂ ਅਗਸਤ ਤੱਕ ਕਸ਼ਮੀਰ ਵਿੱਚ ਮੌਸਮ ਬਹੁਤ ਹੀ ਸੁਹਾਵਣਾ ਹੁੰਦਾ ਹੈ।

ਕਸ਼ਮੀਰ ਵਿੱਚ ਲੋਕੀਂ ਭੇਡਾਂ ਬਹੁਤ ਰੱਖਦੇ ਹਨ ਜਿਹਨਾਂ ਦੀ ਉੱਨ ਨਾਲ ਗਰਮ ਸ਼ਾਲ ਬਣਾਏ ਜਾਂਦੇ ਹਨ। ਕਸ਼ਮੀਰ ਦੇ ਗਰਮ ਸ਼ਾਲ ਸਾਰੇ ਸੰਸਾਰ ਵਿੱਚ ਪ੍ਰਸਿੱਧ ਹਨ। ਕਸ਼ਮੀਰ ਫ਼ਿਲਮਾਂ ਦੀ ਸ਼ੂਟਿੰਗ ਲਈ ਵੀ ਪ੍ਰਸਿੱਧ ਹੈ। ਭਾਰਤ ਵਿੱਚ ਕਈ ਫ਼ਿਲਮਾਂ ਦੀ ਸ਼ੂਟਿੰਗ ਕਸ਼ਮੀਰ ਵਿੱਚ ਹੋਈ ਹੈ ਕਿਉਂਕਿ ਇੱਥੋਂ ਦੀਆਂ ਸੀਨਰੀਆਂ ਬਹੁਤ ਸੁਹਣੀਆਂ ਹਨ।

ਮੇਰੇ ਲਈ ਇਹ ਛੁੱਟੀਆਂ ਇੱਕ ਖ਼ੁਸ਼ੀਆਂ ਭਰਿਆ ਸਮਾਂ ਸੀ ਜਿਸ ਨੂੰ ਮੈਂ ਕਦੇ ਭੁਲਾ ਨਹੀਂ ਸਕਾਂਗੀ। ਮੈਂ ਆਸ ਕਰਦੀ ਹਾਂ ਕਿ ਦੋ ਤਿੰਨਾਂ ਸਾਲਾਂ ਤੱਕ ਮੈਂ ਫੇਰ ਇੰਡੀਆ ਜਾਣ ਦਾ ਪ੍ਰੋਗਰਾਮ ਬਣਾਵਾਂਗੀ ਅਤੇ ਇੰਡੀਆ ਦੀਆਂ ਦੂਜੀਆਂ ਥਾਵਾਂ ਦੇਖਾਂਗੀ।

(a) When and how did Jasdeep go to India?

....

....

(b) Which religious places did she go to in the Panjab and how did she feel there?

....

....

....

....

(c) What are Jasdeep's impressions about Dehradoon and Mussoorie?

....

....

....

(d) Whom did Jasdeep go with to Kashmir and how long did she stay there?

....

....

(e) What did she like about Kashmir and why?

....

....

....

(f) What are Jasdeep's future holiday plans?

....

....

.... H

(b) What to see and getting around

1. Match words with pictures by drawing arrows to show how people travel from one place to another in India.

Means of transport (ਆਉਣ ਜਾਣ ਦੇ ਸਾਧਨ)

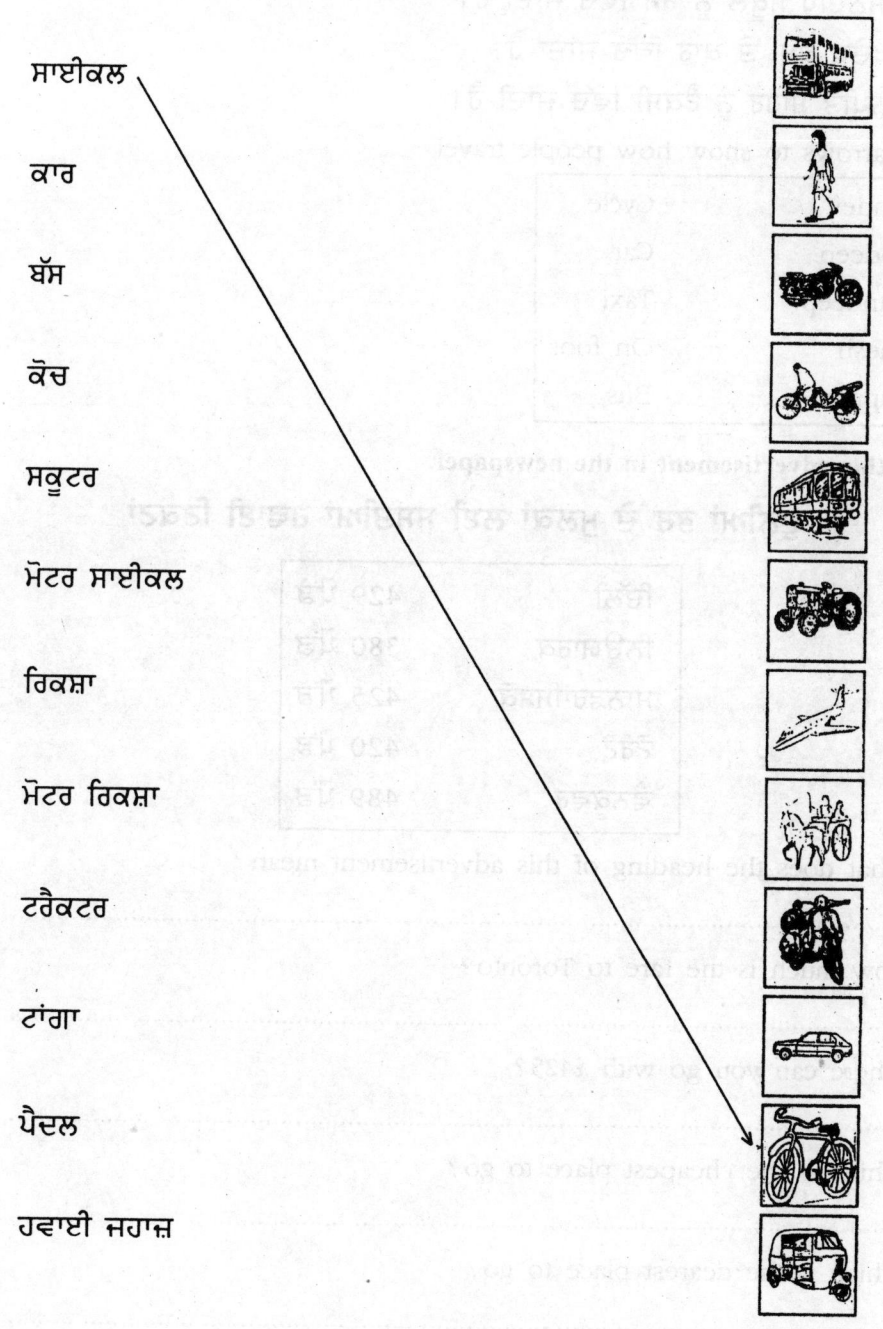

ਸਾਈਕਲ

ਕਾਰ

ਬੱਸ

ਕੋਚ

ਸਕੂਟਰ

ਮੋਟਰ ਸਾਈਕਲ

ਰਿਕਸ਼ਾ

ਮੋਟਰ ਰਿਕਸ਼ਾ

ਟਰੈਕਟਰ

ਟਾਂਗਾ

ਪੈਦਲ

ਹਵਾਈ ਜਹਾਜ਼

F

97

2. You read about how some people travel to different places.

(a) ਸਰਬਦੀਪ ਸ਼ਹਿਰ ਨੂੰ ਪੈਦਲ ਜਾਂਦੀ ਹੈ।

(b) ਰਾਮੇਸ਼ ਸ਼ਹਿਰ ਨੂੰ ਸਾਈਕਲ 'ਤੇ ਜਾਂਦਾ ਹੈ।

(c) ਅਮਨਦੀਪ ਸਕੂਲ ਨੂੰ ਬੱਸ ਵਿਚ ਜਾਂਦੀ ਹੈ।

(d) ਸੁਖਦੇਵ ਕੰਮ 'ਤੇ ਕਾਰ ਵਿੱਚ ਜਾਂਦਾ ਹੈ।

(e) ਮਨਪ੍ਰੀਤ ਸ਼ਹਿਰ ਨੂੰ ਟੈਕਸੀ ਵਿੱਚ ਜਾਂਦੀ ਹੈ।

Draw arrows to show how people travel

Sukhdev	Cycle
Sarbdeep	Car
Amandeep	Taxi
Ramesh	On foot
Manpreet	Bus

F

3. You see this advertisement in the newspaper.

ਦੁਨੀਆਂ ਭਰ ਦੇ ਮੁਲਕਾਂ ਲਈ ਸਸਤੀਆਂ ਹਵਾਈ ਟਿਕਟਾਂ

ਦਿੱਲੀ	429 ਪੌਂਡ
ਨਿਊਯਾਰਕ	380 ਪੌਂਡ
ਸਾਨਫ਼ਰਾਂਸਿਸਕੋ	425 ਪੌਂਡ
ਟੋਰੰਟੋ	420 ਪੌਂਡ
ਵੈਨਕੂਵਰ	489 ਪੌਂਡ

(a) What does the heading of this advertisement mean?

....

(b) How much is the fare to Toronto?

....

(c) Where can you go with £425?

....

(d) Which is the cheapest place to go?

....

(e) Which is the dearest place to go?

.... F

4. Draw arrows to show what these signs mean in Panjabi.

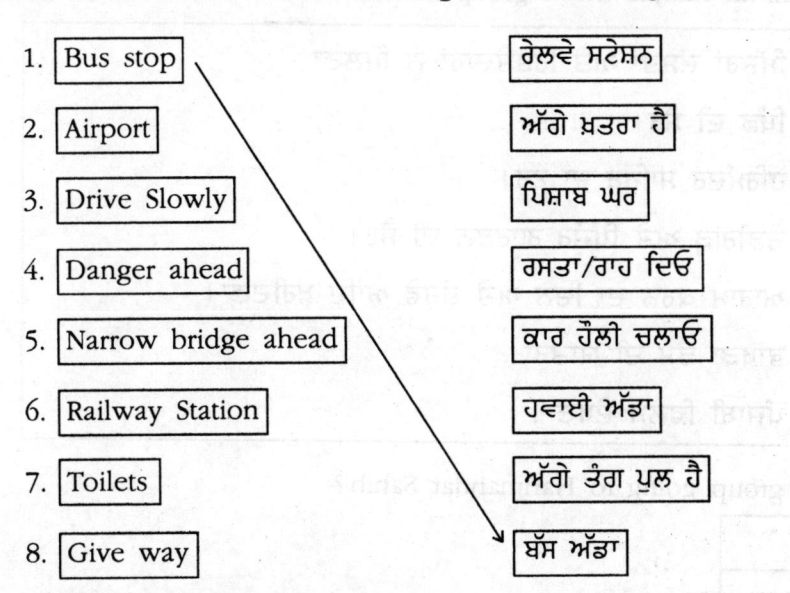

1. Bus stop	ਰੇਲਵੇ ਸਟੇਸ਼ਨ
2. Airport	ਅੱਗੇ ਖ਼ਤਰਾ ਹੈ
3. Drive Slowly	ਪਿਸ਼ਾਬ ਘਰ
4. Danger ahead	ਰਸਤਾ/ਰਾਹ ਦਿਓ
5. Narrow bridge ahead	ਕਾਰ ਹੌਲੀ ਚਲਾਓ
6. Railway Station	ਹਵਾਈ ਅੱਡਾ
7. Toilets	ਅੱਗੇ ਤੰਗ ਪੁਲ ਹੈ
8. Give way	ਬੱਸ ਅੱਡਾ

F

5. You read this e-mail message.

> ਪਿਆਰੇ ਮਲਕੀਤ,
>
> ਮੈਂ ਤੁਹਾਨੂੰ ਇਹ ਦੱਸਣਾ ਚਾਹੁੰਦਾ ਹਾਂ ਕਿ ਮੈਂ ਇਸ ਸਨਿੱਚਰਵਾਰ ਨੂੰ ਲੰਡਨ ਦੇਖਣ ਜਾਣਾ ਚਾਹੁੰਦਾ ਹਾਂ। ਮੈਂ ਰੇਲ ਗੱਡੀ ਵਿੱਚ ਜਾਵਾਂਗਾ।
>
> —ਕਰਨਜੀਤ

(a) When is Karnjit going to London?

A	Monday
B	Wednesday
C	Saturday

Write the letter of the correct answer in the box. ☐

(b) How is he travelling?

A	By train
B	By air
C	By coach

Write the letter of the correct answer in the box. ☐

F

6. You are on holiday in the Panjab with a group and read about next week's programme.

ਸੋਮਵਾਰ :	ਮਿੱਤਰਾਂ ਦੋਸਤਾਂ ਅਤੇ ਰਿਸ਼ਤੇਦਾਰਾਂ ਨੂੰ ਮਿਲਣਾ
ਮੰਗਲਵਾਰ :	ਪਿੰਡ ਦੀ ਸੈਰ।
ਬੁੱਧਵਾਰ :	ਹਰਿਮੰਦਰ ਸਾਹਿਬ ਦਾ ਟੂਰ।
ਵੀਰਵਾਰ :	ਚੰਡੀਗੜ੍ਹ ਅਤੇ ਪਿੰਜੌਰ ਗਾਰਡਨ ਦੀ ਸੈਰ।
ਸ਼ੁੱਕਰਵਾਰ :	ਆਰਾਮ ਕਰਨ ਦਾ ਦਿਨ ਅਤੇ ਤੋਹਫ਼ੇ ਆਦਿ ਖ਼ਰੀਦਣਾ।
ਸਨਿੱਚਰਵਾਰ :	ਭਾਖੜਾ ਡੈਮ ਦੀ ਯਾਤਰਾ।
ਐਤਵਾਰ :	ਪੰਜਾਬੀ ਫ਼ਿਲਮ ਦੇਖਣਾ।

(a) When is the group going to Harimandar Sahib?

A	Friday
B	Sunday
C	Wednesday

Write the letter of the correct answer in the box. ☐

(b) What will the group do on Saturday?

A	Visit village
B	Meet friends
C	Visit Bhakra Dam

Write the letter of the correct answer in the box. ☐

(c) What is the programme for Sunday?

A	Visit Chandigarh
B	Watch a Panjabi film
C	Rest and buy gifts

Write the letter of the correct answer in the box. ☐ F

7. You are in the Panjab and see the following notices and signs.
   (a) You see this notice in the town :

   | ਇੱਥੇ ਪਾਰਕਿੰਗ ਕਰਨ ਵਾਲਿਆਂ ਨੂੰ ਜੁਰਮਾਨਾ ਕੀਤਾ ਜਾਵੇਗਾ। |

   What does this notice mean in English ?
   .... F

   (b) You see these signs at the side of the road. What do these signs mean ?

   (i) | ਇੰਤਜ਼ਾਰ ਕਰੋ | ....

   (ii) | ਠਹਿਰੋ | ....

   (iii) | ਮੋੜ | ....

   (iv) | ਜਲੰਧਰ 25 ਕਿਲੋਮੀਟਰ | ....

   (v) | ਰੋਪੜ 40 ਕਿਲੋਮੀਟਰ | ....
        | ਫਗਵਾੜਾ 110 ਕਿਲੋਮੀਟਰ | ....
        | ਅੰਮ੍ਰਿਤਸਰ 205 ਕਿਲੋਮੀਟਰ | .... F

   (c) You see this notice in the train :

   | ਜੇਬ ਕਤਰਿਆਂ ਤੋਂ ਸਾਵਧਾਨ ਰਹੋ |

   What does this notice ask you to do ?
   .... F

(d) This is a road sign :

ਇਸ ਸੜਕ 'ਤੇ ਸਵੇਰ ਦੇ ਅੱਠ ਵਜੇ ਤੋਂ ਦੁਪਹਿਰ ਦੇ ਬਾਰਾਂ ਵਜੇ ਤੱਕ ਕਾਰਾਂ ਖੜੀਆਂ ਕਰਨ ਦੀ ਮਨਾਹੀ ਹੈ। ਬਿਨਾਂ ਆਗਿਆ ਕਾਰਾਂ ਖੜੀਆਂ ਕਰਨ ਵਾਲੇ ਨੂੰ ਪੰਜਾਹ ਰੁਪਏ ਜੁਰਮਾਨਾ ਕੀਤਾ ਜਾਵੇਗਾ।

(i) What are you not allowed to do here?

....

(ii) What might happen if you disobey this notice?

.... F

(e) You see this notice at the railway crossing :

ਗੇਟ ਤੋਂ ਬਗ਼ੈਰ ਰੇਲਵੇ ਕਰਾਸਿੰਗ। ਰੇਲ ਗੱਡੀ ਤੋਂ ਸਾਵਧਾਨ ਰਹੋ।

Why must you take care when you see this sign?

.... F

(f) You see these signs at railway stations in the Panjab. What do these signs mean ?

(i) ਉਡੀਕ ਘਰ ....

(ii) ਪੁੱਛ-ਗਿੱਛ ਦਾ ਦਫ਼ਤਰ ....

(iii) ਜ਼ਨਾਨੀਆਂ ....

(iv) ਮਰਦ ....

(ii) ਪਲੇਟਫ਼ਾਰਮ ਨੰਬਰ 16-30 ....

(iii) ਪਲੇਟਫ਼ਾਰਮ ਨੰਬਰ 1-15 .... F

(g) You read the following traffic signs.

1. ਹਰੀ ਲਾਈਟ ਹੋਣ 'ਤੇ ਹੀ ਸੜਕ ਪਾਰ ਕਰੋ।
2. ਸੜਕ ਦੇ ਕੰਢੇ 'ਤੇ ਠਹਿਰੋ ਤੇ ਇੰਤਜ਼ਾਰ ਕਰੋ।
3. ਜਦੋਂ ਕੋਈ ਕਾਰ ਸੜਕ 'ਤੇ ਨਾ ਆਉਂਦੀ ਹੋਵੇ ਤਾਂ ਸੜਕ ਪਾਰ ਕਰੋ।
4. ਆਲੇ-ਦੁਆਲੇ ਦੇਖੋ ਤੇ ਸੁਣੋ।
5. ਸੜਕ ਪਾਰ ਕਰਦੇ ਸਮੇਂ ਸਦਾ ਦੇਖਦੇ ਅਤੇ ਸੁਣਦੇ ਰਹੋ।

(i) Underline the traffic sign which means 'stop at the side of the road and wait'.

(ii) Write the number of the sign in the box which means 'look around and listen'. ☐ F

8. You read this news headline.

> ਰੇਲ ਦੇ ਮਹਿਕਮੇ ਦੇ ਕਰਮਚਾਰੀਆਂ ਦੀ ਹੜਤਾਲ ਦੇ ਕਾਰਨ ਅੱਜ ਸਾਰੀਆਂ ਗੱਡੀਆਂ ਬੰਦ।

(i) Who are on strike today?
....

(ii) What has happened because of this strike?
.... F

9. You read this headline in a Panjabi newspaper.

> ਲੁਧਿਆਣੇ ਲਾਗੇ ਇੱਕ ਟਰੱਕ ਅਤੇ ਬੱਸ ਵਿੱਚ ਟੱਕਰ ਕਾਰਨ ਕਈ ਸਵਾਰੀਆਂ ਦੇ ਸਖ਼ਤ ਸੱਟਾਂ ਲੱਗੀਆਂ।

(a) Why were the passengers hurt?
.... F

10. You read Charanjit's statement about an accident.

> ਕੱਲ੍ਹ ਸਵੇਰੇ ਜਦੋਂ ਮੈਂ ਆਪਣੇ ਕੰਮ 'ਤੇ ਜਾ ਰਹੀ ਸੀ ਤਾਂ ਕਰੌਸ ਰੋਡ 'ਤੇ ਇੱਕ ਬੱਸ ਅਤੇ ਕਾਰ ਦੀ ਟੱਕਰ ਹੋ ਗਈ। ਸਾਰੀ ਕਾਰ ਟੁੱਟ ਗਈ ਅਤੇ ਕਾਰ ਦੇ ਡਰਾਈਵਰ ਦੇ ਕਾਫ਼ੀ ਸੱਟਾਂ ਲੱਗੀਆਂ।

(a) When and where did the accident take place?
....

(b) How did the accident take place?
....

(c) What damage did this accident cause?
....
....

F

11. You read this advertisement in a Panjabi newspaper.

ਏਅਰਕੰਡੀਸ਼ਨ ਬੱਸ ਸੇਵਾ ਹਰ ਰੋਜ਼

ਦਿੱਲੀ ਏਅਰਪੋਰਟ ਤੋਂ ਪੰਜਾਬ

ਇੰਡੀਆ ਵਿੱਚ
ਪਹਿਲੀ ਵਾਰ
ਜਹਾਜ਼ ਵਰਗੀ
ਏਅਰਕੰਡੀਸ਼ਨ
ਬੱਸ ਦੀ ਸੇਵਾ
ਚਾਲੂ ਹੈ।

ਚੰਡੀਗੜ੍ਹ,
ਮੋਹਾਲੀ, ਪੰਚਕੂਲਾ
ਜਾਣ ਵਾਲੇ
ਮੁਸਾਫ਼ਿਰਾਂ ਲਈ
ਖ਼ੁਸ਼ਖ਼ਬਰੀ
ਤੁਹਾਨੂੰ ਇਸੇ ਕਿਰਾਏ
ਵਿੱਚ ਹੀ ਘਰ
ਛੱਡ ਕੇ ਆਵਾਂਗੇ।

ਦਿੱਲੀ ਏਅਰਪੋਰਟ ਤੋਂ ਚੰਡੀਗੜ੍ਹ, ਲੁਧਿਆਣਾ, ਮੋਗਾ, ਫ਼ਗਵਾੜਾ, ਨਵਾਂਸ਼ਹਿਰ, ਗੜ੍ਹਸ਼ੰਕਰ ਜਾਣ ਲਈ ਇੰਡੋ-ਕਨੇਡੀਅਨ ਟਰਾਂਸਪੋਰਟ ਕੰਪਨੀ ਦੀ ਇਹ ਇੱਕ ਬਹੁਤ ਆਰਾਮਦਾਇਕ ਬੱਸ ਹੈ। ਤੁਸੀਂ ਬੱਸ ਦੀਆਂ ਟਿਕਟਾਂ ਕਿਸੇ ਵੀ ਨੇੜੇ ਦੇ ਟਰੈਵਲ ਏਜੰਟ ਰਾਹੀਂ ਬੁੱਕ ਕਰਵਾ ਸਕਦੇ ਹੋ।

ਸਪੈਸ਼ਲ ਟੂਰ ਬੁੱਕ ਕਰਨ ਲਈ, ਪਾਕਿਸਤਾਨ ਗੁਰਦੁਆਰਾ ਯਾਤਰਾ ਲਈ, ਦਿੱਲੀ ਏਅਰਪੋਰਟ ਤੋਂ ਟੈਕਸੀ ਜਾਂ 8 ਸੀਟਰ ਸੁੱਮੋ ਵੈਨ ਲੈਣ ਲਈ, 35 ਸੀਟਰ ਬੱਸ ਏਅਰਕੰਡੀਸ਼ਨ ਜਾਂ ਬਿਨਾਂ ਏਅਰਕੰਡੀਸ਼ਨ ਬੁੱਕ ਕਰਨ ਲਈ ਸਾਡੇ ਨਾਲ ਸੰਪਰਕ ਕਰੋ।

1. ਕੋਕਾ ਕੋਲਾ—ਬੋਤਲ ਮੁਫ਼ਤ ਹਰ ਇੱਕ ਮੁਸਾਫ਼ਰ ਲਈ।
2. ਸਾਮਾਨ—ਲਹਾਉਣਾ ਚੜ੍ਹਾਉਣਾ ਕੰਪਨੀ ਵੱਲੋਂ ਮੁਫ਼ਤ ਹੋਵੇਗਾ।
3. ਸ਼ੁੱਧ ਪਾਣੀ—ਬੋਤਲ ਮੁਫ਼ਤ ਹਰ ਇੱਕ ਮੁਸਾਫ਼ਰ ਲਈ।
4. ਟੈਲੀਫ਼ੂਨ—ਚੱਲਦੀ ਬੱਸ ਵਿੱਚੋਂ ਦੁਨੀਆਂ ਭਰ ਵਿੱਚ ਫ਼ੋਨ ਕਰ ਸਕਦੇ ਹੋ।
5. ਟੌਫੀ—ਟੌਫੀ ਦੀ ਮੁਫ਼ਤ ਸੇਵਾ ਹਰ ਇੱਕ ਮੁਸਾਫ਼ਰ ਲਈ।

(a) What does the heading of this article mean?
....

(b) Why will many people prefer to travel by Indo-Canadian buses? Give four reasons.

    (i) ....

    (ii) ....

    (iii) ....

    (iv) ....

(c) What additional benefit will passengers get travelling to Chandigarh, Mohali and Panchkula?
....

(d) How can the passengers book their seats on these buses?
....

(e) What other services does this company provide for people? Give three details.

    (i) ....

    (iii) ....

    (iii) .... F/H

12. You see this advertisement about a coach service. Fill in the boxes by writing the number of the correct answer.

ਅਸੀਂ ਚਾਹੁੰਦੇ ਹਾਂ ਕਿ ਤੁਹਾਨੂੰ ਚੰਗੀ ☐8 ਸਰਵਿਸ ਮਿਲੇ। ਇਸ ਲਈ ਸਾਨੂੰ ਦੱਸੋ ਕਿ ਕੋਚਾਂ ਵਿੱਚ ਕਿਸ ਕਿਸ ਤਰ੍ਹਾਂ ਦੀਆਂ ਹੋਰ ☐ ਦੇਈਏ। ਜੇ ਸਾਡੀ ਸਰਵਿਸ ਬਾਰੇ ਤੁਹਾਨੂੰ ਕਿਸੇ ਤਰ੍ਹਾਂ ਦੀ ਕੋਈ ਵੀ ☐ ਹੋਵੇ ਤਾਂ ਬੱਸ ਅੱਡੇ 'ਤੇ ਆ ਕੇ ਸਾਡੇ ਨਾਲ ☐ ਬਾਤ ਕਰੋ। ਅੱਡੇ ਉੱਤੇ ਮੁਸਾਫ਼ਰਾਂ ਦੇ ☐ ਕਰਨ ਲਈ ਵੇਟਿੰਗ ਰੂਮ ਅਤੇ ☐ ਆਦਿ ਦੀਆਂ ਸਾਰੀਆਂ ਸਹੂਲਤਾਂ ਹਨ। ਅਸੀਂ ਵਿਆਹ ☐ ਅਤੇ ਤੁਹਾਡੀਆਂ ਕਈ ਹੋਰ ☐ ਪੂਰੀਆਂ ਕਰ ਸਕਦੇ ਹਾਂ। ਸਾਡੇ ☐ ਛੋਟੀਆਂ ਤੇ ਵੱਡੀਆਂ ਹਰ ☐ ਦੀਆਂ ਕੋਚਾਂ ਹਨ। ਸਾਡੀ ਕੋਚ ਇੱਕ ਮਿੰਟ ਵੀ ☐ ਨਹੀਂ ਹੁੰਦੀ।

1. ਸਹੂਲਤਾਂ   5. ਲੇਟ   9. ਸ਼ਿਕਾਇਤ   13. ਮਿੰਟ
2. ਆਰਾਮ   6. ਲੋੜਾਂ   10. ਕੋਲ
3. ਟੋਇਲਟ   7. ਸਾਈਜ਼   11. ਸ਼ਾਦੀਆਂ
4. ਗੱਲ   8. ਕੋਚ   12. ਛੋਟੀਆਂ   H

13. **You read a report about an accident. Fill in the boxes by writing the number of the correct answer.**

ਅੱਜ ਸਵੇਰ ਦੇ ਅੱਠ ਵਜੇ ਐਮ 6 'ਤੇ ਇੱਕ [4] ਐਕਸੀਡੈਂਟ ਹੋਇਆ। ਇਹ [ ] ਕਾਵੈਂਟਰੀ ਤੋਂ ਅੱਗੇ ਕਾਫੀ ਦੇ ਲਾਗੇ ਹੋਇਆ। ਕਾਵੈਂਟਰੀ ਤੋਂ ਬਰਮਿੰਘਮ ਵੱਲ ਜਾਂਦਾ ਇੱਕ [ ] ਅਚਾਨਕ ਵਿਚਕਾਰ ਦਾ ਬੈਰੀਅਰ ਤੋੜ ਕੇ ਦੂਜੇ ਪਾਸੇ ਚਲਾ ਗਿਆ। ਬਰਮਿੰਘਮ ਵਲੋਂ [ ] ਆਉਂਦੀਆਂ ਕਈ ਕਾਰਾਂ ਟਰੱਕ ਵਿੱਚ ਵੱਜੀਆਂ। ਜੋ ਕਾਰ ਸਭ ਤੋਂ ਪਹਿਲਾਂ ਟਰੱਕ ਵਿੱਚ ਵੱਜੀ ਉਹ ਤਾਂ ਟੁੱਟ ਕੇ [ ] ਹੋ ਗਈ ਅਤੇ ਇਸ ਵਿੱਚ ਮੋਹਰਲੀਆਂ ਸੀਟਾਂ 'ਤੇ [ ] ਦੋਨੋਂ ਸਵਾਰੀਆਂ ਉਸੇ ਵੇਲੇ ਮਰ ਗਈਆਂ। ਇਸ ਤੋਂ ਬਾਅਦ ਕਈ ਹੋਰ ਕਾਰਾਂ ਟਰੱਕ ਵਿੱਚ ਵੱਜੀਆਂ। ਕਾਰਾਂ ਦਾ ਤਾਂ ਬਹੁਤ ਨੁਕਸਾਨ ਹੋਇਆ ਪਰ ਇਹਨਾਂ ਵਿੱਚ ਬੈਠੀਆਂ [ ] ਸੱਟਾਂ ਤੋਂ ਬੱਚ ਗਈਆਂ।

ਇਸ ਐਕਸੀਡੈਂਟ ਦੀ ਖ਼ਬਰ ਸੁਣ ਕੇ ਪੁਲਿਸ ਇੱਕਦਮ ਆ ਗਈ। ਮਰਨ ਵਾਲਿਆਂ ਦੀਆਂ ਲਾਸ਼ਾਂ ਅਤੇ ਜ਼ਖ਼ਮੀਆਂ ਨੂੰ ਜਲਦੀ [ ] ਪਹੁੰਚਾਇਆ ਗਿਆ। ਇਸ ਐਕਸੀਡੈਂਟ ਕਾਰਨ [ ] ਦੋਨਾਂ ਪਾਸਿਆਂ ਤੋਂ ਲਗਭਗ ਤਿੰਨ ਘੰਟੇ ਰੁਕਿਆ ਰਿਹਾ। ਬਹੁਤ ਸਾਰੇ ਲੋਕੀਂ ਆਪਣੇ [ ] 'ਤੇ ਨਾ ਜਾ ਸਕੇ। ਕਈਆਂ ਨੇ ਬਰਮਿੰਘਮ ਏਅਰ ਪੋਰਟ ਤੋਂ [ ] ਚੜ੍ਹਨਾ ਸੀ ਅਤੇ ਉਹਨਾਂ ਦੀਆਂ ਫ਼ਲਾਈਟਾਂ ਮਿੱਸ ਹੋ ਗਈਆਂ। ਦੱਸਿਆ ਜਾਂਦਾ ਹੈ ਕਿ ਟਰੱਕ ਦੇ ਡਰਾਈਵਰ ਨੂੰ [ ] ਆ ਗਈ ਸੀ।

1. ਕੰਮ	4. ਭਿਆਨਕ	7. ਜਹਾਜ਼	10. ਟਰੱਕ
2. ਸਵਾਰੀਆਂ	5. ਹਸਪਤਾਲ	8. ਤੇਜ਼	11. ਦੋਹਰੀ
3. ਨੀਂਦ	6. ਬੈਠੀਆਂ	9. ਟਰੈਫ਼ਿਕ	12. ਐਕਸੀਡੈਂਟ

H

14. You read about Paramjit's journey to London.
Fill in the boxes by writing the number of the correct answer.

ਪਿਆਰੇ ਗੁਰਪਾਲ,

ਮੈਂ ਪਿਛਲੇ ਸਨਿੱਚਰਵਾਰ [6] ਗਿਆ ਸੀ। ਆਪਣੀ ਕਾਰ ਦਾ [ ] ਅਤੇ ਪਾਣੀ ਚੈੱਕ ਕੀਤੇ ਬਿਨਾਂ ਹੀ ਚੱਲ ਪਿਆ ਸੀ। ਕਾਵੈਂਟਰੀ ਤੋਂ ਕੋਈ ਦਸ ਕੁ ਮੀਲ ਹੀ ਸਫ਼ਰ ਕੀਤਾ ਸੀ ਕਿ ਮੈਂ ਅਚਾਨਕ ਪੈਟਰੋਲ ਵਾਲੀ ਸੂਈ ਵੱਲ ਦੇਖਿਆ। ਮੈਨੂੰ ਤਾਂ ਬਹੁਤ ਫ਼ਿਕਰ ਲੱਗ ਗਿਆ ਕਿਉਂਕਿ [ ] ਵਿੱਚ ਪੈਟਰੋਲ ਤਾਂ ਖ਼ਤਮ ਹੋ ਗਿਆ ਸੀ ਅਤੇ ਪੈਟਰੋਲ ਵਾਲੀ ਸੂਈ ਰਿਜ਼ਰਵ ਵੱਲ ਇਸ਼ਾਰਾ ਕਰ ਰਹੀ ਸੀ। ਮੈਂ ਸੋਚਦਾ ਸੀ ਕਿ ਕਾਰ ਕਿਸੇ ਨਾ ਕਿਸੇ ਤਰ੍ਹਾਂ [ ] ਕਾਫ਼ੀ ਤੱਕ ਪਹੁੰਚ ਜਾਵੇ ਜਿੱਥੋਂ ਪੈਟਰੋਲ ਲਿਆ ਜਾ ਸਕਦਾ ਹੈ। ਮੈਨੂੰ ਬਹੁਤ ਡਰ ਸੀ ਕਿ ਕਿਤੇ ਕਾਰ [ ] ਵਿੱਚ ਹੀ ਨਾ ਖੜ ਜਾਵੇ। ਅਗਲੀ ਕਾਫ਼ੀ ਤੇਰਾਂ [ ] 'ਤੇ ਆਉਣੀ ਸੀ ਪਰ ਮੈਂ ਖ਼ੁਸ਼ਕਿਸਮਤ ਸੀ ਕਿ ਮੈਂ ਉਥੇ ਪਹੁੰਚ ਗਿਆ। ਕਾਫ਼ੀ 'ਤੇ ਪਹੁੰਚ ਕੇ ਮੈਂ ਪੈਟਰੋਲ ਪੰਪ ਤੋਂ ਪੈਟਰੋਲ ਕਾਰ ਵਿੱਚ ਪੁਆਇਆ। ਕਾਰ ਵਿੱਚ ਪਾਣੀ, ਤੇਲ ਅਤੇ [ ] ਪ੍ਰੈਸ਼ਰ ਵੀ ਚੈੱਕ ਕੀਤਾ। ਚਾਹ ਦਾ [ ] ਵੀ ਇਸੇ ਕਾਫ਼ੀ 'ਤੇ ਹੀ ਪੀਤਾ। ਇਸ ਤੋਂ ਬਾਅਦ ਮੈਂ [ ] ਹੋ ਕੇ ਲੰਡਨ ਪਹੁੰਚ ਗਿਆ ਸੀ।

—ਪਰਮਜੀਤ

1. ਟਾਇਰ	4. ਪੈਟਰੋਲ	7. ਮੀਲ
2. ਅਗਲੀ	5. ਬੇਫ਼ਿਕਰ	8. ਰਸਤੇ
3. ਕੱਪ	6. ਲੰਡਨ	9. ਕਾਰ

H

Chapter 3

Home and Environment

Students should be able to understand and provide information and opinions about the contexts relating to their own Home and Environment and that of other people.

1. Home and Local Area

(a) Special occasions celebrated in the home.

1. You receive this e-mail message from your friend Ria.

ਸਤਿ ਸ੍ਰੀ ਅਕਾਲ। ਇਹ ਜਾਣ ਕੇ ਤੁਹਾਨੂੰ ਖ਼ੁਸ਼ੀ ਹੋਵੇਗੀ ਕਿ 20 ਜੁਲਾਈ ਨੂੰ ਮੇਰਾ ਜਨਮ ਦਿਨ ਹੈ। ਮੈਂ 20 ਜੁਲਾਈ ਨੂੰ 15 ਸਾਲ ਦੀ ਹੋ ਜਾਵਾਂਗੀ। ਪਿਛਲੇ ਸਾਲ ਮੇਰੇ ਜਨਮ ਦਿਨ 'ਤੇ ਕਿਸੇ ਹੋਰ ਨੂੰ ਨਹੀਂ ਸੱਦਿਆ ਸੀ। ਸਿਰਫ਼ ਘਰ ਦੇ ਮੈਂਬਰ ਹੀ ਸਨ। ਪਰ ਇਸ ਸਾਲ ਮੇਰੇ ਮਾਤਾ ਪਿਤਾ ਜੀ ਨੇ ਮੇਰੇ ਜਨਮ ਦਿਨ 'ਤੇ ਇੱਕ ਵੱਡੀ ਪਾਰਟੀ ਦਾ ਪ੍ਰਬੰਧ ਕੀਤਾ ਹੈ। ਪਾਰਟੀ ਸਾਡੇ ਘਰ ਵਿੱਚ ਹੀ ਹੋਵੇਗੀ ਪਰ ਅਸੀਂ ਪਿਛਲੇ ਗਾਰਡਨ ਵਿੱਚ ਟੈਂਟ ਲਗਾਉਣ ਦਾ ਪ੍ਰਬੰਧ ਕੀਤਾ ਹੈ। ਖਾਣਾ ਦੁਆਬਾ ਰੈਸਟੋਰੈਂਟ ਵਾਲੇ ਦੇਣਗੇ। ਇਹਨਾਂ ਦਾ ਖਾਣਾ ਸਸਤਾ ਅਤੇ ਬਹੁਤ ਸੁਆਦ ਹੁੰਦਾ ਹੈ। ਗੀਤ ਸੰਗੀਤ ਲਈ ਡੀ ਜੇ ਹੋਵੇਗਾ। ਮੇਰੀਆਂ ਸਾਰੀਆਂ ਸਹੇਲੀਆਂ ਆ ਰਹੀਆਂ ਹਨ। ਤੁਸੀਂ ਵੀ ਮੇਰੇ ਜਨਮ ਦਿਨ 'ਤੇ ਜ਼ਰੂਰ ਆਉਣਾ। ਮੈਂ ਆਪਣੇ ਆਪ ਨੂੰ ਬਹੁਤ ਖ਼ੁਸ਼ਕਿਸਮਤ ਸਮਝਦੀ ਹਾਂ ਕਿ ਮੇਰਾ ਜਨਮ ਦਿਨ ਬੜੀ ਧੂਮ ਧਾਮ ਨਾਲ ਮਨਾਇਆ ਜਾ ਰਿਹਾ ਹੈ।

—ਰੀਆ

(a) When is Ria's birthday?
   ....

(b) How old will she be on her birthday?
   ....

(c) How was Ria's birthday celebrated last year?
   ....

(d) What special arrangements have been made for Ria's birthday this year? Give three details.

   (i) ....

   (ii) ....

   (iii) ....

(e) How does she feel about her birthday?
   ....   F

2. You read a part of Taran's article which he wrote about the birthday of his sister.

ਮੇਰੀ ਭੈਣ ਦਾ ਜਨਮ ਦਿਨ

ਮੇਰੀ ਭੈਣ ਦਾ ਨਾਂ ਐਂਬਰ ਹੈ। ਪਿਛਲੇ ਸਨਿੱਚਰਵਾਰ ਉਸ ਦਾ ਜਨਮ ਦਿਨ ਸੀ। ਉਹ ਹੁਣ ਸੋਲ੍ਹਾਂ ਸਾਲਾਂ ਦੀ ਹੋ ਗਈ ਹੈ। ਸਾਡੇ ਪਰਿਵਾਰ ਨੇ ਉਸ ਦਾ ਜਨਮ ਦਿਨ ਮਨਾਉਣ ਲਈ ਆਪਣੇ ਘਰ ਵਿੱਚ ਇੱਕ ਪਾਰਟੀ ਕੀਤੀ ਸੀ। ਪਾਰਟੀ ਵਿੱਚ ਮੇਰੇ ਕਈ ਦੋਸਤ ਅਤੇ ਐਂਬਰ ਦੀਆਂ ਸਹੇਲੀਆਂ ਆਈਆਂ ਸਨ। ਕੁਝ ਰਿਸ਼ਤੇਦਾਰ ਵੀ ਆਏ ਸਨ। ਖਾਣਾ ਅਸੀਂ ਘਰ ਵਿੱਚ ਹੀ ਤਿਆਰ ਕੀਤਾ ਸੀ, ਜੋ ਇੰਨਾ ਸੁਆਦ ਸੀ ਕਿ ਸਭ ਨੇ ਬਹੁਤ ਪਸੰਦ ਕੀਤਾ ਸੀ। ਐਂਬਰ ਨੂੰ ਬਹੁਤ ਸਾਰੇ ਤੋਹਫ਼ੇ ਮਿਲੇ ਸਨ। ਮਾਤਾ ਪਿਤਾ ਜੀ ਨੇ ਐਂਬਰ ਨੂੰ ਲੈਪਟੋਪ ਕੰਪਿਊਟਰ ਦਾ ਤੋਹਫ਼ਾ ਦਿੱਤਾ ਸੀ ਜੋ ਐਂਬਰ ਨੂੰ ਬਹੁਤ ਪਸੰਦ ਆਇਆ ਸੀ। ਇਸ ਕਰਕੇ ਉਹ ਬਹੁਤ ਖ਼ੁਸ਼ ਸੀ। ਅਸੀਂ ਪੰਜਾਬੀ ਗਾਣੇ ਲਾਏ ਸਨ ਅਤੇ ਡਾਂਸ ਵੀ ਕੀਤਾ ਸੀ।

—ਤਰਨ

(a) When was Amber's birthday?

....

(b) How old is she now?

....

(c) Where was the birthday celebrated?

....

(d) Who were invited to attend the birthday party?

....

....

....

(e) What were peoples' views about the food?

....

(f) How did Amber feel about her presents?

....

(g) Why?

.... F

3. You read four peoples' views about special occasions in a Panjabi magazine.

ਸੂਜ਼ਨ :	ਮੈਂ ਕਰਿਸਮਸ ਬਹੁਤ ਪਸੰਦ ਕਰਦੀ ਹਾਂ ਕਿਉਂਕਿ ਮੈਨੂੰ ਬਹੁਤ ਸਾਰੇ ਤੋਹਫ਼ੇ ਮਿਲ ਜਾਂਦੇ ਹਨ ਅਤੇ ਦੋ ਹਫ਼ਤੇ ਸਕੂਲ ਨਹੀਂ ਜਾਣਾ ਪੈਂਦਾ।
ਮਨਜੀਤ :	ਮੈਂ ਵਿਸਾਖੀ ਬਹੁਤ ਪਸੰਦ ਕਰਦੀ ਹਾਂ। ਵਿਸਾਖੀ ਵਾਲੇ ਦਿਨ ਨਗਰ ਕੀਰਤਨ ਵਿੱਚ ਸ਼ਾਮਲ ਹੋਣਾ ਮੈਨੂੰ ਬਹੁਤ ਪਸੰਦ ਹੈ। ਸਾਡਾ ਸਾਰਾ ਪਰਿਵਾਰ ਵਿਸਾਖੀ ਵਾਲੇ ਦਿਨ ਗੁਰਦੁਆਰੇ ਜਾਂਦਾ ਹੈ।
ਨੀਤਾ :	ਮੈਨੂੰ ਦੀਵਾਲੀ ਦਾ ਤਿਉਹਾਰ ਬਹੁਤ ਪਸੰਦ ਹੈ ਕਿਉਂਕਿ ਉਸ ਦਿਨ ਮੈਨੂੰ ਪਟਾਕੇ ਚਲਾਉਣ ਦਾ ਮੌਕਾ ਮਿਲਦਾ ਹੈ। ਅਸੀਂ ਗਰਮ ਗਰਮ ਜਲੇਬੀਆਂ ਖਾਂਦੇ ਹਾਂ, ਜੋ ਮੈਨੂੰ ਬਹੁਤ ਪਸੰਦ ਹਨ।
ਅਬੀਦਾ :	ਮੈਨੂੰ ਈਦ ਬਹੁਤ ਪਸੰਦ ਹੈ, ਕਿਉਂਕਿ ਈਦ ਵਾਲੇ ਦਿਨ ਅਸੀਂ ਆਪਣੇ ਰਿਸ਼ਤੇਦਾਰਾਂ ਅਤੇ ਮਿੱਤਰਾਂ ਦੋਸਤਾਂ ਨੂੰ ਮਿਲਦੇ ਹਾਂ ਜੋ ਮੈਨੂੰ ਬਹੁਤ ਪਸੰਦ ਹੈ ਅਤੇ ਅਸੀਂ ਨਵੇਂ ਕੱਪੜੇ ਪਾਉਂਦੇ ਹਾਂ।

Read the statements in the grid.

For each statement write the number of the person to whom the statement relates.

1.	Susan
2.	Manjit
3.	Nita
4.	Abida

1.	ਮੈਨੂੰ ਪਟਾਕੇ ਚਲਾਉਣਾ ਪਸੰਦ ਹੈ।	3
2.	ਮੈਨੂੰ ਲੋਕਾਂ ਨਾਲ ਮਿਲਣਾ ਜੁਲਣਾ ਜ਼ਿਆਦਾ ਪਸੰਦ ਹੈ।	
3.	ਕਰਿਸਮਸ ਵਾਲੇ ਦਿਨ ਮੈਨੂੰ ਤੋਹਫ਼ੇ ਮਿਲਦੇ ਹਨ।	
4.	ਈਦ ਵਾਲੇ ਦਿਨ ਅਸੀਂ ਨਵੇਂ ਕਪੜੇ ਪਾਉਂਦੇ ਹਾਂ।	
5.	ਵਿਸਾਖੀ ਵਾਲੇ ਦਿਨ ਅਸੀਂ ਗੁਰਦੁਆਰੇ ਜਾਂਦੇ ਹਾਂ।	
6.	ਦੀਵਾਲੀ ਵਾਲੇ ਦਿਨ ਅਸੀਂ ਮਠਿਆਈ ਖਾਂਦੇ ਹਾਂ।	

F/H

4. You read Jaswant's e-mail message sent to Surinder.

ਪਿਆਰੀ ਸੁਰਿੰਦਰ,

ਸਤਿ ਸ੍ਰੀ ਅਕਾਲ। ਤੁਹਾਨੂੰ ਇਹ ਜਾਣ ਕੇ ਖ਼ੁਸ਼ੀ ਹੋਵੇਗੀ ਕਿ ਮੇਰੇ ਵੱਡੇ ਭਰਾ ਮਨਜੀਤ ਦਾ ਵਿਆਹ 16 ਫ਼ਰਵਰੀ ਨੂੰ ਹੋਣਾ ਹੈ। ਤੁਸੀਂ ਇਸ ਵਿਆਹ 'ਤੇ ਜ਼ਰੂਰ ਆਉਣਾ। ਮੇਰੇ ਮਾਤਾ ਪਿਤਾ ਜੀ ਨੇ ਮੈਨੂੰ ਕਿਹਾ ਹੈ ਕਿ ਸੁਰਿੰਦਰ ਨੂੰ ਇਸ ਵਿਆਹ 'ਤੇ ਜ਼ਰੂਰ ਸੱਦਣਾ ਹੈ। ਇਸ ਲਈ ਮੈਂ ਤੁਹਾਨੂੰ ਇਹ ਈ-ਮੇਲ ਭੇਜ ਰਹੀ ਹਾਂ।

ਬਰਾਤ 16 ਫ਼ਰਵਰੀ ਸਵੇਰ ਦੇ ਸੱਤ ਵਜੇ ਸਾਡੇ ਘਰੋਂ ਚੱਲੇਗੀ। ਇਸ ਕਰਕੇ ਤੁਸੀਂ 15 ਫ਼ਰਵਰੀ ਮੰਗਲਵਾਰ ਵਾਲੇ ਦਿਨ ਜ਼ਰੂਰ ਪਹੁੰਚ ਜਾਣਾ। ਇਹ ਬਰਾਤ ਕਵੈਂਟਰੀ ਜਾ ਰਹੀ ਹੈ। ਅਸੀਂ ਦੋ ਕੋਚਾਂ ਬੁੱਕ ਕੀਤੀਆਂ ਹਨ। ਸਾਨੂੰ ਰਸਤੇ ਵਿੱਚ ਗੱਲਾਂ ਕਰਨ ਦਾ ਚੰਗਾ ਮੌਕਾ ਮਿਲ ਜਾਵੇਗਾ।

ਮੈਂ, ਕੁਲਬੀਰ ਅਤੇ ਉਸ ਦੇ ਭਰਾ ਸੰਦੀਸ਼ ਨੂੰ ਵੀ ਇਸ ਵਿਆਹ 'ਤੇ ਸੱਦਿਆ ਹੈ। ਉਹਨਾਂ ਦਾ ਘਰ ਤੁਹਾਡੇ ਘਰ ਤੋਂ ਕੋਈ ਬਹੁਤੀ ਦੂਰ ਨਹੀਂ ਹੈ। ਜੇ ਤੁਸੀਂ ਕੁਲਬੀਰ ਨੂੰ ਟੈਲੀਫ਼ੂਨ ਕਰ ਕੇ ਪੁੱਛ ਲਵੋ ਤਾਂ ਤੁਸੀਂ ਉਹਨਾਂ ਦੇ ਨਾਲ ਆ ਸਕਦੇ ਹੋ।

ਮੈਨੂੰ ਪੱਕੀ ਉਮੀਦ ਹੈ ਕਿ ਤੁਸੀਂ ਇਸ ਵਿਆਹ ਵਿੱਚ ਸ਼ਾਮਲ ਹੋ ਕੇ ਮੌਕੇ ਦੀ ਰੌਣਕ ਵਧਾਓਗੇ। ਬਾਕੀ ਗੱਲਾਂ ਮਿਲ ਕੇ ਕਰਾਂਗੀਆਂ।

ਤੁਹਾਡੀ ਸਹੇਲੀ
ਜਸਵੰਤ

(a) Who is getting married and when will the marriage ceremony take place?

   ....

   ....

(b) Where will the marriage ceremony be held and how are people going to reach there?

   ....

   ....

   ....

(c) How do Kulwant and her friends hope to spend their time on their journey to the wedding destination?

   .... F/H

5. You read Jasdeep's article about some festivals in a Panjabi magazine.

ਇੰਗਲੈਂਡ ਦੇ ਕੁਝ ਤਿਉਹਾਰ

ਇੰਗਲੈਂਡ ਵਿੱਚ ਬਹੁਤ ਸਾਰੇ ਤਿਉਹਾਰ ਮਨਾਏ ਜਾਂਦੇ ਹਨ, ਪਰ ਮੈਂ ਉਹਨਾਂ ਵਿੱਚੋਂ ਕੁਝ ਤਿਉਹਾਰਾਂ ਬਾਰੇ ਹੀ ਲਿਖ ਰਹੀ ਹਾਂ।

ਕਰਿਸਮਸ : ਇਹ ਇੰਗਲੈਂਡ ਦਾ ਸਭ ਤੋਂ ਵੱਧ ਪ੍ਰਸਿੱਧ ਤਿਉਹਾਰ ਹੈ। ਇੰਗਲੈਂਡ ਵਿੱਚ ਰਹਿੰਦੇ ਸਾਰੇ ਲੋਕੀਂ ਇਸ ਤਿਉਹਾਰ ਬਾਰੇ ਜਾਣਦੇ ਹਨ। ਕਰਿਸਮਸ ਹਰ ਸਾਲ ਪੱਚੀ ਦਸੰਬਰ ਨੂੰ ਹੁੰਦੀ ਹੈ। ਲੋਕੀਂ ਇਸ ਦਿਨ ਤੋਂ ਕਈ ਦਿਨ ਪਹਿਲਾਂ ਹੀ ਆਪਣੇ ਰਿਸ਼ਤੇਦਾਰਾਂ ਅਤੇ ਮਿੱਤਰਾਂ ਦੋਸਤਾਂ ਨੂੰ ਤੋਹਫ਼ੇ ਅਤੇ ਕਾਰਡ ਦੇਣੇ ਸ਼ੁਰੂ ਕਰ ਦਿੰਦੇ ਹਨ। ਕਰਿਸਮਸ ਵਾਲੇ ਦਿਨ ਰਿਸ਼ਤੇਦਾਰ ਇਕੱਠੇ ਹੋ ਕੇ ਖਾਣਾ ਖਾਂਦੇ ਹਨ। ਕਈ ਲੋਕ ਰੈਸਟੋਰੈਂਟਾਂ ਵਿੱਚ ਖਾਣਾ ਖਾਣ ਜਾਂਦੇ ਹਨ। ਸਕੂਲਾਂ ਵਿੱਚ ਕਰਿਸਮਸ ਕਾਰਨ ਦੋ ਹਫ਼ਤਿਆਂ ਦੀਆਂ ਛੁੱਟੀਆਂ ਹੁੰਦੀਆਂ ਹਨ।

ਦੀਵਾਲੀ : ਇੰਗਲੈਂਡ ਵਿੱਚ ਹਿੰਦੂ ਅਤੇ ਸਿੱਖਾਂ ਦੀ ਵੱਡੀ ਗਿਣਤੀ ਹੈ। ਹਿੰਦੂ ਅਤੇ ਸਿੱਖ ਦੀਵਾਲੀ ਬੜੀ ਧੂਮਧਾਮ ਨਾਲ ਮਨਾਉਂਦੇ ਹਨ। ਇਸ ਦਿਨ ਲੋਕੀਂ ਆਪਣੇ ਘਰਾਂ ਨੂੰ ਸਜਾਉਂਦੇ ਹਨ ਅਤੇ ਰਾਤ ਨੂੰ ਕਈ ਤਰ੍ਹਾਂ ਦੀਆਂ ਲਾਈਟਾਂ ਜਗਾਉਂਦੇ ਹਨ। ਰਾਤ ਨੂੰ ਸਾਰੇ ਪਰਿਵਾਰ ਦੇ ਮੈਂਬਰ ਰਲ ਕੇ ਪਟਾਕੇ ਆਦਿ ਚਲਾਉਂਦੇ ਹਨ। ਲੋਕੀਂ ਇੱਕ ਦੂਜੇ ਨੂੰ ਮਠਿਆਈ ਅਤੇ ਤੋਹਫ਼ੇ ਦਿੰਦੇ ਹਨ।

ਗੁਰਪੁਰਬ : ਸਿੱਖਾਂ ਦੇ ਤਿਉਹਾਰਾਂ ਨੂੰ ਗੁਰਪੁਰਬ ਕਹਿੰਦੇ ਹਨ। ਸਿੱਖ ਵਿਸਾਖੀ ਅਤੇ ਗੁਰੂਆਂ ਦੇ ਜਨਮ ਅਤੇ ਸ਼ਹੀਦੀ ਦਿਨਾਂ ਨੂੰ ਗੁਰਦੁਆਰਿਆਂ ਵਿੱਚ ਅਖੰਡ ਪਾਠ ਕਰਕੇ ਮਨਾਉਂਦੇ ਹਨ। ਗੁਰਪੁਰਬ ਵਾਲੇ ਦਿਨ ਸਿੱਖ ਗੁਰਦੁਆਰੇ ਜਾਂਦੇ ਹਨ, ਪਾਠ ਸੁਣਦੇ ਹਨ ਅਤੇ ਲੰਗਰ ਛਕਦੇ ਹਨ। ਅੱਜ ਕੱਲ੍ਹ ਇੰਗਲੈਂਡ ਵਿੱਚ ਕਈ ਸ਼ਹਿਰਾਂ ਵਿੱਚ ਨਗਰ ਕੀਰਤਨ ਵੀ ਨਿਕਲਦੇ ਹਨ, ਜਿਹਨਾਂ ਵਿੱਚ ਹਜ਼ਾਰਾਂ ਦੀ ਗਿਣਤੀ ਵਿੱਚ ਲੋਕ ਸ਼ਾਮਲ ਹੁੰਦੇ ਹਨ।

ਈਦ : ਇੰਗਲੈਂਡ ਵਿੱਚ ਕਾਫ਼ੀ ਮੁਸਲਮਾਨ ਰਹਿੰਦੇ ਹਨ। ਈਦ ਮੁਸਲਮਾਨਾਂ ਦਾ ਪ੍ਰਸਿੱਧ ਤਿਉਹਾਰ ਹੈ। ਈਦ ਵਾਲੇ ਦਿਨ ਮੁਸਲਮਾਨ ਆਪਣੇ ਰਿਸ਼ਤੇਦਾਰਾਂ, ਮਿੱਤਰਾਂ-ਦੋਸਤਾਂ ਨੂੰ ਤੋਹਫ਼ੇ ਅਤੇ ਕਾਰਡ ਦਿੰਦੇ ਹਨ। ਇਸ ਦਿਨ ਲੋਕੀਂ ਨਵੇਂ ਕਪੜੇ ਪਾਉਂਦੇ ਹਨ।

Read the sentences in the grid below.

For each statement in the grid write :

T (True), F (False), ? (not in the text)

Example	The majority of people in England are Christian.	T
1.	Everybody celebrates Christmas in England	
2.	Schools close for three weeks for Christmas.	
3.	Christmas is on December 20.	
4.	People have parties and are very happy on Christmas day.	
5.	Diwali is a common festival of Hindus and the Sikhs.	
6.	People like to have extra lights in their homes on Diwali night.	
7.	People give gifts to each other on the Diwali day.	
8.	The Sikhs celebrate Diwali by organising Akhand Path ceremonies.	
9.	Many people go to the Panjab to celebrate Vaisakhi.	
10.	The Sikhs do not go to the Gurdwaras on Gurpurb day.	
11.	The Muslims put on their new clothes to celebrate Eid.	

F/H

6. You read this e-mail message from your friend Jatinder.

ਪਿਆਰੇ ਦਲਜੀਤ,

ਸਤਿ ਸ੍ਰੀ ਅਕਾਲ। ਤੁਹਾਨੂੰ ਇਹ ਜਾਣ ਕੇ [3] ਹੋਵੇਗੀ ਕਿ ਫ਼ਰਵਰੀ ਦੀ 28 ਤਰੀਕ ਨੂੰ ਮੇਰਾ ਅਠਾਰ੍ਹਵਾਂ [ ] ਦਿਨ ਹੈ। ਇਸ ਸਾਲ ਮੇਰੇ ਮਾਤਾ ਪਿਤਾ ਜੀ ਨੇ ਮੇਰੇ ਜਨਮ ਦਿਨ 'ਤੇ ਇੱਕ ਵੱਡੀ ਪਾਰਟੀ ਕਰਨ ਦਾ [ ] ਬਣਾਇਆ ਹੈ। ਪਾਰਟੀ ਆਪਣੇ ਘਰ ਵਿੱਚ [ ] ਦੇ ਸਾਢੇ ਸੱਤ ਵਜੇ ਤੋਂ ਰਾਤ ਦੇ ਦਸ ਵਜੇ ਤੱਕ ਹੋਵੇਗੀ। ਗੀਤ [ ] ਦਾ ਪ੍ਰੋਗਰਾਮ ਇੱਕ ਡੀ.ਜੇ. ਗਰੁੱਪ ਕਰੇਗਾ। ਖਾਣ ਪੀਣ ਲਈ ਕਈ ਕਿਸਮ ਦੇ [ ] ਹੋਣਗੇ।

ਤੁਸੀਂ ਸਾਰੇ ਪਰਿਵਾਰ ਸਮੇਤ ਇਸ [ ] 'ਤੇ ਜ਼ਰੂਰ ਆਉਣਾ। ਅਸੀਂ ਬਹੁਤ ਧੰਨਵਾਦੀ ਹੋਵਾਂਗੇ, ਜੇ ਤੁਸੀਂ ਸਾਰੇ ਆ ਸਕੋ।

ਤੁਹਾਡਾ ਮਿੱਤਰ,
ਜਤਿੰਦਰ

1. ਪਾਰਟੀ	3. ਖ਼ੁਸ਼ੀ	5. ਖਾਣੇ	7. ਦਿਨ
2. ਸੰਗੀਤ	4. ਪ੍ਰੋਗਰਾਮ	6. ਜਨਮ	8. ਸ਼ਾਮ

H

7. You read Arjun's article on Vaisakhi festival in a Panjabi Magazine.

ਵਿਸਾਖੀ

ਵਿਸਾਖੀ ਸਿੱਖਾਂ ਦਾ ਇੱਕ ਮਹੱਤਵਪੂਰਨ ਤਿਉਹਾਰ ਹੈ। ਇਹ ਤਿਉਹਾਰ ਹਰ ਸਾਲ 13 ਅਪ੍ਰੈਲ ਨੂੰ ਆਉਂਦਾ ਹੈ। ਗੁਰੂ ਗੋਬਿੰਦ ਸਿੰਘ ਜੀ ਨੇ 13 ਅਪ੍ਰੈਲ, 1699 ਨੂੰ ਖ਼ਾਲਸਾ ਪੰਥ ਸਾਜਿਆ ਸੀ। ਸਿੱਖ ਦੂਜੇ ਤਿਉਹਾਰਾਂ ਵਾਂਗ ਵਿਸਾਖੀ ਨੂੰ ਵੀ ਗੁਰਦੁਆਰਿਆਂ ਵਿੱਚ ਅਖੰਡ ਪਾਠ ਰਖਵਾ ਕੇ ਮਨਾਉਂਦੇ ਹਨ। ਇਸ ਦਿਨ ਲੋਕੀਂ ਭਾਰੀ ਗਿਣਤੀ ਵਿੱਚ ਗੁਰਦੁਆਰੇ ਜਾਂਦੇ ਹਨ ਅਤੇ ਪਾਠ ਸੁਣਦੇ ਹਨ, ਲੰਗਰ ਛਕਦੇ ਹਨ ਅਤੇ ਨਗਰ ਕੀਰਤਨ ਵਿੱਚ ਹਿੱਸਾ ਲੈਂਦੇ ਹਨ। ਇਸ ਦਿਨ ਪੁਰਾਣਾ ਨਿਸ਼ਾਨ ਸਾਹਿਬ ਉਤਾਰਿਆ ਜਾਂਦਾ ਹੈ ਅਤੇ ਨਵਾਂ ਲਹਿਰਾਇਆ ਜਾਂਦਾ ਹੈ। ਸਿੱਖ ਵਿਸਾਖੀ ਵਾਲੇ ਦਿਨ ਅੰਮ੍ਰਿਤ ਛਕਣ ਨੂੰ ਵਧੇਰੇ ਚੰਗਾ ਸਮਝਦੇ ਹਨ, ਕਿਉਂਕਿ ਇਹ ਰਸਮ ਗੁਰੂ ਗੋਬਿੰਦ ਸਿੰਘ ਜੀ ਨੇ 1699 ਈ. ਵਿੱਚ ਵਿਸਾਖੀ ਵਾਲੇ ਦਿਨ ਹੀ ਸ਼ੁਰੂ ਕੀਤੀ ਸੀ।

ਅਨੰਦਪੁਰ ਸਾਹਿਬ ਦੀ ਵਿਸਾਖੀ ਖ਼ਾਸ ਮਹੱਤਤਾ ਰੱਖਦੀ ਹੈ ਕਿਉਂਕਿ ਇੱਥੇ ਹੀ ਖ਼ਾਲਸਾ ਪੰਥ ਦੀ ਸਾਜਨਾ ਹੋਈ ਸੀ। ਹਰ ਸਾਲ ਇੱਥੇ ਵਿਸਾਖੀ ਬੜੀ ਧੂਮਧਾਮ ਨਾਲ ਮਨਾਈ ਜਾਂਦੀ ਹੈ। ਲੱਖਾਂ ਦੀ ਗਿਣਤੀ ਵਿੱਚ ਲੋਕੀਂ ਇੱਥੇ ਇਕੱਠੇ ਹੁੰਦੇ ਹਨ ਅਤੇ ਵਿਸਾਖੀ ਮਨਾਉਂਦੇ ਹਨ।

ਅੰਮ੍ਰਿਤਸਰ ਦੀ ਵਿਸਾਖੀ ਦੇਖਣਯੋਗ ਹੁੰਦੀ ਹੈ। ਇੱਥੇ ਹਰਿਮੰਦਰ ਸਾਹਿਬ ਦੇ ਦਰਸ਼ਨਾਂ ਲਈ ਲੋਕੀਂ ਦੂਰ ਦੂਰ ਤੋਂ ਆਉਂਦੇ ਹਨ। ਹਰ ਪਾਸੇ ਖ਼ੁਸ਼ੀਆਂ ਭਰਿਆ ਮਾਹੌਲ ਹੁੰਦਾ ਹੈ।

ਪੰਜਾਬ ਵਿੱਚ ਇਹ ਦਿਨ ਫ਼ਸਲਾਂ ਦੀ ਵਾਢੀ ਦੇ ਮੌਸਮ ਦਾ ਆਰੰਭ ਕਰਕੇ ਵੀ ਜਾਣਿਆ ਜਾਂਦਾ ਹੈ। ਇਹ ਉਹ ਸਮਾਂ ਹੈ, ਜਦੋਂ ਫ਼ਸਲ ਘਰ ਆਉਂਦੀ ਹੈ ਅਤੇ ਸਾਰੇ ਕਿਸਾਨ ਖ਼ੁਸ਼ੀਆਂ ਮਨਾਉਂਦੇ ਹਨ। ਉਹ ਖ਼ੁਸ਼ੀ ਵਿੱਚ ਨੱਚਦੇ ਹਨ, ਭੰਗੜਾ ਪਾਉਂਦੇ ਹਨ ਅਤੇ ਗਾਣੇ ਗਾਉਂਦੇ ਹਨ। ਇਸਤਰੀਆਂ ਖ਼ੁਸ਼ੀ ਵਿੱਚ ਗਿੱਧਾ ਪਾਉਂਦੀਆਂ ਹਨ।

ਅੱਜ ਕੱਲ੍ਹ ਇੰਗਲੈਂਡ ਅਤੇ ਬਹੁਤ ਸਾਰੇ ਹੋਰ ਦੇਸ਼ਾਂ ਵਿੱਚ ਜਿਥੇ ਪੰਜਾਬੀ ਰਹਿੰਦੇ ਹਨ, ਉਥੇ ਵੀ ਵਿਸਾਖੀ ਬੜੀ ਧੂਮਧਾਮ ਨਾਲ ਮਨਾਈ ਜਾਂਦੀ ਹੈ। ਗੁਰਦੁਆਰਿਆਂ ਵਿੱਚ ਅਖੰਡ ਪਾਠ ਕੀਤੇ ਜਾਂਦੇ ਹਨ ਅਤੇ ਨਗਰ ਕੀਰਤਨ ਕੱਢੇ ਜਾਂਦੇ ਹਨ। ਵਿਸਾਖੀ ਵਾਲੇ ਦਿਨ ਸਿੱਖ ਗੁਰਦੁਆਰੇ ਜਾ ਕੇ ਮੱਥਾ ਟੇਕਣਾ, ਕੀਰਤਨ ਸੁਣਨਾ ਅਤੇ ਪੰਗਤ ਵਿੱਚ ਬੈਠ ਕੇ ਖਾਣਾ ਖਾਣਾ ਆਪਨਾ ਫ਼ਰਜ਼ ਸਮਝਦੇ ਹਨ। ਪੰਜਾਬੀ ਲੋਕ ਇੱਕ ਦੂਜੇ ਨੂੰ ਵਿਸਾਖੀ ਦੀਆਂ ਵਧਾਈਆਂ ਦਿੰਦੇ ਹਨ ਅਤੇ ਇਸ ਤਿਉਹਾਰ ਨੂੰ ਆਪਨੇ ਘਰਾਂ ਵਿੱਚ ਵੀ ਖ਼ੁਸ਼ੀਆਂ ਨਾਲ ਮਨਾਉਂਦੇ ਹਨ। ਇੱਕ ਦੂਜੇ ਨੂੰ ਮਠਿਆਈਆਂ ਅਤੇ ਤੋਹਫ਼ੇ ਦਿੰਦੇ ਹਨ।

(a) When is Vaisakhi celebrated each year?
   ....

(b) Why is Vaisakhi important for the Sikhs?
   ....

(c) How do Sikhs celebrate Vaisakhi? Give four details.
   ....
   ....
   ....
   ....

(d) Why do a large number of people gather at Anandpur Sahib to celebrate the Vaisakhi festival?
   ....

(e) How do farmers in Panjab celebrate Vaisakhi? Give three details.
   (i) ....
   (ii) ....
   (iii) ....

(f) Why do the farmers feel so happy at the time of Vaisakhi?
   ....

(g) How do people in England and other countries celebrate the festival of Vaisakhi? Give four details.
   ....
   ....
   ....
   ....

(h) How do people celebrate Vaisakhi in their homes?
   .... H

(b) Home, town, neighbourhood and region, where it is and what it is like?

1. You read these signs.

(a) A. ਯੂਨੀਵਰਸਿਟੀ   B. ਕੌਂਸਲ ਹਾਊਸ   C. ਸਿਟੀ ਸੈਂਟਰ

Which of these signs is for the Council House?

Write the letter of the correct answer in the box. ☐

(b) A. ਗੁਰਦੁਆਰਾ   B. ਸਿਨਮਾ ਘਰ   C. ਬੈਂਕ

Which of these signs is for the bank?

Write the letter of the correct answer in the box. ☐

(c) A. ਇੰਡੀਅਨ ਕਮਿਊਨਿਟੀ ਸੈਂਟਰ   B. ਚਰਚ   C. ਸਪੋਰਟਸ ਸੈਂਟਰ

Which of these signs is for the Indian Community Centre?

Write the letter of the correct answer in the box. ☐   F

2. You see this signpost.

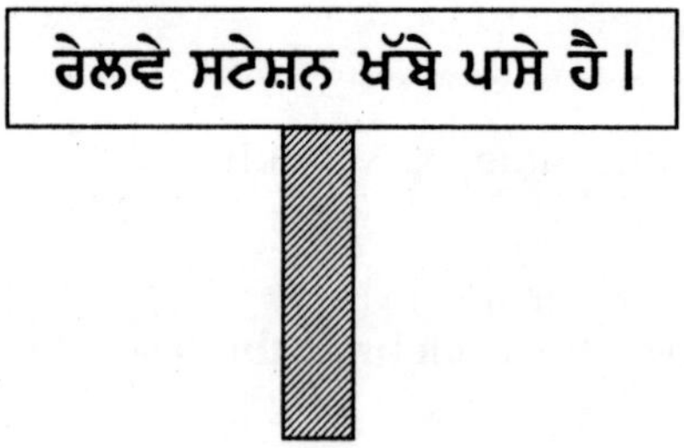

ਰੇਲਵੇ ਸਟੇਸ਼ਨ ਖੱਬੇ ਪਾਸੇ ਹੈ।

A. ⌐   B. | C. ⌐

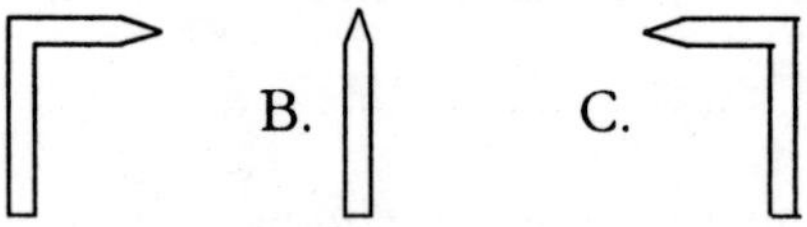

Which of these signs is for the railway station?

Write the letter of the correct answer in the box. ☐   F

118

3. Your elder brother is going to university this year to study. He wants to rent a room which should be big, near the university and cheap.

He reads the advertisements of three rooms in the newspaper.

ਕਿਰਾਏ ਲਈ ਖ਼ਾਲੀ ਕਮਰਾ

1. ਯੂਨੀਵਰਸਿਟੀ ਤੋਂ ਕੇਵਲ ਇੱਕ ਮੀਲ ਦੂਰ ਸਾਫ਼ ਸੁਥਰਾ ਕਮਰਾ, ਰਹਿਣ ਲਈ ਸਾਰੀਆਂ ਸਹੂਲਤਾਂ, ਖਾਣਾ ਬਣਾਉਣ ਅਤੇ ਨਹਾਉਣ ਧੋਣ ਦੀਆਂ ਸਹੂਲਤਾਂ, ਵਾਸ਼ਿੰਗ ਮਸ਼ੀਨ ਦਾ ਪ੍ਰਬੰਧ, ਕਿਰਾਇਆ 55 ਪੌਂਡ ਪ੍ਰਤਿ ਹਫ਼ਤਾ।

2. ਯੂਨੀਵਰਸਿਟੀ ਤੋਂ ਥੋੜ੍ਹਾ ਦੂਰ ਪਰ ਸ਼ਹਿਰ ਦੇ ਨੇੜੇ, ਖਾਣ ਪੀਣ ਅਤੇ ਨਹਾਉਣ ਦਾ ਸਾਂਝਾ ਪ੍ਰਬੰਧ, ਖੁੱਲ੍ਹਾ ਹਵਾਦਾਰ ਕਮਰਾ, ਬੱਸ ਅੱਡੇ ਦੇ ਬਿਲਕੁਲ ਨੇੜੇ, ਕਿਰਾਇਆ ਸਿਰਫ਼ 35 ਪੌਂਡ ਪ੍ਰਤਿ ਹਫ਼ਤਾ।

3. ਯੂਨੀਵਰਸਿਟੀ ਦੇ ਨੇੜੇ ਅਤੇ ਸ਼ਹਿਰ ਦੇ ਰੌਲੇ ਗੌਲੇ ਤੋਂ ਦੂਰ, ਰੇਲਵੇ ਸਟੇਸ਼ਨ ਤੋਂ ਨੇੜੇ। ਬਹੁਤ ਵੱਡਾ ਕਮਰਾ, ਕਿਰਾਇਆ 40 ਪੌਂਡ ਪ੍ਰਤਿ ਹਫ਼ਤਾ।

(a) Which of the three rooms is more suitable for your brother?

Write the number of the correct answer in the box. ☐

(b) Why?

....

(c) Why are the other two rooms not suitable? Give two reasons for each.

....

....

....

....

F

4. You read a part of Arjun's article on the class display board.

> ਮੇਰੇ ਘਰ ਦਾ ਨੰਬਰ 25 ਹੈ। ਸਾਡਾ ਘਰ ਰਾਈਟ ਸਟਰੀਟ 'ਤੇ ਹੰਸਲੋ ਸ਼ਹਿਰ ਵਿੱਚ ਹੈ। ਇਹ ਹੀਥਰੋ ਏਅਰਪੋਰਟ ਲੰਡਨ ਦੇ ਲਾਗੇ ਹੈ। ਸਾਡੇ ਘਰ ਦੇ ਉਪਰੋਂ ਹਰ ਵੇਲੇ ਹਵਾਈ ਜਹਾਜ਼ ਲੰਘਦੇ ਰਹਿੰਦੇ ਹਨ। ਇਸ ਕਰਕੇ ਹਰ ਵੇਲੇ ਹਵਾਈ ਜਹਾਜ਼ਾਂ ਦੀ ਆਵਾਜ਼ ਆਉਂਦੀ ਰਹਿੰਦੀ ਹੈ। ਪੜ੍ਹਾਈ ਵਿੱਚ ਮਨ ਲਾਉਣਾ ਔਖਾ ਹੋ ਜਾਂਦਾ ਹੈ। ਇਸ ਕਰਕੇ ਮੈਂ ਆਪਣੇ ਘਰ ਨੂੰ ਬਹੁਤਾ ਪਸੰਦ ਨਹੀਂ ਕਰਦਾ।

(a) Where does Arjun live?

....

(b) Why can he not concentrate on his studies?

.... F

5. You read a part of Sharon's article.

> ਮੈਂ ਇੱਕ ਫ਼ਲੈਟ ਵਿੱਚ ਰਹਿੰਦੀ ਹਾਂ। ਸਾਡੇ ਫ਼ਲੈਟ ਨਾਲ ਕੋਈ ਗਾਰਡਨ ਨਹੀਂ ਹੈ ਪਰ ਇਹ ਫ਼ਲੈਟ ਸ਼ਹਿਰ ਦੇ ਇੱਕ ਅਮੀਰ ਇਲਾਕੇ ਵਿੱਚ ਹੈ। ਇਸ ਇਲਾਕੇ ਵਿੱਚ ਕੋਈ ਰੌਲਾ ਗੌਲਾ ਨਹੀਂ ਹੁੰਦਾ। ਹਰ ਕੋਈ ਬੜੇ ਪਿਆਰ ਨਾਲ ਰਹਿੰਦਾ ਹੈ। ਇਹ ਤੀਜੀ ਮੰਜ਼ਲ 'ਤੇ ਹੈ। ਮੈਂ ਆਪਣੇ ਮਾਤਾ ਪਿਤਾ ਜੀ ਦੀ ਬਹੁਤ ਸਹਾਇਤਾ ਕਰਦੀ ਹਾਂ। ਘਰ ਵਿੱਚ ਮੈਂ ਰੋਟੀ ਬਣਾਉਣ ਵਿੱਚ ਅਤੇ ਕਪੜੇ ਪ੍ਰੈੱਸ ਕਰਨ ਵਿੱਚ ਸਹਾਇਤਾ ਕਰਦੀ ਹਾਂ। ਹਰ ਸ਼ੁੱਕਰਵਾਰ ਸ਼ਾਮ ਨੂੰ ਮੈਂ ਆਪਣੇ ਮਾਤਾ ਜੀ ਨਾਲ ਚੀਜ਼ਾਂ ਖ਼੍ਰੀਦਣ ਲਈ ਬਜ਼ਾਰ ਜਾਂਦੀ ਹਾਂ। ਸਵੇਰ ਨੂੰ ਮੈਂ ਆਪਣੇ ਛੋਟੇ ਭਰਾ ਨੂੰ ਸਕੂਲ ਜਾਣ ਲਈ ਤਿਆਰ ਕਰਦੀ ਹਾਂ।

(a) Where does Sharon live?

....

(b) What is the area like?

....

(c) How does she help her parents at home? Give three details.

(i) ....

(ii) ....

(iii) .... F

6. You read this advertisement.

> ### ਕਿਰਾਏ ਲਈ ਖ਼ਾਲੀ ਘਰ
>
> ਸਟੋਕ ਦੇ ਏਰੀਏ ਵਿੱਚ ਤਿੰਨ ਸੌਣ ਵਾਲੇ ਕਮਰਿਆਂ ਵਾਲਾ ਘਰ ਕਿਰਾਏ ਲਈ ਖ਼ਾਲੀ ਹੈ। ਇਸ ਵਿੱਚ ਇੱਕ ਸਾਂਝਾ ਬੈਠਣ ਵਾਲਾ ਕਮਰਾ, ਰਸੋਈ ਅਤੇ ਇੱਕ ਗ਼ੁਸਲਖ਼ਾਨਾ ਹੈ। ਥੋੜ੍ਹਾ ਚਿਰ ਪਹਿਲਾਂ ਹੀ ਸਾਰੇ ਘਰ ਨੂੰ ਰੰਗ ਕੀਤਾ ਸੀ ਅਤੇ ਪੇਪਰ ਲਾਇਆ ਸੀ। ਸ਼ਹਿਰ ਤੋਂ ਬਿਲਕੁਲ ਨੇੜੇ ਹੈ ਅਤੇ ਯੂਨੀਵਰਸਿਟੀ ਤੋਂ ਵੀ ਦੂਰ ਨਹੀਂ ਹੈ। ਤਿੰਨ ਵਿਦਿਆਰਥੀਆਂ ਲਈ ਵਧੀਆ ਰਿਹਾਇਸ਼ ਹੈ। ਹਫ਼ਤੇ ਦਾ ਕਿਰਾਇਆ ਸਿਰਫ਼ 150 ਪੌਂਡ ਹੈ। ਇਸ ਇਲਾਕੇ ਵਿੱਚ ਕਈ ਛੋਟੇ ਛੋਟੇ ਰੈਸਟੋਰੈਂਟ ਵੀ ਹਨ।

a. What does the heading of this advertisement mean?

  ....

b. What is the house like? Give three details.

  (i)   ....

  (ii) ....

  (iii) ....

c. Why will this house be more suitable for students? Give three reasons.

  (i)   ....

  (ii) ....

  (iii) ....

F

7. Manjit has prepared this word puzzle which has two word-lists.

	Word-list 1
1.	ਚਰਚ
2.	ਵਿਦਿਆਰਥੀ
3.	ਗੁਰਦੁਆਰਾ
4.	ਕੌਂਸਲ ਹਾਊਸ
5.	ਸਿਟੀ ਸੈਂਟਰ
6.	ਕਮਿਊਨਿਟੀ ਸੈਂਟਰ
7.	ਸਕੂਲ
8.	ਦੁਕਾਨ

Select the words from the list above and match with the words in the list below by writing the correct number in the box.

Word-list 2	
ਕੌਂਸਲਰ	4
ਕਲਚਰਲ ਪ੍ਰੋਗਰਾਮ	
ਪਾਦਰੀ	
ਚੀਜ਼ਾਂ ਖ੍ਰੀਦਣਾ	
ਗ੍ਰੰਥੀ	
ਵਿਦਿਆਰਥੀ	

F

8. You read this advertisement in a local newspaper.

> **ਕਿਰਾਏ ਲਈ ਖ਼ਾਲੀ ਦੁਕਾਨ**
>
> ਚੰਡੀਗੜ੍ਹ ਸੈਕਟਰ 17 ਵਿੱਚ ਇੱਕ ਦੁਕਾਨ ਕਿਰਾਏ ਲਈ ਖ਼ਾਲੀ ਹੈ। ਇਹ ਇਲਾਕਾ ਵਪਾਰ ਲਈ ਚੰਗਾ ਹੈ। ਦੁਕਾਨ ਦੇ ਉੱਪਰ ਰਹਿਣ ਲਈ ਦੋ ਸੌਣ ਵਾਲੇ ਕਮਰੇ, ਇੱਕ ਰਸੋਈ, ਇੱਕ ਬੈਠਣ ਵਾਲਾ ਵੱਡਾ ਕਮਰਾ ਅਤੇ ਇੱਕ ਗ਼ੁਸਲਖ਼ਾਨਾ ਹੈ। ਦੁਕਾਨ ਦੇ ਥੱਲੇ ਇੱਕ ਵੱਡਾ ਸਟੋਰ ਰੂਮ ਹੈ ਜਿਸ ਵਿੱਚ ਬਹੁਤ ਸਾਮਾਨ ਰੱਖਿਆ ਜਾ ਸਕਦਾ ਹੈ। ਅੱਜ ਕੱਲ੍ਹ ਇਸ ਦੁਕਾਨ ਵਿੱਚ ਕੱਪੜਿਆਂ ਦਾ ਵਿਉਪਾਰ ਹੈ ਪਰ ਇਸ ਵਿੱਚ ਕਿਸੇ ਵੀ ਕਿਸਮ ਦਾ ਕਾਰੋਬਾਰ ਸ਼ੁਰੂ ਕਰਨ ਦੀ ਆਗਿਆ ਮਿਲ ਸਕਦੀ ਹੈ। ਕਿਰਾਇਆ ਸਿਰਫ਼ ਪੱਚੀ ਹਜ਼ਾਰ ਰੁਪਏ ਮਹੀਨਾ ਹੈ।

Read the statements in the grid below.

For each statement in the grid write :

T (True), F (False), ? (not in the text)

Example	The shop is in Chandigarh.	T
1.	You can do good business here.	
2.	There is no accommodation on top of the shop.	
3.	There is plenty of storage space under the shop.	
4.	At present shoes are sold at this shop.	
5.	The shop has a car park.	

F/H

9. You read a part of description which Kamaljit has written about his new house.

> ਮੇਰਾ ਨਵਾਂ ਘਰ ਮੈਨੂੰ ਬਹੁਤ ਪਸੰਦ ਹੈ ਕਿਉਂਕਿ ਇਹ ਸ਼ਹਿਰ ਦੇ ਬਿਲਕੁਲ ਲਾਗੇ ਹੈ। ਜਦੋਂ ਵੀ ਕੋਈ ਚੀਜ਼ ਖ਼੍ਰੀਦਣੀ ਹੋਵੇ ਜਾਂ ਸ਼ਹਿਰ ਵਿੱਚ ਕੋਈ ਹੋਰ ਕੰਮ ਹੋਵੇ ਤਾਂ ਅਸੀਂ ਪੰਜਾਂ ਮਿੰਟਾਂ ਵਿੱਚ ਤੁਰ ਕੇ ਸ਼ਹਿਰ ਪਹੁੰਚ ਜਾਂਦੇ ਹਾਂ। ਐਵੇਂ ਬੱਸਾਂ ਵਿੱਚ ਸਮਾਂ ਅਤੇ ਪੈਸਾ ਖ਼ਰਾਬ ਨਹੀਂ ਹੁੰਦਾ ਅਤੇ ਨਾ ਹੀ ਕਾਰ ਪਾਰਕ ਕਰਨ ਲਈ ਥਾਂ ਟੋਲਣੀ ਪੈਂਦੀ ਹੈ। ਸਾਡੀ ਸੜਕ 'ਤੇ ਆਮ ਤੌਰ 'ਤੇ ਜੁੜਵੇਂ ਘਰ ਹਨ ਪਰ ਸਾਡਾ ਇੱਕ ਇਕੱਲਾ ਘਰ ਹੈ ਅਤੇ ਕਾਫ਼ੀ ਵੱਡਾ ਹੈ। ਸਾਡੇ ਘਰ ਦੇ ਦੋਨੋਂ ਬਗ਼ੀਚੇ ਬਹੁਤ ਵੱਡੇ ਹਨ। ਦੋਨੋਂ ਬਗ਼ੀਚਿਆਂ ਵਿੱਚ ਹਰਾ ਘਾਹ ਅਤੇ ਤਰ੍ਹਾਂ ਤਰ੍ਹਾਂ ਦੇ ਫੁੱਲ ਬਹੁਤ ਸੁੰਦਰ ਲੱਗਦੇ ਹਨ। ਪਿਛਲੇ ਬਗ਼ੀਚੇ ਦੇ ਇੱਕ ਕੋਨੇ ਵਿੱਚ ਅਸੀਂ ਕੁਝ ਸਬਜ਼ੀਆਂ ਬੀਜਦੇ ਹਾਂ। ਅਸੀਂ ਆਪਣਾ ਪੁਰਾਣਾ ਘਰ ਬਦਲਿਆ ਸੀ ਕਿਉਂਕਿ ਉਹ ਛੋਟਾ ਸੀ ਅਤੇ ਆਲੇ-ਦੁਆਲੇ ਦਾ ਇਲਾਕਾ ਬਹੁਤਾ ਚੰਗਾ ਨਹੀਂ ਸੀ। ਸਾਡਾ ਪੁਰਾਣਾ ਘਰ ਟਾਊਨ ਸੈਂਟਰ ਤੋਂ ਵੀ ਕਾਫ਼ੀ ਦੂਰ ਸੀ। ਸਾਡੇ ਨਵੇਂ ਘਰ ਦਾ ਪੂਰਾ ਪਤਾ 540 ਰੋਮਨ ਰੋਡ, ਸਟੋਕ ਕਾਵੈਂਟਰੀ ਹੈ।

(a) What is Kamaljit's opinion about his new house?

   ....

(b) How has Kamaljit and his family benefited from the new house? Give three details.

   (i) ....

   (ii) ....

   (iii) ....

(c) What is Kamaljit's new house like? Give two details.

   (i) ....

   (ii) ....

(d) Why did Kamaljit's parents change their old house? Give three reasons.

   (i) ....

   (ii) ....

   (iii) .... F/H

10. You read Ranjita's article about her city in the school magazine.

ਮੇਰਾ ਸ਼ਹਿਰ

ਮੈਂ ਬਰਮਿੰਘਮ ਸ਼ਹਿਰ ਵਿੱਚ ਰਹਿੰਦੀ ਹਾਂ। ਇਹ ਸ਼ਹਿਰ ਮਿਡਲੈਂਡ ਦੇ ਇਲਾਕੇ ਵਿੱਚ ਹੈ। ਇਹ ਬਹੁਤ ਵੱਡਾ ਸ਼ਹਿਰ ਹੈ ਅਤੇ ਲੰਡਨ ਤੋਂ ਬਾਅਦ ਇਹ ਸਾਰੇ ਦੇਸ਼ ਵਿੱਚ ਦੂਜੇ ਨੰਬਰ 'ਤੇ ਆਉਂਦਾ ਹੈ।

ਇਹ ਸ਼ਹਿਰ ਐਮ 6, ਐਮ 40 ਅਤੇ ਐਮ 42 ਦੇ ਲਾਗੇ ਹੈ ਅਤੇ ਇਸ ਦੇ ਆਲੇ-ਦੁਆਲ਼ੇ ਕਾਵੈਂਟਰੀ, ਲਮਿੰਗਟਨ ਸਪਾ, ਸੋਲੀਹਲ, ਵਾਲਸਲ, ਡਡਲੀ, ਵੁਲਵਰਹੈਮਪਟਨ ਆਦਿ ਸ਼ਹਿਰ ਪੈਂਦੇ ਹਨ। ਸ਼ਹਿਰ ਦੇ ਲਗਭਗ ਗੱਭੇ ਇੱਕ ਬਹੁਤ ਵੱਡਾ ਰੇਲਵੇ ਸਟੇਸ਼ਨ ਹੈ, ਜਿੱਥੋਂ ਇੰਗਲੈਂਡ ਦੇ ਕਈ ਪਾਸਿਆਂ ਨੂੰ ਗੱਡੀਆਂ ਜਾਂਦੀਆਂ ਹਨ।

ਬਰਮਿੰਘਮ ਵਿੱਚ ਇੱਕ ਅੰਤਰ-ਰਾਸ਼ਟਰੀ ਏਅਰਪੋਰਟ ਹੈ, ਜਿੱਥੋਂ ਕਈ ਦੂਜੇ ਦੇਸ਼ਾਂ ਨੂੰ ਹਵਾਈ ਜਹਾਜ਼ ਜਾਂਦੇ ਹਨ। ਇੱਥੇ ਇੱਕ ਬਹੁਤ ਵੱਡਾ ਨੈਸ਼ਨਲ ਐਗਜ਼ੀਬੀਸ਼ਨ ਸੈਂਟਰ ਹੈ, ਜੋ 1976 ਵਿੱਚ ਖੁੱਲ੍ਹਿਆ ਸੀ। ਐਗਜ਼ੀਬੀਸ਼ਨ ਸੈਂਟਰ ਵਿੱਚ ਬਹੁਤ ਕੰਪਨੀਆਂ ਆਪਣੀਆਂ ਆਪਣੀਆਂ ਚੀਜ਼ਾਂ ਦੀ ਨੁਮਾਇਸ਼ ਲਾਉਂਦੀਆਂ ਹਨ।

ਇਹ ਸ਼ਹਿਰ ਵਿੱਦਿਆ ਦਾ ਇੱਕ ਵੱਡਾ ਕੇਂਦਰ ਹੈ। ਇੱਥੇ ਬਹੁਤ ਸਾਰੇ ਸਕੂਲ ਅਤੇ ਤਿੰਨ ਯੂਨੀਵਰਸਿਟੀਆਂ ਹਨ। ਇੱਥੇ ਬਾਹਰਲੇ ਦੇਸ਼ਾਂ ਤੋਂ ਬਹੁਤ ਸਾਰੇ ਵਿਦਿਆਰਥੀ ਵਿੱਦਿਆ ਪ੍ਰਾਪਤ ਕਰਨ ਲਈ ਆਉਂਦੇ ਹਨ।

ਮੈਨੂੰ ਆਪਣਾ ਸ਼ਹਿਰ ਬਹੁਤ ਪਸੰਦ ਹੈ ਕਿਉਂਕਿ ਇੱਥੇ ਬਾਹਰਲੇ ਦੇਸ਼ਾਂ ਤੋਂ ਬਹੁਤ ਲੋਕ ਆ ਕੇ ਵੱਸੇ ਹੋਏ ਹਨ, ਜਿਨ੍ਹਾਂ ਵਿੱਚੋਂ ਬਹੁਤੇ ਪੰਜਾਬੀ ਹਨ। ਵੱਖ-ਵੱਖ ਧਰਮਾਂ ਦੇ ਲੋਕ ਆਪਸ ਵਿੱਚ ਮਿਲ-ਜੁਲ ਕੇ ਰਹਿੰਦੇ ਹਨ।

Read the statements in the grid below.

For each statement in the grid write :

T (True), F (False), ? (not in the text)

Example	Ranjita lives in Derby.	F
1.	Birmingham is a big city.	
2.	Birmingham is far away from big motorways.	
3.	Trains go to other cities from Birmingham Railway Station.	
4.	There is no airport in Birmingham.	
5.	There is a National Exhibition Centre in Birmingham.	
6.	There is no university in Birmingham.	
7.	Students from other countries come to study here.	
8.	People of many religions live in Birmingham.	
9.	People live peacefully in Birmingham.	
10.	Ranjita's parents like the city.	
11.	Ranjita does not like the city.	

F/H

11. You read Kamaljit's essay about his city.

ਲੀਡਜ਼ ਸ਼ਹਿਰ

ਮੇਰੇ ਸ਼ਹਿਰ ਦਾ ਨਾਂ ਲੀਡਜ਼ ਹੈ। ਲੀਡਜ਼ ਇੱਕ ਬਹੁਤ ਸੁੰਦਰ ਅਤੇ ਦੇਖਣ ਵਾਲਾ ਸ਼ਹਿਰ ਹੈ। ਇਸ ਵੇਲੇ ਲੀਡਜ਼ ਬੜੀ ਤੇਜ਼ੀ ਨਾਲ ਤਰੱਕੀ ਕਰ ਰਿਹਾ ਹੈ ਕਿਉਂਕਿ ਇੱਥੇ ਬਹੁਤ ਸਾਰੀਆਂ ਨਵੀਆਂ ਇਮਾਰਤਾਂ ਬਣ ਰਹੀਆਂ ਹਨ ਅਤੇ ਕਈ ਨਵੇਂ ਕਾਰੋਬਾਰ ਅਤੇ ਸਰਕਾਰੀ ਦਫ਼ਤਰ ਖੁੱਲ੍ਹ ਰਹੇ ਹਨ।

ਦੂਜੇ ਸ਼ਹਿਰਾਂ ਅਤੇ ਦੇਸ਼ਾਂ ਤੋਂ ਲੀਡਜ਼ ਪਹੁੰਚਣ ਲਈ ਇੱਕ ਹਵਾਈ ਅੱਡਾ ਅਤੇ ਕਈ ਮੋਟਰਵੇਜ਼ ਹਨ। ਲੰਡਨ ਤੋਂ ਸਿੱਧੀ ਐੱਮ-1 ਲੀਡਜ਼ ਜਾਂਦੀ ਹੈ। ਇੱਥੇ ਇੱਕ ਵੱਡਾ ਰੇਲਵੇ ਜੰਕਸ਼ਨ ਵੀ ਹੈ। ਬਾਹਰੋਂ ਆਏ ਯਾਤਰੀਆਂ ਅਤੇ ਵਿਉਪਾਰ ਕਰਨ ਵਾਲਿਆਂ ਦੇ ਰਹਿਣ ਲਈ ਵੱਡੇ ਅਤੇ ਸੁੰਦਰ ਹੋਟਲਾਂ ਦੀ ਕੋਈ ਘਾਟ ਨਹੀਂ ਹੈ। ਲੋਕਾਂ ਦੇ ਚੀਜ਼ਾਂ ਖ਼ਰੀਦਣ ਲਈ ਵੱਡੇ ਵੱਡੇ ਸੁਪਰਸਟੋਰ ਹਨ।

ਮਨੋਰੰਜਨ ਲਈ ਕਈ ਸਿਨਮੇ, ਸਪੋਰਟਸ ਸੈਂਟਰ, ਕਲੱਬ ਅਤੇ ਪੱਬ ਹਨ। ਇੱਥੇ ਕਈ ਦੂਜੇ ਦੇਸ਼ਾਂ ਦੇ ਲੋਕ ਵੀ ਆ ਕੇ ਵੱਸ ਗਏ ਹਨ, ਜੋ ਬਾਕੀ ਲੋਕਾਂ ਨਾਲ ਮਿਲ-ਜੁਲ ਕੇ ਰਹਿੰਦੇ ਹਨ। ਉਹਨਾਂ ਦੀਆਂ ਬੋਲੀਆਂ ਅਤੇ ਧਰਮ ਵੱਖਰੇ ਵੱਖਰੇ ਹਨ। ਇਹਨਾਂ ਲੋਕਾਂ ਦੇ ਆਪਣੇ ਸੈਂਟਰ, ਗੁਰਦੁਆਰੇ, ਮੰਦਰ ਅਤੇ ਮਸਜਿਦਾਂ ਹਨ।

ਲੀਡਜ਼ ਵਿੱਚ ਬਾਹਰੋਂ ਆਏ ਯਾਤਰੀਆਂ ਵਾਸਤੇ ਕਈ ਸੁੰਦਰ ਅਤੇ ਦਿਲਚਸਪ ਦੇਖਣ ਵਾਲੀਆਂ ਥਾਵਾਂ ਹਨ, ਜਿਵੇਂ ਕਿ ਯੂਨੀਵਰਸਿਟੀ, ਰੋਡੇ ਪਾਰਕ, ਸ਼ੌਪਿੰਗ ਸੈਂਟਰ, ਅਜਾਇਬ ਘਰ। ਇੱਥੇ ਆਵਾਜਾਈ ਦੇ ਸਾਧਨ ਬਹੁਤ ਚੰਗੇ ਹਨ। ਸ਼ਾਮ ਤੇ ਰਾਤ ਦੇ ਮਨੋਰੰਜਨ ਲਈ ਕਈ ਸਹੂਲਤਾਂ ਹਨ। ਹਰ ਤਰ੍ਹਾਂ ਦਾ ਖਾਣਾ ਖਾਣ ਵਾਲਿਆਂ ਲਈ ਕਈ ਹੋਟਲ ਅਤੇ ਰੈਸਟੋਰੈਂਟ ਹਨ। ਨੌਜਵਾਨਾਂ ਦੇ ਦਿਲ-ਪਰਚਾਵੇ ਲਈ ਡਿਸਕੋ ਅਤੇ ਨਾਈਟ ਕਲੱਬ ਵੀ ਹਨ।

(a) What evidence is there that Leeds is progressing fast? Give three details.

    (i) ....

    (ii) ....

    (iii) ....

(b) Why is Leeds easy to reach for visitors and businessmen of this country and abroad? Give three reasons.

    (i) ....

    (ii) ....

    (iii) ....

(c) How people from different communities relate to each other in Leeds?

    ....

(d) Why will foreign visitors find Leeds an interesting place? Give four reasons.

    (i) ....

    (ii) ....

    (iii) ....

    (iv) .... H

12. You read Amber's article in her Panjabi book.

> ਸਾਡਾ ਘਰ ਟਾਊਨ ਸੈਂਟਰ ਤੋਂ ਕੋਈ ਦੋ ਕੁ ਮੀਲ ਦੂਰ ਹੈ। ਮੈਂ ਆਮ ਤੌਰ 'ਤੇ ਘਰ ਤੋਂ ਟਾਊਨ ਸੈਂਟਰ ਬੱਸ ਵਿੱਚ ਜਾਂਦੀ ਹਾਂ। ਬੱਸ ਅੱਡਾ ਸਾਡੇ ਘਰ ਦੇ ਨੇੜੇ ਹੈ। ਇਸ ਅੱਡੇ ਤੋਂ ਬੱਸ ਨੰਬਰ 32 ਅਤੇ 33 ਸ਼ਹਿਰ ਨੂੰ ਜਾਂਦੀਆਂ ਹਨ। ਬੱਸ ਵਿੱਚ ਕੋਈ ਪੰਦਰਾਂ ਕੁ ਮਿੰਟ ਲੱਗ ਜਾਂਦੇ ਹਨ। ਕਦੇ ਕਦੇ ਮੈਂ ਆਪਣੇ ਮਾਤਾ-ਪਿਤਾ ਨਾਲ ਕਾਰ ਵਿੱਚ ਜਾਂਦੀ ਹਾਂ। ਪਰ ਸ਼ਹਿਰ ਵਿੱਚ ਕਾਫ਼ੀ ਭੀੜ ਹੁੰਦੀ ਹੈ ਅਤੇ ਕਈ ਵਾਰ ਕਾਰ ਖੜੀ ਕਰਨ ਲਈ ਥਾਂ ਨਹੀਂ ਮਿਲਦੀ, ਇਸ ਲਈ ਮੈਂ ਕਾਰ ਵਿੱਚ ਜਾਣਾ ਪਸੰਦ ਨਹੀਂ ਕਰਦੀ। ਮੇਰੀ ਸਹੇਲੀ ਮਨਜੀਤ ਟਾਊਨ ਸੈਂਟਰ ਨੂੰ ਸਾਈਕਲ 'ਤੇ ਜਾਂਦੀ ਹੈ, ਪਰ ਮੈਂ ਸਾਈਕਲ 'ਤੇ ਜਾਣਾ ਪਸੰਦ ਨਹੀਂ ਕਰਦੀ। ਇਸ ਦੇ ਦੋ ਕਾਰਨ ਹਨ। ਇੱਕ ਤਾਂ ਇੰਗਲੈਂਡ ਦਾ ਮੌਸਮ ਆਮ ਤੌਰ 'ਤੇ ਖ਼ਰਾਬ ਰਹਿੰਦਾ ਹੈ, ਖ਼ਾਸ ਕਰਕੇ ਸਿਆਲ ਵਿੱਚ ਜਦੋਂ ਮੀਂਹ ਅਤੇ ਬਰਫ਼ ਪੈਂਦੀ ਹੋਵੇ। ਦੂਜਾ, ਸ਼ਹਿਰ ਵਿੱਚ ਸਾਈਕਲ ਚੋਰੀ ਹੋਣ ਦਾ ਖ਼ਤਰਾ ਰਹਿੰਦਾ ਹੈ। ਗਰਮੀਆਂ ਨੂੰ ਜਦੋਂ ਮੌਸਮ ਚੰਗਾ ਹੁੰਦਾ ਹੈ, ਮੈਂ ਟਾਊਨ ਸੈਂਟਰ ਪੈਦਲ ਜਾਣਾ ਪਸੰਦ ਕਰਦੀ ਹਾਂ, ਕਿਉਂਕਿ ਪੈਦਲ ਚੱਲਣ ਨਾਲ ਸਰੀਰ ਦੀ ਕਸਰਤ ਹੋ ਜਾਂਦੀ ਹੈ ਅਤੇ ਸਿਹਤ ਚੰਗੀ ਰਹਿੰਦੀ ਹੈ। ਬੀਮਾਰੀ ਵੀ ਘੱਟ ਲੱਗਦੀ ਹੈ।

(a) Where is Amber's house?

....

(b) Why does she not like to go to town by car?

....

(c) How does Manjit go to town?

....

(d) Why does Amber not like to cycle to town? Give two reasons.

(i) ....

(ii) ....

(e) Why does Amber like to walk to town in the summer? Give two reasons.

(i) ....

(ii) .... H

13. You read Kiran's article in her school magazine.
Fill in the blanks by writing the number of the correct answer.

ਇੰਗਲੈਂਡ ਵਿੱਚ ਕਈ ਤਰ੍ਹਾਂ ਦੇ [5] ਹਨ। ਇਹਨਾਂ ਵਿੱਚੋਂ ਬੰਗਲਾ, ਇਕੱਲਾ ਘਰ, ਦੋ ਜੁੜਵੇਂ ਘਰ, ਜੁੜਵੇਂ ਘਰਾਂ ਦੀ ਕਤਾਰ ਅਤੇ ਫ਼ਲੈਟ ਆਮ ਦੇਖੇ ਜਾਂਦੇ ਹਨ। ਇੰਡੀਆ ਵਿੱਚ ਬੰਗਲੇ ਨੂੰ ਆਮ ਤੌਰ 'ਤੇ ਲੋਕੀਂ [ ] ਕਹਿੰਦੇ ਹਨ। ਬੰਗਲੇ ਵਿੱਚ ਸਾਰੇ [ ] ਥੱਲੇ ਹੀ ਹੁੰਦੇ ਹਨ। ਇਕੱਲੇ ਅਤੇ ਜੁੜਵੇਂ ਘਰਾਂ ਵਿੱਚ ਸੌਣ ਵਾਲੇ ਕਮਰੇ ਦੂਜੀ [ ] 'ਤੇ ਹੁੰਦੇ ਹਨ।

ਫ਼ਲੈਟ ਆਮ ਤੌਰ 'ਤੇ ਬਹੁਤ ਸਾਰੀਆਂ ਮੰਜ਼ਲਾਂ ਵਾਲੀ ਉੱਚੀ [ ] ਵਿੱਚ ਹੁੰਦੇ ਹਨ। ਹਰ ਇੱਕ ਮੰਜ਼ਲ 'ਤੇ ਕਈ ਕਈ [ ] ਹੁੰਦੀਆਂ ਹਨ। ਲਗਭਗ ਹਰ ਇੱਕ ਘਰ ਵਿੱਚ ਇੱਕ ਰਸੋਈ, ਇੱਕ ਰੋਟੀ ਖਾਣ ਵਾਲਾ [ ] ਅਤੇ ਦੋ ਜਾਂ ਤਿੰਨ [ ] ਵਾਲੇ ਕਮਰੇ ਹੁੰਦੇ ਹਨ। ਕਈਆਂ ਘਰਾਂ ਨਾਲ ਕਾਰ ਖੜੀ ਕਰਨ ਲਈ [ ] ਵੀ ਬਣੀ ਹੁੰਦੀ ਹੈ।

1. ਕੋਠੀ	3. ਕਮਰਾ	5. ਘਰ	7. ਫ਼ਲੈਟਾਂ	9. ਗੈਰਿਜ
2. ਸੌਣ	4. ਇਮਾਰਤ	6. ਕਮਰੇ	8. ਮੰਜ਼ਲ	

H

14. You read this essay in Ravinder's Panjabi book.
    Fill in the boxes by writing the number of the correct answer.

ਮੇਰਾ ਇਲਾਕਾ

ਜਿਸ ਇਲਾਕੇ ਵਿੱਚ ਮੈਂ ਰਹਿੰਦਾ ਹਾਂ, ਉਸ ਨੂੰ ਹੈਂਡਜ਼ਵਰਥ ਕਹਿੰਦੇ ਹਨ। ਇਹ [4] ਬਰਮਿੰਘਮ ਸ਼ਹਿਰ ਦਾ ਇੱਕ ਹਿੱਸਾ ਹੈ। ਇਸ ਇਲਾਕੇ ਵਿੱਚ ਕਈ ਧਰਮਾਂ ਦੇ ਲੋਕ ☐ ਹਨ। ਏਸ਼ੀਅਨ ਅਤੇ ਵੈਸਟ ਇੰਡੀਅਨ ਲੋਕਾਂ ਦੀ ਗਿਣਤੀ ਇਸ ਇਲਾਕੇ ਵਿੱਚ ਕਾਫ਼ੀ ਜ਼ਿਆਦਾ ਹੈ ਪਰ ਸਾਰੇ ☐ ਦੇ ਲੋਕ ਇੱਥੇ ਆਪਸ ਵਿੱਚ ਪਿਆਰ ਨਾਲ ਰਹਿੰਦੇ ਹਨ।

ਇਸ ਇਲਾਕੇ ਵਿੱਚ ਕਈ ਸਕੂਲ ਹਨ। ਇੱਥੇ ਸਾਰੀਆਂ ਕਿਸਮਾਂ ਦੀਆਂ ☐ ਹਨ, ਜਿੱਥੋਂ ਹਰ ਤਰ੍ਹਾਂ ਦੀਆਂ ਚੀਜ਼ਾਂ ਮਿਲ ਜਾਂਦੀਆਂ ਹਨ। ਇੱਥੇ ਇੱਕ ਵੱਡੀ ਪਾਰਕ ਹੈ, ਜਿਸ ਦਾ ਨਾਂ ਹੈਂਡਜ਼ਵਰਥ ਪਾਰਕ ਹੈ। ਇੱਥੇ ਇੱਕ ਲੈਯਰ ਸੈਂਟਰ, ਦੋ ਸਵਿੰਮਿੰਗ ਪੂਲ ਅਤੇ ਕਈ ☐ ਹਨ। ਇੱਥੇ ਮੰਦਰ ਅਤੇ ਚਰਚ ਵੀ ਹਨ।

ਇੱਥੇ ਕਈ ☐ ਹਨ, ਜਿੱਥੇ ਬਹੁਤ ਸਾਰੇ ਵਿਦਿਆਰਥੀ ਪੜ੍ਹਦੇ ਹਨ। ਲੋਕਾਂ ਦੇ ਖਾਣ-ਪੀਣ ਲਈ ਕਈ ਛੋਟੇ ਛੋਟੇ ☐ ਹਨ। ਮੈਨੂੰ ਆਪਣਾ ਇਲਾਕਾ ਬਹੁਤ ☐ ਹੈ ਕਿਉਂਕਿ ਇੱਥੋਂ ਦੇ ਲੋਕ ਬਹੁਤ ☐ ਹਨ ਅਤੇ ਇੱਕ ਦੂਜੇ ਦੀ ਬਹੁਤ ਇੱਜ਼ਤ ਕਰਦੇ ਹਨ।

1. ਮਿਲਣਸਾਰ   3. ਰੈਸਟੋਰੈਂਟ   5. ਗੁਰਦੁਆਰੇ   7. ਰਹਿੰਦੇ   9. ਪਸੰਦ
2. ਕਾਲਜ   4. ਇਲਾਕਾ   6. ਦੁਕਾਨਾਂ   8. ਧਰਮਾਂ

H

15. You read this complaint which Pakhar Singh made to the Inspector of Police Jalandhar about his neighbourhood.

> ਸ੍ਰੀਮਾਨ ਜੀ,
>
> ਬੇਨਤੀ ਹੈ ਕਿ ਸਾਡੇ ਇਲਾਕੇ ਮਾਡਲ ਟਾਊਨ ਵਿੱਚ ਕੁਝ ਨੌਜਵਾਨ ਛੋਕਰਿਆਂ ਨੇ ਬੜੀ ਅੱਤ ਚੁੱਕੀ ਹੋਈ ਹੈ। ਉਨ੍ਹਾਂ ਨੇ ਲੋਕਾਂ ਦਾ ਨੱਕ ਵਿੱਚ ਦਮ ਕੀਤਾ ਹੋਇਆ ਹੈ। ਰਾਤ ਦੇ ਬਾਰਾਂ ਇੱਕ ਵਜੇ ਤੱਕ ਐਵੇਂ ਸੜਕਾਂ 'ਤੇ ਘੁੰਮਦੇ ਫਿਰਦੇ ਹਨ। ਬਹੁਤ ਉੱਚੀ ਉੱਚੀ ਬੋਲਦੇ ਹਨ ਅਤੇ ਐਨਾ ਰੌਲਾ ਪਾਉਂਦੇ ਹਨ ਕਿ ਲੋਕਾਂ ਦਾ ਰਾਤ ਨੂੰ ਸੌਣਾ ਮੁਸ਼ਕਲ ਹੋ ਗਿਆ ਹੈ।
>
> ਰਾਤ ਦੇ ਸਮੇਂ ਕੋਈ ਸ਼ਰੀਫ਼ ਆਦਮੀ ਬਾਹਰ ਨਹੀਂ ਜਾ ਸਕਦਾ। ਜੇ ਕੋਈ ਭੁੱਲ ਭੁਲੇਖੇ ਚਲਾ ਵੀ ਜਾਵੇ ਤਾਂ ਉਸ ਦੀ ਮਾਰ ਕੁਟਾਈ ਕਰਦੇ ਹਨ ਅਤੇ ਉਸ ਦੇ ਪੈਸੇ ਖੋਹ ਲੈਂਦੇ ਹਨ। ਥੋੜ੍ਹੇ ਹੀ ਦਿਨਾਂ ਦੀ ਗੱਲ ਹੈ ਕਿ ਉਹ ਟੋਲੀ ਇੱਕ ਵਿਚਾਰੀ ਬੁੱਢੀ ਦੇ ਘਰ ਜ਼ਬਰਦਸਤੀ ਘੁਸ ਗਈ। ਉਸ ਨੂੰ ਨਾਲੇ ਤਾਂ ਕੁੱਟਿਆ ਮਾਰਿਆ, ਅਤੇ ਨਾਲੇ ਉਸ ਦੀਆਂ ਕਈ ਕੀਮਤੀ ਚੀਜ਼ਾਂ ਦੀ ਚੋਰੀ ਕਰਕੇ ਲੈ ਗਏ। ਇਹੋ ਜਿਹੀਆਂ ਘਟਨਾਵਾਂ ਦਿਨੋ-ਦਿਨ ਵਧ ਰਹੀਆਂ ਹਨ।
>
> ਸੋ, ਆਪ ਜੀ ਅੱਗੇ ਬੇਨਤੀ ਕੀਤੀ ਜਾਂਦੀ ਹੈ ਕਿ ਇਸ ਹਾਲਤ ਨੂੰ ਰੋਕਣ ਲਈ ਕੁਝ ਨਾ ਕੁਝ ਜ਼ਰੂਰ ਕੀਤਾ ਜਾਵੇ ਤਾਂ ਜੋ ਲੋਕੀਂ ਆਪਣਾ ਸੁਰੱਖਿਅਤ ਅਤੇ ਸ਼ਾਂਤਮਈ ਜੀਵਨ ਬਤੀਤ ਕਰ ਸਕਣ। ਧੰਨਵਾਦ ਸਹਿਤ।
>
> ਆਪ ਜੀ ਦਾ ਦਾਸ,
> ਪਾਖਰ ਸਿੰਘ

(a) Why did Pakhar Singh make the complaint? Give four reasons.

    (i) ....

    (ii) ....

    (iii) ....

    (iv) ....

(b) What has Pakhar Singh requested the police to do?

....

(c) Why?

....

(d) What in your opinion can the police do to improve the situation. Give three suggestions.

    (i) ....

    (ii) ....

    (iii) ....

H

2. Environment

(a) Current problems facing the planet

1. You read this article.

ਗ੍ਰਹਿ (ਪਲੈਨਿਟ) ਨੂੰ ਆਉਣ ਵਾਲੀਆਂ ਸਮੱਸਿਆਵਾਂ

ਮੈਂ ਪਿਛਲੇ ਸਾਲ ਗਰਮੀ ਦੀਆਂ ਛੁੱਟੀਆਂ ਵਿੱਚ ਪੰਜਾਬ ਗਿਆ ਸੀ। ਉੱਥੇ ਵਾਤਾਵਰਣ ਵਿੱਚ ਪ੍ਰਦੂਸ਼ਨ ਦੀ ਹਾਲਤ ਦੇਖ ਕੇ ਮੈਨੂੰ ਬਹੁਤ ਹੈਰਾਨੀ ਹੋਈ। ਲੋਕ ਜਿੱਥੇ ਚਾਹੇ ਆਪਣਾ ਕੂੜਾ ਕਰਕਟ ਸੁੱਟ ਦਿੰਦੇ ਹਨ। ਜੇ ਕਿਸੇ ਦਾ ਕੋਈ ਜ਼ਮੀਨ ਦਾ ਪਲਾਟ ਖ਼ਾਲੀ ਹੈ ਜਾਂ ਫੇਰ ਕੋਈ ਸਰਕਾਰੀ ਥਾਂ ਖਾਲੀ ਹੈ ਤਾਂ ਲੋਕ ਉੱਥੇ ਆਪਣੀਆਂ ਪੁਰਾਣੀਆਂ ਚੀਜ਼ਾਂ ਜਿਵੇਂ ਟੈਲੀਵਿਯਨ, ਫ਼ਰਿਜ ਅਤੇ ਹੋਰ ਕਈ ਕਿਸਮ ਦਾ ਕੂੜਾ ਕਰਕਟ ਸੁੱਟ ਦਿੰਦੇ ਹਨ। ਕਈ ਨੀਵੀਆਂ ਥਾਵਾਂ 'ਤੇ ਪਾਣੀ ਖੜਾ ਰਹਿੰਦਾ ਹੈ ਜਿਥੇ ਮੱਛਰ ਖ਼ੂਬ ਪਲਦਾ ਹੈ। ਸੜਕਾਂ, ਪਾਰਕਾਂ, ਗਲੀਆਂ ਅਤੇ ਬਹੁਤ ਸਾਰੀਆਂ ਹੋਰ ਥਾਵਾਂ 'ਤੇ ਕੂੜਾ ਤੇ ਗੰਦ ਖਿਲਰਿਆ ਆਮ ਦੇਖਿਆ ਜਾਂਦਾ ਹੈ। ਇਹ ਸਮੱਸਿਆ ਦਿਨੋ-ਦਿਨ ਵਧਦੀ ਜਾ ਰਹੀ ਹੈ ਕਿਉਂਕਿ ਲੋਕ ਆਪਣੇ ਵਾਤਾਵਰਣ ਨੂੰ ਸਾਫ਼ ਸੁਥਰਾ ਰੱਖਣ ਦੀ ਕੋਈ ਖ਼ਾਸ ਪ੍ਰਵਾਹ ਨਹੀਂ ਕਰਦੇ। ਮੇਰੇ ਖ਼ਿਆਲ ਵਿੱਚ ਸਰਕਾਰ ਨੂੰ ਕੂੜਾ ਕਰਕਟ ਠੀਕ ਥਾਂ ਸੁੱਟਣ ਸੰਬੰਧੀ ਕਾਨੂੰਨ ਬਣਾ ਦੇਣਾ ਚਾਹੀਦਾ ਹੈ ਜਿਸ ਦੀ ਉਲੰਘਣਾ ਕਰਨ ਵਾਲੇ ਨੂੰ ਸਖ਼ਤ ਸਜ਼ਾ ਹੋਣੀ ਚਾਹੀਦੀ ਹੈ।

—ਚਰਨਜੀਤ

Read the statements in the grid below.

For each statement in the grid write :

T (True), F (False), ? (not in the text)

Example	1.	Charanjit went to the Panjab last year.	T
	2.	The level of pollution in Panjab is high.	
	3.	People throw away their old articles in the empty places.	
	4.	There are no mosquitoes in the Panjab.	
	5.	Lot of people fell ill last year because of pollution.	
	6.	People who disobey the law must be punished.	

2. You read Jasdeep's article on Pollution.

ਦੁਨੀਆਂ ਵਿੱਚ ਪ੍ਰਦੂਸ਼ਨ ਦਿਨੋ-ਦਿਨ ਵਧ ਰਿਹਾ ਹੈ। ਪ੍ਰਦੂਸ਼ਨ ਦੇ ਵਧਣ ਨਾਲ ਦੁਨੀਆਂ ਦੇ ਵਾਤਾਵਰਣ ਵਿੱਚ ਖ਼ਤਰਨਾਕ ਗੈਸਾਂ ਦਾ ਲੋੜ ਨਾਲੋਂ ਜ਼ਿਆਦਾ ਵਾਧਾ ਹੋ ਰਿਹਾ ਹੈ। ਇਹਨਾਂ ਗੈਸਾਂ ਦਾ ਲੋਕਾਂ ਦੀ ਸਿਹਤ 'ਤੇ ਭੈੜਾ ਅਸਰ ਪੈ ਰਿਹਾ ਹੈ। ਜੇ ਪ੍ਰਦੂਸ਼ਨ ਇਸੇ ਤਰ੍ਹਾਂ ਵਧਦਾ ਰਿਹਾ ਅਤੇ ਇਸ ਨੂੰ ਰੋਕਣ ਲਈ ਕੋਈ ਕਦਮ ਨਾ ਚੁੱਕਿਆ ਗਿਆ ਤਾਂ ਲੋਕਾਂ ਨੂੰ ਵੱਧ ਬੀਮਾਰੀਆਂ ਲੱਗਣ ਦਾ ਖ਼ਤਰਾ ਹੈ।

ਪ੍ਰਦੂਸ਼ਨ ਵਧਣ ਦੇ ਕਈ ਕਾਰਨ ਹਨ। ਦੁਨੀਆਂ ਵਿੱਚ ਸਨਅਤੀ ਵਿਕਾਸ ਬਹੁਤ ਤੇਜ਼ੀ ਨਾਲ ਹੋ ਰਿਹਾ ਹੈ ਅਤੇ ਫ਼ੈਕਟਰੀਆਂ ਦੀ ਗਿਣਤੀ ਦਿਨੋ-ਦਿਨ ਵਧ ਰਹੀ ਹੈ। ਕਈ ਐਸੀਆਂ ਫ਼ੈਕਟਰੀਆਂ ਹਨ ਜੋ ਲੋੜ ਤੋਂ ਵੱਧ ਧੂੰਆਂ ਅਤੇ ਹਾਨੀਕਾਰਕ ਗੈਸਾਂ ਛੱਡਦੀਆਂ ਹਨ। ਵਿਕਸਤ ਦੇਸ਼ਾਂ ਦੇ ਮੁਕਾਬਲੇ ਵਿੱਚ, ਘੱਟ ਵਿਕਸਤ ਦੇਸ਼ਾਂ ਵਿੱਚ ਪ੍ਰਦੂਸ਼ਨ ਵੱਧ ਹੁੰਦਾ ਹੈ।

ਅੱਜ ਕੱਲ੍ਹ ਲਗਭਗ ਹਰ ਦੇਸ਼ ਵਿੱਚ ਕਾਰਾਂ ਅਤੇ ਬਾਕੀ ਆਣ-ਜਾਣ ਅਤੇ ਢੋਆ-ਢੁਆਈ ਦੇ ਸਾਧਨਾਂ ਵਿੱਚ ਵੀ ਬਹੁਤ ਵਾਧਾ ਹੋ ਰਿਹਾ ਹੈ। ਕਈ ਦੇਸ਼ਾਂ ਵਿੱਚ ਕਾਰਾਂ, ਬੱਸਾਂ, ਟਰੱਕਾਂ ਆਦਿ ਦੀ ਹਾਲਤ ਬਹੁਤ ਮਾੜੀ ਹੈ ਅਤੇ ਇਹ ਬਹੁਤ ਧੂੰਆਂ ਛੱਡਦੇ ਹਨ ਜਿਸ ਕਾਰਨ ਵਾਤਾਵਰਣ ਗੰਦਾ ਰਹਿੰਦਾ ਹੈ ਅਤੇ ਬੀਮਾਰੀਆਂ ਦਿਨੋ-ਦਿਨ ਵਧ ਰਹੀਆਂ ਹਨ।

ਲੋਕੀਂ ਫ਼ੈਕਟਰੀਆਂ ਦਾ ਕੂੜਾ ਕਰਕਟ ਅਤੇ ਗੰਦੀਆਂ ਅਤੇ ਪੁਰਾਣੀਆਂ ਵਰਤੀਆਂ ਹੋਈਆਂ ਚੀਜ਼ਾਂ ਸਮੁੰਦਰ ਵਿੱਚ ਸੁੱਟ ਦਿੰਦੇ ਹਨ ਜਿਸ ਦਾ ਸਮੁੰਦਰ ਵਿੱਚ ਰਹਿੰਦੇ ਜਾਨਵਰਾਂ 'ਤੇ ਬੁਰਾ ਅਸਰ ਪੈਂਦਾ ਹੈ। ਇਸ ਨਾਲ ਕਈ ਵਾਰ ਜਾਨਵਰ ਤੜਪ ਤੜਪ ਕੇ ਮਰ ਜਾਂਦੇ ਹਨ।

ਪਰਮਾਤਮਾ ਵਲੋਂ ਧਰਤੀ ਅਤੇ ਸਾਨੂੰ ਸੂਰਜ ਦੀ ਸਖ਼ਤ ਗਰਮੀ ਤੋਂ ਬਚਾਉਣ ਲਈ ਵਾਯੂਮੰਡਲ ਦੁਆਲੇ ਝਿੱਲੀ (O'Zone layer) ਦਿੱਤੀ ਗਈ ਹੈ। ਇਸ ਝਿੱਲੀ ਵਿੱਚ ਹੁਣ ਮੋਰੀਆਂ ਹੋ ਰਹੀਆਂ ਹਨ। ਇਸ ਦਾ ਕਾਰਨ ਵੀ ਵਾਯੂਮੰਡਲ ਵਿੱਚ ਫ਼ੈਕਟਰੀਆਂ ਦਾ ਜ਼ਹਿਰੀਲਾ ਧੂੰਆਂ ਅਤੇ ਸੀ.ਐਫ.ਸੀ. ਗੈਸਾਂ ਦਾ ਵਧ ਜਾਣਾ ਹੈ। ਇਸ ਕਰਕੇ ਵਾਯੂਮੰਡਲ ਪਹਿਲਾਂ ਨਾਲੋਂ ਦਿਨੋ-ਦਿਨ ਵੱਧ ਗਰਮ ਹੋ ਰਿਹਾ ਹੈ। ਇਸ ਵਧ ਰਹੀ ਗਰਮੀ ਨਾਲ ਬਰਫ਼ ਜ਼ਿਆਦਾ ਮਾਤਰਾ ਵਿੱਚ ਪਿਘਲ ਰਹੀ ਹੈ ਜਿਸ ਨਾਲ ਸਮੁੰਦਰ ਵਿੱਚ ਪਾਣੀ ਦੀ ਪੱਧਰ ਉੱਚੀ ਹੋਈ ਜਾ ਰਹੀ ਹੈ। ਇਸ ਦੇ ਕਾਰਨ ਜ਼ਿਆਦਾ ਜ਼ਮੀਨ ਪਾਣੀ ਹੇਠ ਆ ਰਹੀ ਹੈ ਅਤੇ ਬਹੁਤ ਸਾਰੇ ਸਮੁੰਦਰ ਦੇ ਕੰਢੇ 'ਤੇ ਵੱਸੇ ਸ਼ਹਿਰਾਂ ਨੂੰ ਖ਼ਤਰਾ ਪੈਦਾ ਹੁੰਦਾ ਜਾ ਰਿਹਾ ਹੈ।

ਮੇਰੇ ਖ਼ਿਆਲ ਵਿੱਚ ਹਰ ਦੇਸ਼ ਦੀ ਸਰਕਾਰ ਨੂੰ ਵਾਤਾਵਰਣ ਵਿੱਚ ਪ੍ਰਦੂਸ਼ਨ ਦੀ ਮਾਤਰਾ ਨੂੰ ਘਟਾਉਣ ਲਈ ਸਖ਼ਤ ਕਾਰਵਾਈ ਕਰਨੀ ਚਾਹੀਦੀ ਹੈ। ਜਿਹੜੀਆਂ ਫ਼ੈਕਟਰੀਆਂ ਜ਼ਿਆਦਾ ਧੂੰਆਂ ਛੱਡਦੀਆਂ ਹਨ, ਉਹਨਾਂ ਦੇ ਮਾਲਕਾਂ ਨੂੰ ਸਖ਼ਤ ਸਜ਼ਾ ਦੇਣੀ ਚਾਹੀਦੀ ਹੈ। ਕਾਰਾਂ ਅਤੇ ਬਾਕੀ ਆਉਣ ਜਾਣ ਦੇ ਵਾਹਨਾਂ ਦੀ ਚੰਗੀ ਤਰ੍ਹਾਂ ਚੈਕਿੰਗ ਹੋਣੀ ਚਾਹੀਦੀ ਹੈ। ਕੂੜਾ ਕਰਕਟ ਅਤੇ ਗੰਦੀਆਂ ਚੀਜ਼ਾਂ ਦੇ ਨਸ਼ਟ ਕਰਨ ਦਾ ਪ੍ਰਬੰਧ ਹੋਣਾ ਚਾਹੀਦਾ ਹੈ ਅਤੇ ਲੋਕਾਂ ਨੂੰ ਪ੍ਰਦੂਸ਼ਨ ਤੋਂ ਛੁਟਕਾਰਾ ਪਾਉਣ ਦੇ ਤਰੀਕਿਆਂ ਬਾਰੇ ਟਰੇਨਿੰਗ ਦੇਣੀ ਚਾਹੀਦੀ ਹੈ।

(a) According to this article what are the dangers of pollution to the environment. Give two details.

   (i) ....

   (ii) ....

(b) According to this article what are the reasons for the pollution?

   ....
   ....
   ....
   ....

(c) Why are people living near the seaside worried?

   ....

(d) What according to this article should be done to control pollution? Give four details.

   (i) ....

   (ii) ....

   (iii) ....

   (iv) ....

H

(b) Being environmentally friendly within the home and local area.

1. You read this article in a Panjabi Magazine.

ਪਾਣੀ ਦਾ ਇਸਤੇਮਾਲ ਘੱਟ ਕਰਕੇ ਆਪਣੀ ਬਿਜਲੀ ਤੇ ਗੈਸ ਦਾ ਬਿੱਲ ਘਟਾਓ

ਆਮ ਤੌਰ 'ਤੇ ਲੋਕੀਂ ਪਾਣੀ ਦੀ ਵਰਤੋਂ ਆਪਣੇ ਘਰ ਦੀ ਰਸੋਈ ਵਿੱਚ ਸਿੰਕ ਦੇ ਨਲਕਿਆਂ ਵਿੱਚ, ਟੌਇਲਟਾਂ ਅਤੇ ਗ਼ੁਸਲਖ਼ਾਨਿਆਂ ਵਿੱਚ ਇਸ਼ਨਾਨ ਕਰਨ ਲਈ ਜਾਂ ਸ਼ਾਵਰ ਕਰਨ ਲਈ ਵਰਤਦੇ ਹਨ। ਇਸ਼ਨਾਨ ਕਰਨ ਦੀ ਬਜਾਏ ਜੇ ਸ਼ਾਵਰ ਕੀਤਾ ਜਾਵੇ ਤਾਂ ਪਾਣੀ ਦੀ ਵਰਤੋਂ ਘੱਟ ਹੁੰਦੀ ਹੈ। ਕਈ ਲੋਕ ਹੱਥ ਮੂੰਹ ਧੋਣ ਲਈ ਪਾਣੀ ਦੇ ਨਲਕੇ ਚੱਲਦੇ ਰਹਿਣ ਦਿੰਦੇ ਹਨ। ਜਦੋਂ ਪਾਣੀ ਦੀ ਲੋੜ ਨਾ ਹੋਵੇ ਤਾਂ ਨਲਕੇ ਬੰਦ ਕਰ ਦੇਣੇ ਚਾਹੀਦੇ ਹਨ। ਦੰਦਾਂ ਨੂੰ ਬੁਰਸ਼ ਕਰਨ ਸਮੇਂ ਨਲਕੇ ਚੱਲਦੇ ਰਹਿਣ ਨਾਲ ਇੱਕ ਸਾਲ ਵਿੱਚ 18250 ਲੀਟਰ ਪ੍ਰਤੀ ਵਿਅਕਤੀ ਪਾਣੀ ਇਸਤੇਮਾਲ ਹੁੰਦਾ ਹੈ। ਘਰਾਂ ਵਿੱਚ ਪਾਣੀ ਦੀ ਜੇ ਸੰਕੋਚ ਨਾਲ ਵਰਤੋਂ ਕੀਤੀ ਜਾਵੇ ਤਾਂ ਕਾਫ਼ੀ ਬਿਜਲੀ ਅਤੇ ਗੈਸ ਦੇ ਬਿੱਲਾਂ ਵਿੱਚ ਬਚਤ ਹੋ ਸਕਦੀ ਹੈ। ਇਸੇ ਤਰ੍ਹਾਂ ਕੱਪੜੇ ਧੋਣ ਵਾਲੀ ਅਤੇ ਭਾਂਡੇ ਧੋਣ ਵਾਲੀ ਮਸ਼ੀਨ ਦੀ ਵਰਤੋਂ ਕਰਨੀ ਚਾਹੀਦੀ ਹੈ। ਥੋੜ੍ਹੇ ਥੋੜ੍ਹੇ ਕੱਪੜੇ ਧੋਣ ਨਾਲੋਂ ਇੱਕੋ ਵਾਰ ਪੂਰੀ ਮਸ਼ੀਨ ਭਰ ਕੇ ਕਪੜੇ ਧੋਣਾ ਅਤੇ ਭਾਂਡੇ ਧੋਣਾ ਜ਼ਿਆਦਾ ਫ਼ਾਇਦੇਮੰਦ ਹੈ।

ਕਈ ਲੋਕ ਆਪਣੇ ਘਰਾਂ ਵਿੱਚ ਲੋੜ ਤੋਂ ਵੱਧ ਬਿਜਲੀ ਦੇ ਬਲਬ ਜਗਾਈ ਰੱਖਦੇ ਹਨ। ਸਿਰਫ਼ ਉਹ ਬਲਬ ਹੀ ਜਗਾਓ ਜਿਸ ਦੀ ਜਦੋਂ ਲੋੜ ਹੋਵੇ। ਇਹ ਵੀ ਦੇਖਿਆ ਗਿਆ ਹੈ ਕਿ ਕਈ ਘਰਾਂ ਵਿੱਚ ਦਿਨ ਵਿੱਚ ਵੀ ਬਲਬ ਜਗਦੇ ਹਨ। ਇਸੇ ਤਰ੍ਹਾਂ ਘਰਾਂ ਵਿੱਚ ਟੈਲੀਵਿਯਨ, ਪ੍ਰੈਸ, ਕੰਪਿਊਟਰ ਅਤੇ ਬਾਕੀ ਬਿਜਲੀ ਨਾਲ ਚੱਲਣ ਵਾਲੀਆਂ ਚੀਜ਼ਾਂ ਦੀ ਵਰਤੋਂ ਵੀ ਸੰਕੋਚ ਨਾਲ ਕਰਨੀ ਚਾਹੀਦੀ ਹੈ। ਘਰਾਂ ਵਿੱਚ ਸੈਂਟਰਲ ਹੀਟਿੰਗ ਉਦੋਂ ਹੀ ਲਗਾਓ ਜਦੋਂ ਇਸ ਦੀ ਸਖ਼ਤ ਲੋੜ ਹੋਵੇ। ਹੀਟਿੰਗ ਦਾ ਤਾਪਮਾਨ ਇੱਕ ਡਿਗਰੀ ਘੱਟ ਕਰਨ ਨਾਲ ਹੀ ਕਾਫ਼ੀ ਬਿਜਲੀ ਦੀ ਬਚਤ ਹੋ ਸਕਦੀ ਹੈ।

Read the statements in the grid below.
For each statement in the grid write :
T (True), F (False), ? (not in the text)

Example		Less water is used to take a shower than to take a bath.	T
	1.	Do not keep the tap running while washing your face.	
	2.	Reducing the use of water in the home does not affect the cost of gas and electricity.	
	3.	It is better to wash your clothes with a full load than to wash with a small load.	
	4.	You can save up to £500 by using gas and electricity appropriately.	
	5.	Some people keep the electric bulbs on during day time.	

F/H

2. **You read this article in the local newspaper.**

ਕਾਵੈਂਟਰੀ ਦੇ ਇੱਕ ਕਾਰਾਂ ਦੇ ਵਿਉਪਾਰੀ ਨੂੰ ਇਸ ਕਰਕੇ 1200 ਪੌਂਡ [3] ਦੇਣਾ ਪਿਆ ਸੀ ਕਿਉਂਕਿ ਉਹ ਲੋਕਾਂ ਦੇ [ ] ਦੇ ਸਾਹਮਣੇ ਸੜਕ 'ਤੇ ਆਪਣੀਆਂ ਕਾਰਾਂ ਖੜੀਆਂ ਕਰਕੇ [ ] ਸੀ। ਘਰਾਂ ਵਾਲਿਆਂ ਨੇ ਇਸ ਬਾਰੇ ਸਿਟੀ ਕੌਂਸਲ ਨੂੰ [ ] ਕੀਤੀ ਸੀ ਕਿ ਕਾਰਾਂ ਉਹਨਾਂ ਦੇ ਘਰਾਂ ਦੇ ਆਲੇ-ਦੁਆਲੇ ਦੇ ਵਾਤਾਵਰਣ ਨੂੰ [ ] ਕਰਦੀਆਂ ਹਨ। ਕੌਂਸਲ ਨੇ ਕਿਹਾ ਕਿ ਤੁਸੀਂ ਆਪਣੀ ਕਾਰ ਤਾਂ ਆਪਣੇ ਘਰ ਦੇ [ ] ਖੜੀ ਕਰਕੇ ਵੇਚ ਸਕਦੇ ਹੋ ਪਰ ਇਹ [ ] ਤੁਸੀਂ ਆਪਣੇ ਵਿਉਪਾਰ ਲਈ ਨਹੀਂ ਵਰਤ ਸਕਦੇ।

Fill in the boxes by writing the number of the correct answer.

1. ਸਾਹਮਣੇ	3. ਜੁਰਮਾਨਾ	5. ਵੇਚਦਾ	7. ਸਹੂਲਤ
2. ਸ਼ਿਕਾਇਤ	4. ਚੀਜ਼ਾਂ	6. ਖ਼ਰਾਬ	8. ਘਰਾਂ

H

3. **You read this article in the newspaper.**

ਬੇਕਾਰ ਤੇ ਗਲੀਆਂ ਸੜੀਆਂ ਚੀਜ਼ਾਂ ਅਤੇ ਘਰੇਲੂ ਕੂੜਾ ਕਰਕਟ ਜੋ ਪ੍ਰਦੂਸ਼ਨ ਦਾ ਵੱਡਾ ਕਾਰਨ ਹਨ, ਤੋਂ ਛੁਟਕਾਰਾ ਪਾਉਣਾ ਇੱਕ ਬਹੁਤ ਵੱਡੀ ਸਮੱਸਿਆ ਹੈ। ਕਈ ਲੋਕ ਆਪਣਾ ਕੂੜਾ ਕਰਕਟ, ਰਹਿੰਦ-ਖੂੰਹਦ, ਬੋਤਲਾਂ, ਖ਼ਾਲੀ ਟਿਨ, ਪਲਾਸਟਿਕ ਦੇ ਬੈਗ, ਟੁੱਟਾ-ਫੁੱਟਾ ਫ਼ਰਨੀਚਰ ਅਤੇ ਕਈ ਹੋਰ ਇਹੋ ਜਿਹੀਆਂ ਚੀਜ਼ਾਂ ਵਿਹਲੀਆਂ ਥਾਵਾਂ, ਸੜਕਾਂ ਅਤੇ ਗਲੀਆਂ ਵਿੱਚ ਸੁੱਟ ਦਿੰਦੇ ਹਨ ਜਿਸ ਨਾਲ ਵਾਤਾਵਰਣ ਗੰਦਾ ਹੋ ਜਾਂਦਾ ਹੈ ਅਤੇ ਕਈ ਕਿਸਮ ਦੀਆਂ ਬੀਮਾਰੀਆਂ ਫੈਲ ਜਾਂਦੀਆਂ ਹਨ। ਇੰਗਲੈਂਡ ਦੇ ਬਹੁਤ ਸਾਰੇ ਸ਼ਹਿਰਾਂ ਦੀਆਂ ਕੌਂਸਲਾਂ ਨੇ ਇਸ ਸਮੱਸਿਆ ਦੇ ਹੱਲ ਲਈ ਤਿੰਨ ਕਿਸਮ ਦੇ ਡਸਟ ਬਿਨ ਦਿੱਤੇ ਹੋਏ ਹਨ। ਇੱਕ ਡਸਟ ਬਿਨ ਵਿੱਚ ਘਰ ਦਾ ਆਮ ਕੂੜਾ ਕਰਕਟ ਅਤੇ ਖਾਣ ਪੀਣ ਸੰਬੰਧੀ ਬੇਕਾਰ ਚੀਜ਼ਾਂ, ਦੂਜੇ ਡਸਟ ਬਿਨ ਵਿੱਚ ਖ਼ਾਲੀ ਕੱਚ ਅਤੇ ਪਲਾਸਟਿਕ ਦੀਆਂ ਬੋਤਲਾਂ, ਅਖ਼ਬਾਰਾਂ, ਰਸਾਲੇ, ਖ਼ਾਲੀ ਟਿਨ ਆਦਿ ਅਤੇ ਤੀਜੇ ਡਸਟ ਬਿਨ ਵਿੱਚ ਗਾਰਡਨ ਦੀਆਂ ਚੀਜ਼ਾਂ ਜਿਵੇਂ ਘਾਹ, ਦਰਖ਼ਤਾਂ ਦੀਆਂ ਟਾਹਣੀਆਂ, ਪੁਰਾਣੇ ਪੌਦੇ ਆਦਿ। ਕੌਂਸਲਾਂ ਇਹ ਡਸਟ ਬਿਨ ਹਫ਼ਤੇ ਵਿੱਚ ਇਕ ਵਾਰ ਖ਼ਾਲੀ ਕਰਦੀਆਂ ਹਨ ਅਤੇ ਰੀਸਾਈਕਲ ਕਰਨ ਲਈ ਵੱਡੇ ਵੱਡੇ ਟਰੱਕਾਂ ਵਿੱਚ ਲੈ ਜਾਂਦੀਆਂ ਹਨ। ਜੇ ਤੁਹਾਡਾ ਕੂੜਾ ਕਰਕਟ ਅਤੇ ਘਰ ਦਾ ਹੋਰ ਬਹੁਤ ਸਾਰਾ ਬੇਕਾਰ ਸਾਮਾਨ ਹੈ ਤਾਂ ਤੁਸੀਂ ਇਸ ਨੂੰ ਟਿਪ 'ਤੇ ਲੈ ਜਾ ਸਕਦੇ ਹੋ ਜਿੱਥੇ ਸ਼ਹਿਰ ਦੀ ਕੌਂਸਲ ਸਾਰੀਆਂ ਚੀਜ਼ਾਂ ਨੂੰ ਰੀਸਾਈਕਲ ਕਰਦੀ ਹੈ।

(a) According to this article, what is the main cause of pollution?

....

(b) How does the pollution affect the local environment?

....

(c) What steps have City Councils taken to tackle the problem of pollution? Give three details.

(i) ....

(ii) ....

(iii) ....

(d) What can people do to get rid of their high volume of rubbish?

.... H

4. You read Ria's report about pollution in her area ?

ਮੇਰੇ ਇਲਾਕੇ ਦਾ ਵਾਤਾਵਰਣ

ਮੈਂ ਆਪਣੇ ਇਲਾਕੇ ਦੇ ਵਾਤਾਵਰਣ ਬਾਰੇ ਬਹੁਤ ਚਿੰਤਿਤ ਹਾਂ। ਜਿਸ ਇਲਾਕੇ ਵਿੱਚ ਮੈਂ ਰਹਿੰਦੀ ਹਾਂ, ਉੱਥੇ ਬਹੁਤ ਪ੍ਰਦੂਸ਼ਣ ਹੈ। ਇਸ ਦੇ ਕਈ ਕਾਰਨ ਹਨ। ਲਗਭਗ ਹਰ ਘਰ ਵਿੱਚ ਦੋ ਜਾਂ ਤਿੰਨ ਕਾਰਾਂ ਹਨ। ਲੋਕ ਆਪਣੇ ਬੱਚਿਆਂ ਨੂੰ ਸਕੂਲ ਛੱਡਣ ਜਾਣ ਲਈ ਵੀ ਕਾਰਾਂ ਵਿੱਚ ਹੀ ਜਾਂਦੇ ਹਨ। ਇਸ ਇਲਾਕੇ ਵਿੱਚ ਕਈ ਫ਼ੈਕਟਰੀਆਂ ਵੀ ਹਨ। ਕਾਰਾਂ ਅਤੇ ਫ਼ੈਕਟਰੀਆਂ ਦਾ ਧੂੰਆਂ ਇਲਾਕੇ ਦੇ ਵਾਤਾਵਰਣ ਨੂੰ ਬਹੁਤ ਪ੍ਰਦੂਸ਼ਤ ਕਰਦਾ ਹੈ। ਇਸ ਇਲਾਕੇ ਵਿੱਚ ਕਈ ਨੌਜਵਾਨ ਛੋਕਰੇ, ਛੋਕਰੀਆਂ ਨੇ ਵੀ ਬੜੀ ਅੱਤ ਚੁੱਕੀ ਹੋਈ ਹੈ ਅਤੇ ਲੋਕਾਂ ਦਾ ਨੱਕ ਵਿੱਚ ਦਮ ਕੀਤਾ ਹੋਇਆ ਹੈ। ਉਹ ਬੀਅਰ ਪੀ ਕੇ ਖ਼ਾਲੀ ਬੋਤਲਾਂ ਅਤੇ ਡੱਬੇ ਸੜਕਾਂ ਅਤੇ ਪਾਰਕਾਂ ਵਿੱਚ ਸੁੱਟ ਦਿੰਦੇ ਹਨ। ਉਹ ਫਿਸ਼ ਅਤੇ ਚਿਪਸ ਅੱਧੇ ਖਾ ਕੇ ਬਾਕੀ ਐਵੇਂ ਸੁੱਟ ਦਿੰਦੇ ਹਨ। ਸਿਗਰਟਾਂ ਪੀਂਦੇ ਹਨ ਅਤੇ ਕਈ ਹੋਰ ਨਸ਼ੀਲੀਆਂ ਚੀਜ਼ਾਂ ਵੀ ਖਾਂਦੇ ਹਨ। ਜੇ ਕੋਈ ਉਹਨਾਂ ਨੂੰ ਕੁਝ ਕਹਿੰਦਾ ਹੈ ਤਾਂ ਉਹ ਉਸ ਦੇ ਗਲ਼ ਪੈਂਦੇ ਹਨ ਅਤੇ ਕਈ ਵਾਰ ਮਾਰ-ਕੁਟਾਈ ਵੀ ਕਰਦੇ ਹਨ। ਇਲਾਕੇ ਦੇ ਲੋਕ ਇਹਨਾਂ ਛੋਕਰੇ ਛੋਕਰੀਆਂ ਦੇ ਇਸ ਭੈੜੇ ਵਰਤਾਅ ਤੋਂ ਬਹੁਤ ਤੰਗ ਆ ਗਏ ਹਨ। ਮੇਰੇ ਖ਼ਿਆਲ ਵਿੱਚ ਵਾਤਾਵਰਣ ਦੀ ਇਸ ਮਾੜੀ ਹਾਲਤ ਨੂੰ ਸੁਧਾਰਨ ਲਈ ਸਖ਼ਤ ਕਾਨੂੰਨ ਬਣਾਉਣੇ ਚਾਹੀਦੇ ਹਨ। ਕਾਨੂੰਨਾਂ ਦੀ ਉਲੰਘਣਾ ਕਰਨ ਵਾਲਿਆਂ ਨੂੰ ਸਖ਼ਤ ਜੁਰਮਾਨਾ ਹੋਣਾ ਚਾਹੀਦਾ ਹੈ। ਕਾਰਾਂ ਦੀ ਘੱਟ ਤੋਂ ਘੱਟ ਵਰਤੋਂ ਕਰਨੀ ਚਾਹੀਦੀ ਹੈ। ਕਾਰਾਂ ਦੀ ਬਜਾਏ ਜੇ ਬੱਸਾਂ ਜਾਂ ਰੇਲ-ਗੱਡੀਆਂ ਦੀ ਵਰਤੋਂ ਕੀਤੀ ਜਾਵੇ ਤਾਂ ਬਹੁਤ ਚੰਗਾ ਹੈ। ਜਿੱਥੋਂ ਤੱਕ ਹੋ ਸਕੇ ਲੋਕਾਂ ਨੂੰ ਪੈਦਲ ਚੱਲਣਾ ਚਾਹੀਦਾ ਹੈ ਜਾਂ ਫੇਰ ਸਾਈਕਲਾਂ ਦੀ ਵਰਤੋਂ ਕਰਨੀ ਚਾਹੀਦੀ। ਐਵੇਂ ਕੂੜਾ ਕਰਕਟ ਸੁੱਟਣ ਵਾਲੇ ਨੂੰ ਜੁਰਮਾਨਾ ਕਰਨਾ ਚਾਹੀਦਾ ਹੈ। ਇਸ ਤਰ੍ਹਾਂ ਕਰਨ ਨਾਲ ਸਾਡੇ ਇਲਾਕੇ ਦਾ ਵਾਤਾਵਰਣ ਕਾਫ਼ੀ ਚੰਗਾ ਹੋ ਸਕਦਾ ਹੈ।

(a) Why is Ria so worried about her area? Give two reasons.

   (i) ....

   (ii) ....

(b) Why are people in the area not very happy with the behaviour of some young boys and girls? Give two reasons.

   (i) ....

   (ii) ....

(c) What in Ria's opinion must be done to improve the situation? Give four details.

   (i) ....

   (ii) ....

   (iii) ....

   (iv) .... H

CHAPTER 4

Work and Education

Understand and provide information and opinions about these contexts relating to the student's own Work and Education and that of other people, including people in countries/communities where Panjabi is spoken.

1. School/College and Future plans

(a) What school/college is like ?

1. You read these signs.

A	B	C
ਕਾਲਜ	ਅਕੈਡਮੀ	ਸਕੂਲ

Which of these signs is for a school?

Write the letter of the correct answer in the box. ☐ F

2. You are looking for the library.

A	B	C
ਲਾਇਬ੍ਰੇਰੀ	ਸਿਨਮਾ	ਯੂਨੀਵਰਸਿਟੀ

Which sign will direct you to the library?

Write the letter of the correct answer in the box. ☐ F

3. You are looking for the nursery.

A	B	C
ਪ੍ਰਾਇਮਰੀ ਸਕੂਲ	ਨਰਸਰੀ	ਹਾਈ ਸਕੂਲ

Which sign will direct you to the nursery?

Write the letter of the correct answer in the box. ☐ F

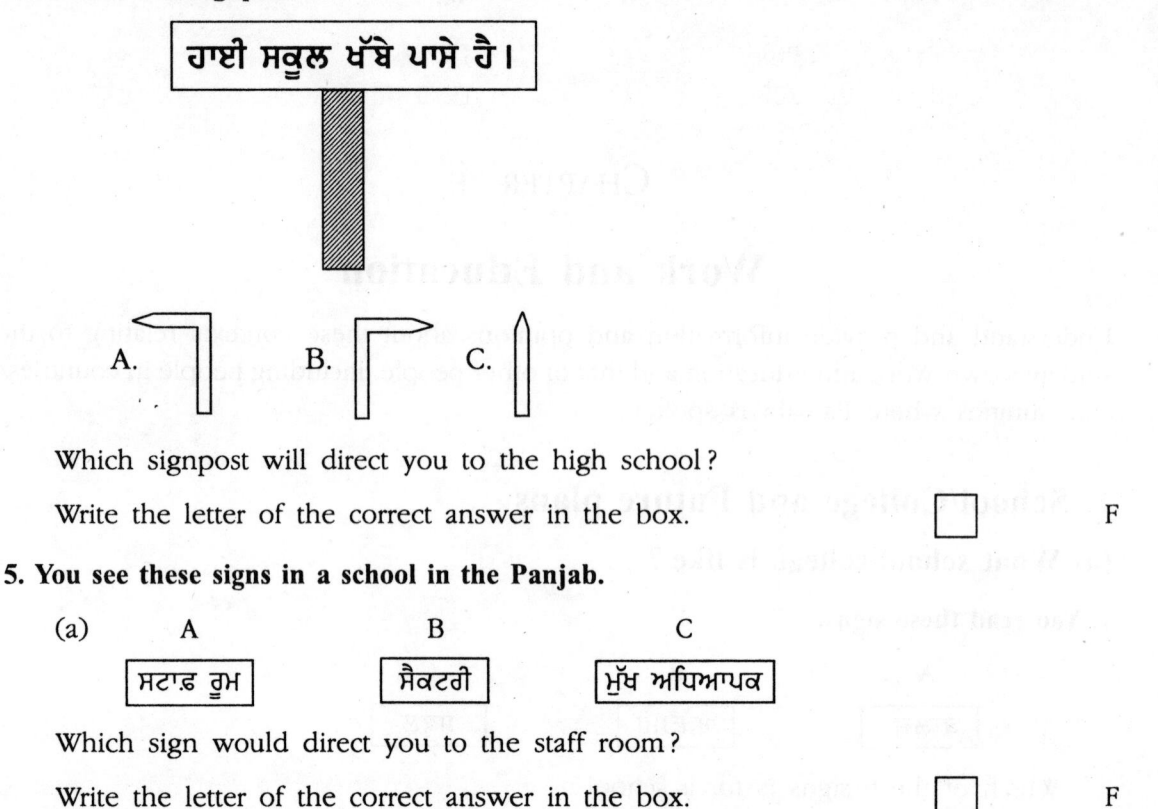

4. You see this signpost.

ਹਾਈ ਸਕੂਲ ਖੱਬੇ ਪਾਸੇ ਹੈ।

A.   B.   C.

Which signpost will direct you to the high school?

Write the letter of the correct answer in the box. ☐ F

5. You see these signs in a school in the Panjab.

(a)   A   B   C

ਸਟਾਫ਼ ਰੂਮ   ਸੈਕਟਰੀ   ਮੁੱਖ ਅਧਿਆਪਕ

Which sign would direct you to the staff room?

Write the letter of the correct answer in the box. ☐ F

(b)   A   B   C

ਸਾਇੰਸ ਬਲਾਕ   ਪੁੱਛ-ਗਿੱਛ ਦਾ ਦਫ਼ਤਰ   ਖੇਡਾਂ ਦੇ ਮੈਦਾਨ

Which sign would direct you to Enquiries?

Write the letter of the correct answer in the box. ☐ F

6. Ranjit tells about the subjects she studies at school.

ਮੈਂ ਸਕੂਲ ਵਿੱਚ ਪੰਜਾਬੀ, ਅੰਗ੍ਰੇਜ਼ੀ, ਹਿਸਾਬ, ਕੈਮਿਸਟਰੀ, ਫਿਜ਼ਿਕਸ, ਆਰਟ, ਧਾਰਮਿਕ ਵਿੱਦਿਆ, ਪੀ.ਈ., ਸਮਾਜਕ ਅਧਿਐਨ ਪੜ੍ਹ ਰਹੀ ਹਾਂ। ਮੈਨੂੰ ਹਿਸਾਬ ਬਹੁਤ ਪਸੰਦ ਹੈ ਪਰ ਮੈਂ ਇਤਿਹਾਸ ਬਿਲਕੁਲ ਪਸੰਦ ਨਹੀਂ ਕਰਦੀ।

ਅੰਗ੍ਰੇਜ਼ੀ	1
ਹਿਸਾਬ	2
ਪੰਜਾਬੀ	3
ਆਰਟ	4
ਕੈਮਿਸਟਰੀ	5
ਪੀ.ਈ.	6
ਫਿਜ਼ਿਕਸ	7
ਸਮਾਜਕ ਅਧਿਐਨ	8
ਧਾਰਮਿਕ ਵਿੱਦਿਆ	9
ਇਤਿਹਾਸ	10

(a) Write the number in the box of the subject Ranjit likes. ☐

(b) Write the number in the box of the subject Ranjit does not like. ☐ F

7. You read these signs.

A	B	C
ਭਾਸ਼ਾਵਾਂ	ਹਿਸਾਬ	ਇਤਿਹਾਸ

Which of these signs is for languages?

Write the letter of the correct answer in the box. ☐ F

8. You see this signpost.

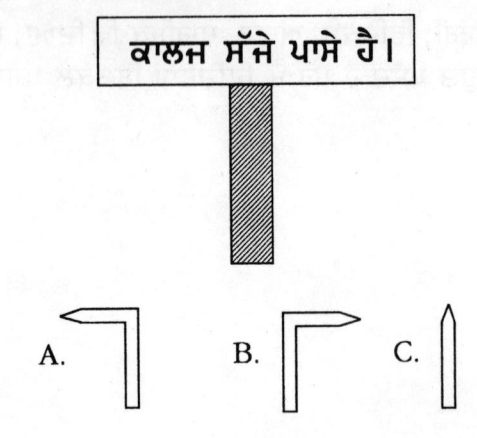

ਕਾਲਜ ਸੱਜੇ ਪਾਸੇ ਹੈ।

A. B. C.

Which way is the college?

Write the letter of the correct answer in the box. ☐ F

9. You read this notice on the road side.

ਇਹ ਸੜਕ ਐਕਸੀਡੈਂਟ ਹੋਣ ਕਾਰਨ ਅੱਗੇ ਬੰਦ ਹੈ।

What does this notice say?

A	The road is closed because of road works.
B	The road is closed because of an accident.
C	The road is closed because of floods.

Write the letter of the correct answer in the box. ☐ F

10. **Draw arrows to show the following.**

   1. ਐਂਬਰ ਹਿਸਾਬ ਪਸੰਦ ਕਰਦੀ ਹੈ।
   2. ਅਰਜਨ ਸਾਇੰਸ ਪਸੰਦ ਕਰਦਾ ਹੈ।
   3. ਰੀਆ ਅੰਗ੍ਰੇਜ਼ੀ ਪਸੰਦ ਕਰਦੀ ਹੈ।
   4. ਤਰਨ ਭੂਗੋਲ ਪਸੰਦ ਕਰਦਾ ਹੈ।
   5. ਕੈਮਰਨ ਇਤਿਹਾਸ ਪਸੰਦ ਕਰਦਾ ਹੈ।
   6. ਕਮਲਜੀਤ ਪੰਜਾਬੀ ਪਸੰਦ ਕਰਦੀ ਹੈ।

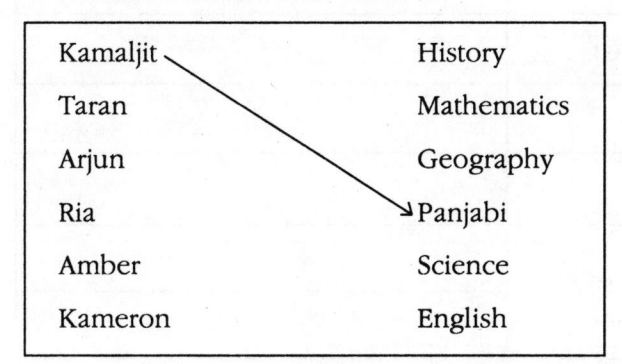

Kamaljit	History
Taran	Mathematics
Arjun	Geography
Ria	Panjabi
Amber	Science
Kameron	English

   F

11. **You see this notice in front of an examination hall.**

   ਚੁੱਪ, ਇਮਤਿਹਾਨ ਹੋ ਰਿਹਾ ਹੈ।

   (a) What have you been asked to do?
   ....

   (b) Why?
   ....   F

12. **You see this headline in a Panjabi newspaper.**

   ਸਿਡਨੀ ਸਟਰਿੰਗਰ ਸਕੂਲ ਕਾਵੈਂਟਰੀ ਦਾ ਜੀ.ਸੀ.ਐੱਸ.ਈ. ਪੰਜਾਬੀ ਦਾ ਸ਼ਾਨਦਾਰ ਨਤੀਜਾ।

   What does this headline tell you?
   ....
   ....   F

13. You see the following instructions on a notice board in a school in Panjab. What do these instructions mean in English ?

	Panjabi	English
(a)	ਵੱਡਿਆਂ ਦਾ ਆਦਰ ਕਰੋ।	Respect the elders.
(b)	ਸਕੂਲ ਸਮੇਂ ਸਿਰ ਆਓ।	
(c)	ਸਦਾ ਸਾਫ਼ ਸੁਥਰੇ ਕੱਪੜੇ ਪਾਓ।	
(d)	ਆਪਣੇ ਦੰਦ ਹਰ ਰੋਜ਼ ਸਾਫ਼ ਕਰੋ।	
(e)	ਹਰ ਰੋਜ਼ ਇਸ਼ਨਾਨ ਕਰੋ।	
(f)	ਕਿਸੇ ਨੂੰ ਗਾਲੀ ਨਾ ਦਿਓ।	
(g)	ਸਭ ਨਾਲ ਪਿਆਰ ਕਰੋ।	
(h)	ਸਦਾ ਸੱਚ ਬੋਲੋ।	
(i)	ਆਪਣੇ ਮਾਤਾ ਪਿਤਾ ਦਾ ਕਹਿਣਾ ਮੰਨੋ।	
(j)	ਆਪਣੇ ਸਕੂਲ ਨੂੰ ਸਾਫ਼ ਸੁਥਰਾ ਰੱਖੋ।	
(k)	ਮੋਬਾਇਲ ਫ਼ੋਨ ਸਕੂਲ ਨਾ ਲੈ ਕੇ ਆਓ।	

F

14. You read a part of Ria's letter which she wrote to a relative who lives in the Panjab.

> ਮੇਰੇ ਸਕੂਲ ਦਾ ਨਾਂ ਸਟੋਕ ਪਾਰਕ ਸਕੂਲ ਹੈ। ਮੇਰਾ ਸਕੂਲ ਅੱਠ ਚਾਲੀ 'ਤੇ ਸ਼ੁਰੂ ਹੁੰਦਾ ਹੈ ਅਤੇ ਸਾਢੇ ਤਿੰਨ ਵਜੇ ਬੰਦ ਹੁੰਦਾ ਹੈ। ਮੈਂ ਸਕੂਲ ਨੂੰ ਸਾਈਕਲ 'ਤੇ ਜਾਂਦੀ ਹਾਂ ਅਤੇ ਸਾਈਕਲ 'ਤੇ ਹੀ ਵਾਪਸ ਆਉਂਦੀ ਹਾਂ। ਦਿਨ ਵਿੱਚ ਪੰਜ ਲੈਸਨ ਹੁੰਦੇ ਹਨ। ਹਰ ਲੈਸਨ ਇੱਕ ਘੰਟੇ ਦਾ ਹੁੰਦਾ ਹੈ। ਅੱਠ ਚਾਲੀ ਤੋਂ ਨੌਂ ਵਜੇ ਤੱਕ ਹਾਜ਼ਰੀ ਲੱਗਦੀ ਹੈ। ਗਿਆਰਾਂ ਵਜੇ ਵੀਹਾਂ ਮਿੰਟਾਂ ਲਈ ਬਰੇਕ ਟਾਈਮ ਹੁੰਦਾ ਹੈ। ਬਾਰਾਂ ਵੱਜ ਕੇ ਵੀਹ ਮਿੰਟ 'ਤੇ ਅੱਧੀ ਛੁੱਟੀ ਹੁੰਦੀ ਹੈ। ਅੱਧੀ ਛੁੱਟੀ ਇੱਕ ਘੰਟਾ ਲੰਮੀ ਹੁੰਦੀ ਹੈ। ਅੱਧੀ ਛੁੱਟੀ ਤੋਂ ਬਾਅਦ ਦਸ ਮਿੰਟਾਂ ਲਈ ਹਾਜ਼ਰੀ ਲੱਗਣ ਦਾ ਸਮਾਂ ਹੁੰਦਾ ਹੈ। ਇਸ ਤੋਂ ਬਾਅਦ ਦੋ ਘੰਟੇ ਘੰਟੇ ਦੇ ਲੈਸਨ ਹੁੰਦੇ ਹਨ ਅਤੇ ਸਾਢੇ ਤਿੰਨ ਵਜੇ ਪੂਰੀ ਛੁੱਟੀ ਹੁੰਦੀ ਹੈ।

(a) What is the name of Ria's school?

....

(b) What are the opening and finishing times of the school?

    (i) Open...

    (ii) Finish...

(c) How does Ria travel to school?

....

(d) How many lessons a day does she have?

....

(e) What are the break and lunch times?

    (i) Break..

    (ii) Lunch... F

15. You see this notice on the notice board in a Gurdwara.

> ਬੱਚਿਆਂ ਲਈ ਪੰਜਾਬੀ ਦੀਆਂ ਕਲਾਸਾਂ ਹਰ ਐਤਵਾਰ ਨੂੰ
> 10.00 ਵਜੇ ਤੋਂ 12.00 ਵਜੇ ਤੱਕ।
> ਸਿਆਣਿਆਂ ਲਈ ਅੰਗ੍ਰੇਜ਼ੀ ਦੀਆਂ ਕਲਾਸਾਂ ਹਰ ਬੁੱਧਵਾਰ ਨੂੰ
> ਸ਼ਾਮ ਦੇ 6.00 ਵਜੇ ਤੋਂ 8.00 ਵਜੇ ਤੱਕ।

(a) What are the times of Panjabi classes?

    (i) Start..

    (ii) Finish..

(b) Which day of the week do children learn Panjabi?

....

(c) Write the times of English classes for elderly people.

    (i) Start..

    (ii) Finish..

(d) Which day of the week do elderly people learn English?

.... F

16. Manjit received this e-mail from Arbinder who lives in the Panjab.

> ਮਹਿੰਦ ਪੁਰ
> 15 ਦਸੰਬਰ, 2011
>
> ਪਿਆਰੇ ਮਨਜੀਤ,
>
> ਸਤਿ ਸ੍ਰੀ ਅਕਾਲ। ਤੁਹਾਨੂੰ ਇਹ ਜਾਣ ਕੇ ਖ਼ੁਸ਼ੀ ਹੋਵੇਗੀ ਕਿ ਮੈਂ ਇਸ ਸਾਲ ਪਲੱਸ ਟੂ ਦੀ ਪ੍ਰੀਖਿਆ ਫ਼ਸਟ ਡਵੀਜ਼ਨ ਵਿੱਚ ਪਾਸ ਕਰ ਲਈ ਸੀ। ਹੁਣ ਮੈਂ ਖ਼ਾਲਸਾ ਕਾਲਜ ਜਲੰਧਰ ਵਿੱਚ ਦਾਖ਼ਲ ਹੋ ਗਿਆ ਹਾਂ ਅਤੇ ਕੰਪਿਊਟਰ ਦੀ ਪੜ੍ਹਾਈ ਵਿੱਚ ਡਿਗਰੀ ਕਰ ਰਿਹਾ ਹਾਂ।
>
> ਅੱਜ ਕੱਲ੍ਹ ਇੰਡੀਆ ਵਿੱਚ ਕੰਪਿਊਟਰ ਦੀ ਪੜ੍ਹਾਈ ਵਿੱਚ ਡਿਗਰੀ ਕਰਨ ਵਾਲਿਆਂ ਨੂੰ ਨੌਕਰੀ ਬਹੁਤ ਜਲਦੀ ਮਿਲ ਜਾਂਦੀ ਹੈ। ਇਸ ਵਿੱਚ ਪੈਸੇ ਜ਼ਿਆਦਾ ਮਿਲਦੇ ਹਨ ਅਤੇ ਤਰੱਕੀ ਵੀ ਜਲਦੀ ਹੋ ਜਾਂਦੀ ਹੈ।
>
> ਮੈਨੂੰ ਲਿਖਣਾ ਕਿ ਅੱਜ ਕੱਲ੍ਹ ਤੁਸੀਂ ਕੀ ਪੜ੍ਹਾਈ ਕਰ ਰਹੇ ਹੋ ਅਤੇ ਅੱਗੋਂ ਕਿਸ ਤਰ੍ਹਾਂ ਦੀ ਪੜ੍ਹਾਈ ਕਰਨ ਦਾ ਵਿਚਾਰ ਹੈ।
>
> —ਅਰਬਿੰਦਰ

(a) Where does Arbinder live?
   ....

(b) When did he write this letter?
   ....

(c) What examination did he pass this year and what grade did he achieve?
   ....

(d) Where does he study now?
   ....

(e) What does he study?
   ....

(f) Why? Give three reasons.
   (i) ....
   (ii) ....
   (iii) ....

F

17. You read the views of four students about what they want to do after leaving school.

ਮਨਪ੍ਰੀਤ :	ਮੈਂ ਜੀ.ਸੀ.ਐੱਸ.ਈ. ਦੀ ਪੜ੍ਹਾਈ ਖਤਮ ਕਰਕੇ ਅੰਗ੍ਰੇਜ਼ੀ, ਇਤਿਹਾਸ ਅਤੇ ਪੰਜਾਬੀ ਵਿੱਚ ਏ ਲੈਵਲ ਕਰਨੇ ਹਨ। ਇਸ ਤੋਂ ਬਾਅਦ ਮੈਂ ਯੂਨੀਵਰਸਿਟੀ ਵਿੱਚ ਅੰਗ੍ਰੇਜ਼ੀ ਵਿੱਚ ਡਿਗਰੀ ਕਰਨੀ ਹੈ।
ਬਲਜੀਤ :	ਮੈਂ ਜੀ.ਸੀ.ਐੱਸ.ਈ. ਦੀ ਪੜ੍ਹਾਈ ਖ਼ਤਮ ਕਰਨ ਤੋਂ ਬਾਅਦ ਏ ਲੈਵਲ ਨਹੀਂ ਕਰਨਾ ਚਾਹੁੰਦੀ। ਮੈਂ ਸਕੂਲ ਦੀ ਪੜ੍ਹਾਈ ਖ਼ਤਮ ਕਰਨ ਤੋਂ ਬਾਅਦ ਕਾਲਜ ਜਾਣਾ ਚਾਹੁੰਦੀ ਹਾਂ। ਕਾਲਜ ਵਿੱਚ ਮੈਂ ਜੀ.ਐਨ.ਵੀ.ਕਿਊ. ਲੈਜ਼ਰ ਅਤੇ ਟੂਰਿਜ਼ਮ ਵਿੱਚ ਕਰਨਾ ਚਾਹੁੰਦੀ ਹਾਂ।
ਅਮਰਦੀਪ :	ਜੀ.ਸੀ.ਐੱਸ.ਈ. ਕਰਨ ਤੋਂ ਬਾਅਦ ਮੈਂ ਹਿਸਾਬ, ਕੈਮਿਸਟਰੀ, ਫਿਜ਼ਿਕਸ ਅਤੇ ਪੰਜਾਬੀ ਵਿੱਚ ਏ ਲੈਵਲ ਕਰਨਾ ਚਾਹੁੰਦਾ ਹਾਂ। ਏ ਲੈਵਲ ਕਰਨ ਤੋਂ ਬਾਅਦ ਮੈਂ ਯੂਨੀਵਰਸਿਟੀ ਵਿੱਚ ਡਾਕਟਰੀ ਦੀ ਡਿਗਰੀ ਕਰਨੀ ਹੈ।
ਰਣਜੀਤ :	ਮੈਂ ਜੀ.ਸੀ.ਐੱਸ.ਈ. ਕਰਨ ਤੋਂ ਬਾਅਦ ਹਿਸਾਬ, ਇਤਿਹਾਸ ਅਤੇ ਪੰਜਾਬੀ ਵਿੱਚ ਏ ਲੈਵਲ ਕਰਨਾ ਚਾਹੁੰਦੀ ਹਾਂ। ਇਸ ਤੋਂ ਬਾਅਦ ਮੈਂ ਯੂਨੀਵਰਸਿਟੀ ਵਿੱਚ ਕੰਪਿਊਟਰ ਸਾਇੰਸ ਵਿੱਚ ਡਿਗਰੀ ਕਰਨੀ ਚਾਹੁੰਦੀ ਹਾਂ।

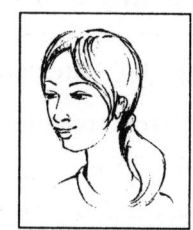

M (Manpreet), B (Baljit), A (Amardeep), R (Ranjit)

Write the letter of the correct answer in the box.

Example	Who wants to study for a degree in English?	M
(a)	Who does not want to do A Levels?	
(b)	Who wants to study for GNVQ?	
(c)	Who is interested in computer science?	
(d)	Who is interested to became a doctor.	F

18. You read a part of Sundeep's e-mail which he sent to his friend.

> ਮੈਂ ਇੱਕ ਬਹੁਤ ਵੱਡੇ ਕੰਪ੍ਰੀਹੈਨਸਿਵ ਸਕੂਲ ਵਿੱਚ ਯੀਅਰ ਗਿਆਰਾਂ ਵਿੱਚ ਪੜ੍ਹਦਾ ਹਾਂ। ਮੈਂ ਅੰਗ੍ਰੇਜ਼ੀ, ਗਣਿਤ, ਇਤਿਹਾਸ, ਸੰਗੀਤ ਵਿੱਦਿਆ, ਧਾਰਮਿਕ ਵਿੱਦਿਆ, ਭੂਗੋਲ, ਰਸੋਈ ਵਿੱਦਿਆ, ਆਰਟ ਐਂਡ ਕਰਾਫ਼ਟ, ਸਾਇੰਸ, ਪੀ.ਈ. ਅਤੇ ਪੰਜਾਬੀ ਪੜ੍ਹਦਾ ਹਾਂ। ਸਕੂਲ ਵਿੱਚ ਬਹੁਤ ਸਹੂਲਤਾਂ ਹਨ। ਬੱਚਿਆਂ ਦੇ ਖੇਡਣ ਲਈ ਵੱਡੇ ਵੱਡੇ ਖੇਡਾਂ ਦੇ ਮੈਦਾਨ ਹਨ। ਸਕੂਲ ਦੀ ਬਿਲਡਿੰਗ ਬਿਲਕੁਲ ਨਵੀਂ ਹੈ। ਸਾਰੇ ਕਮਰਿਆਂ ਵਿੱਚ ਕਾਰਪਿਟ ਪਾਈ ਹੋਈ ਹੈ। ਮੈਂ ਇਹ ਸਕੂਲ ਬਹੁਤ ਪਸੰਦ ਕਰਦਾ ਹਾਂ ਕਿਉਂਕਿ ਇੱਥੇ ਬੱਚਿਆਂ ਨੂੰ ਪੰਜਾਬੀ ਪੜ੍ਹਾਉਣ ਦਾ ਪ੍ਰਬੰਧ ਹੈ।

Read the statements in the grid below.

For each statement in the grid write:

T (True), F (False), ? (not in the text)

Example	Sundeep goes to a comprehensive school.	T
1.	There are not many facilities in Sundeep's school.	
2.	This school has a new building.	
3.	Sundeep does not like his school at all.	
4.	Children can learn Panjabi in this school.	
5.	Gujarati is also taught in this school.	

F/H

19. You read Manjinder's article.

ਇੰਗਲੈਂਡ ਦੇ ਹਾਈ ਸਕੂਲਾਂ ਵਿੱਚ ਵਿਦਿਆਰਥੀ ਜੀ.ਸੀ.ਐੱਸ.ਈ. ਤੱਕ ਦੀ ਪੜ੍ਹਾਈ ਕਰ ਸਕਦੇ ਹਨ। ਸੈਕੰਡਰੀ ਸਕੂਲਾਂ ਅਤੇ ਸਿਕਸਥ ਫ਼ਾਰਮ ਕਾਲਜਾਂ ਵਿੱਚ ਜੀ.ਸੀ.ਐੱਸ.ਈ. ਅਤੇ ਏ ਲੈਵਲ ਤੱਕ ਦੀ ਪੜ੍ਹਾਈ ਕੀਤੀ ਜਾ ਸਕਦੀ ਹੈ। ਇਸ ਤੋਂ ਅਗਲੀ ਜਾਂ ਉੱਚੀ ਪੜ੍ਹਾਈ ਕਰਨ ਲਈ ਕਾਲਜ ਜਾਂ ਯੂਨੀਵਰਸਿਟੀ ਜਾਣਾ ਪੈਂਦਾ ਹੈ। ਜੀ.ਸੀ.ਐੱਸ.ਈ. ਅਤੇ ਏ ਲੈਵਲ ਦੀ ਪੜ੍ਹਾਈ ਫਰਦਰ ਐਜੂਕੇਸ਼ਨ ਕਾਲਜਾਂ ਵਿੱਚ ਵੀ ਕੀਤੀ ਜਾ ਸਕਦੀ ਹੈ।

ਏ ਲੈਵਲ ਪਾਸ ਕਰਨ ਤੋਂ ਬਾਅਦ ਤੁਸੀਂ ਡਿਗਰੀ ਦਾ ਕੋਰਸ ਕਰਨ ਲਈ ਯੂਨੀਵਰਸਿਟੀ ਜਾਂ ਕਾਲਜ ਜਾ ਸਕਦੇ ਹੋ। ਪਹਿਲੀ ਡਿਗਰੀ ਕਰਨ ਲਈ ਆਮ ਤੌਰ 'ਤੇ ਤਿੰਨ ਸਾਲ ਲੱਗਦੇ ਹਨ। ਕਈ ਕਿੱਤਿਆਂ ਲਈ ਤਿੰਨ ਸਾਲ ਤੋਂ ਵੱਧ ਪੜ੍ਹਾਈ ਕਰਨੀ ਪੈਂਦੀ ਹੈ। ਜਿਵੇਂ :

ਫਾਰਮਾਸਿਸਟ ਬਣਨ ਲਈ ਅੱਜ ਕੱਲ੍ਹ ਚਾਰ ਸਾਲ ਯੂਨੀਵਰਸਿਟੀ ਵਿੱਚ ਅਤੇ ਇੱਕ ਸਾਲ ਲਈ ਕਿਸੀ ਫਾਰਮੇਸੀ ਵਿੱਚ ਟਰੇਨਿੰਗ ਲੈਣੀ ਪੈਂਦੀ ਹੈ। ਡੈਂਟਿਸਟ ਬਣਨ ਲਈ ਪੰਜ ਸਾਲ ਅਤੇ ਡਾਕਟਰ ਬਣਨ ਲਈ ਛੇ ਸਾਲ ਲੱਗਦੇ ਹਨ।

ਵਕੀਲ ਬਣਨ ਲਈ ਵੀ ਛੇ ਸਾਲ ਲੱਗਦੇ ਹਨ। ਪਹਿਲਾਂ ਯੂਨੀਵਰਸਿਟੀ ਵਿੱਚ ਤਿੰਨ ਸਾਲ ਲਈ ਐੱਲ.ਐੱਲ.ਬੀ. ਦੀ ਡਿਗਰੀ ਕਰਨੀ ਪੈਂਦੀ ਹੈ। ਫੇਰ ਇੱਕ ਸਾਲ ਲਈ ਲੀਗਲ ਪ੍ਰੈਕਟਿਸ ਕੋਰਸ ਕਰਨਾ ਪੈਂਦਾ ਹੈ ਜੋ ਯੂਨੀਵਰਸਿਟੀ ਵਿੱਚ ਹੀ ਕੀਤਾ ਜਾ ਸਕਦਾ ਹੈ। ਇਸ ਤੋਂ ਬਾਅਦ ਦੋ ਸਾਲ ਲਈ ਕਿਸੇ ਲਾਅ ਫ਼ਰਮ ਨਾਲ ਟਰੇਨਿੰਗ ਕਰਨੀ ਪੈਂਦੀ ਹੈ।

ਟੀਚਰ ਬਣਨ ਲਈ ਆਮ ਤੌਰ 'ਤੇ ਦੋ ਤਰੀਕੇ ਹਨ। ਜਾਂ ਤਾਂ ਤੁਸੀਂ ਏ ਲੈਵਲ ਕਰਨ ਤੋਂ ਬਾਅਦ ਤਿੰਨ ਸਾਲ ਦੀ ਬੀ.ਐੱਡ. ਦੀ ਡਿਗਰੀ ਕਰ ਸਕਦੇ ਹੋ। ਬੀ.ਐੱਡ. ਔਨਰਜ਼ ਚਾਰ ਸਾਲ ਦੀ ਡਿਗਰੀ ਹੈ। ਜਾਂ ਫਿਰ ਏ ਲੈਵਲ ਕਰਨ ਤੋਂ ਬਾਅਦ ਤਿੰਨ ਸਾਲ ਦੀ ਆਮ ਡਿਗਰੀ ਕਰ ਕੇ ਇੱਕ ਸਾਲ ਦਾ ਟੀਚਰਜ਼ ਟਰੇਨਿੰਗ ਕੋਰਸ ਕਰ ਸਕਦੇ ਹੋ। ਇਸ ਕੋਰਸ ਨੂੰ ਪੋਸਟ ਗ੍ਰੈਜੂਏਟ ਸਰਟੀਫ਼ਿਕੇਟ ਇਨ ਐਜੂਕੇਸ਼ਨ ਕਹਿੰਦੇ ਹਨ।

ਕਈ ਵਿਦਿਆਰਥੀ ਸਕੂਲਾਂ ਵਿੱਚ ਏ ਲੈਵਲ ਕਰਨ ਦੀ ਥਾਂ ਜੀ.ਐੱਨ.ਵੀ.ਕੀਊ ਕਰਦੇ ਹਨ ਅਤੇ ਕਾਲਜਾਂ ਵਿੱਚ ਐੱਚ.ਐਨ.ਡੀ. ਅਤੇ ਬੀ.ਟੈੱਕ. ਕਰਦੇ ਹਨ।

ਜੀ.ਸੀ.ਐੱਸ.ਈ. ਕਰਨ ਤੋਂ ਬਾਅਦ ਕਈ ਵਿਦਿਆਰਥੀ ਡਿਗਰੀ ਕਰਨ ਦੀ ਥਾਂ ਕਈ ਹੋਰ ਕੋਰਸ ਅਤੇ ਟਰੇਨਿੰਗ ਕਰਦੇ ਹਨ ਜਿਸ ਦੇ ਨਾਲ ਛੇਤੀ ਨੌਕਰੀ ਮਿਲ ਸਕੇ ਜਿਵੇਂ ਕੰਪਿਊਟਰ ਦਾ ਕੋਰਸ, ਸੈਕਟਰੀ ਦਾ ਕੋਰਸ ਆਦਿ।

ਨੋਟ : ਕ੍ਰਿਪਾ ਕਰਕੇ ਨੋਟ ਕਰੋ ਕਿ ਇਹ ਉਚੇਰੀ ਵਿੱਦਿਆ ਅਤੇ ਟਰੇਨਿੰਗ ਬਾਰੇ ਪੂਰੀ ਜਾਣਕਾਰੀ ਨਹੀਂ ਹੈ।

Read the statements in the grid below.

For each statement in the grid write :

T (True), F (False), ? (not in the text)

Example	You can not do GCSE in High schools.	F
1.	You can study A Levels in 6th from colleges.	
2.	You can do GCSEs in Universities.	
3.	It takes two years to do a degree course after A Levels.	
4.	It takes five years to become a pharmacist.	
5.	You can do a dentist degree in four years.	
6.	It takes six years to become a solicitor.	
7.	You can do a teacher's training course in three years.	
8.	Post Graduate Certificate in Education is a three years' course.	
9.	Some students prefer to do G.N.V.Q than A Levels.	
10.	There are 600 Universities in the UK.	
11.	There is no fee to study in Universities.	

20. You read the views of some students about their school subjects.

ਰਨਜੀਤਾ : ਮੈਂ ਪੰਜਾਬੀ ਪੜ੍ਹਨਾ ਸਭ ਤੋਂ ਵੱਧ ਪਸੰਦ ਕਰਦੀ ਹਾਂ ਕਿਉਂਕਿ ਇਸ ਦੇ ਪੜ੍ਹਨ ਨਾਲ ਮੈਨੂੰ ਪੰਜਾਬ ਬਾਰੇ ਬਹੁਤ ਜਾਣਕਾਰੀ ਮਿਲਦੀ ਹੈ। ਮੇਰਾ ਪੰਜਾਬੀ ਦਾ ਅਧਿਆਪਕ ਬਹੁਤ ਚੰਗਾ ਹੈ ਅਤੇ ਮੇਰੀ ਪੜ੍ਹਾਈ ਵਿੱਚ ਬਹੁਤ ਸਹਾਇਤਾ ਕਰਦਾ ਹੈ।

ਅਮਨਦੀਪ : ਮੈਨੂੰ ਸਾਇੰਸ ਪੜ੍ਹਨਾ ਬਿਲਕੁਲ ਪਸੰਦ ਨਹੀਂ ਹੈ। ਇਹ ਵਿਸ਼ਾ ਮੈਨੂੰ ਬਹੁਤ ਔਖਾ ਲੱਗਦਾ ਹੈ। ਪ੍ਰੈਕਟੀਕਲ ਕਰਨ ਵੇਲੇ ਮੈਨੂੰ ਬਹੁਤ ਡਰ ਲੱਗਦਾ ਰਹਿੰਦਾ ਹੈ। ਅਧਿਆਪਕ ਵੀ ਬਹੁਤੀ ਮਦਦ ਨਹੀਂ ਕਰਦਾ ਕਿਉਂਕਿ ਉਸ ਦਾ ਜ਼ਿਆਦਾ ਸਮਾਂ ਤਾਂ ਕਲਾਸ ਨੂੰ ਚੁੱਪ ਕਰਾਉਣ ਲਈ ਲੱਗ ਜਾਂਦਾ ਹੈ।

ਸ਼ਰਨਜੀਤ : ਪਹਿਲਾਂ ਪਹਿਲਾਂ ਮੈਂ ਹਿਸਾਬ ਪੜ੍ਹਨਾ ਪਸੰਦ ਨਹੀਂ ਸੀ ਕਰਦੀ। ਪਰ ਜਦੋਂ ਦੀ ਸਾਡੀ ਹਿਸਾਬ ਦੀ ਨਵੀਂ ਅਧਿਆਪਕਾ ਆਈ ਹੈ ਮੈਨੂੰ ਹਿਸਾਬ ਦੀ ਪੜ੍ਹਾਈ ਕਰਨਾ ਬਹੁਤ ਚੰਗਾ ਲੱਗਦਾ ਹੈ। ਨਵੀਂ ਅਧਿਆਪਕਾ ਦਾ ਪੜ੍ਹਾਉਣ ਦਾ ਤਰੀਕਾ ਬਹੁਤ ਚੰਗਾ ਹੈ ਅਤੇ ਉਹ ਹਰੇਕ ਵਿਦਿਆਰਥੀ ਦੀ ਪੜ੍ਹਾਈ ਵਿੱਚ ਬਹੁਤ ਮਦਦ ਕਰਦੀ ਹੈ।

(a) Why does Ranjita like to study Panjabi?
　　　...

(b) What are Ranjita's views about her Panjabi teacher?
　　　...

(c) Why does Amandeep not like science? Give two reasons.
　　(i) ....
　　(ii) ....

(d) Why can the science teacher not help Amandeep much?
　　　...

(e) Why has Sharnjit changed her attitude towards learning Maths? Give two reasons.
　　(i) ....
　　(ii) .... H

21. You read Arjun's article about learning languages in his school.
Fill in the blanks by writing the number of the correct answer.

> ਸਾਡੇ ਸਕੂਲ ਵਿੱਚ ਕਈ ਭਾਸ਼ਾਵਾਂ [3] ਜਾਂਦੀਆਂ ਹਨ। ਫ਼ਰੈਂਚ, ਜਰਮਨ, ਸਪੈਨਿਸ਼, ਪੰਜਾਬੀ, ☐ ਅਤੇ ਉਰਦੂ, ਯੀਅਰ ਸੈਵਨ ਤੋਂ ☐ ਹੁੰਦੀਆਂ ਹਨ। ਬੱਚੇ ਇਹਨਾਂ ਵਿੱਚੋਂ ਕੋਈ ☐ ਭਾਸ਼ਾਵਾਂ ਚੁਣ ਸਕਦੇ ਹਨ। ਮੈਂ ਪੰਜਾਬੀ ਅਤੇ ਜਰਮਨ ਪੜ੍ਹਦਾ ਹਾਂ। ਮੈਂ ☐ ਤਿੰਨ ਸਾਲਾਂ ਤੋਂ ਇਹ ਦੋਵੇਂ ਜ਼ਬਾਨਾਂ ਸਿੱਖ ਰਿਹਾ ਹਾਂ। ਹੁਣ ਮੈਂ ਪੰਜਾਬੀ ਅਤੇ ਜਰਮਨ ਵਿੱਚ ਚੰਗੀ ਤਰ੍ਹਾਂ ☐ ਕਰ ਸਕਦਾ ਹਾਂ। ਇੰਡੀਆ ਵਿੱਚ ਆਪਣੇ ਰਿਸ਼ਤੇਦਾਰਾਂ ਨੂੰ ☐ ਵੀ ਹੁਣ ਮੈਂ ਪੰਜਾਬੀ ਵਿੱਚ ਹੀ ਕਰਦਾ ਹਾਂ। ਉਹ ਵੀ ਮੈਨੂੰ ਪੰਜਾਬੀ ਵਿੱਚ ਹੀ ਲਿਖਦੇ ਹਨ। ਹੁਣ ਮੇਰਾ ਪੰਜਾਬੀ ਪੜ੍ਹਨ ਦਾ ਸ਼ੌਕ ☐ ਗਿਆ ਹੈ ਅਤੇ ਮੈਂ ਅਗਲੇ ਸਾਲ ਜੀ.ਸੀ.ਐਸ.ਈ. ਪੰਜਾਬੀ ਦੀ ☐ ਦੇਣੀ ਹੈ। ਇਸ ਤੋਂ ਬਾਅਦ ਮੈਂ ਪੰਜਾਬੀ ਵਿੱਚ ☐ ਵੀ ਕਰਾਂਗਾ।

1. ਏ ਲੈਵਲ　　3. ਪੜ੍ਹਾਈਆਂ　　5. ਪਿਛਲੇ　　7. ਵੱਧ　　9. ਪ੍ਰੀਖਿਆ
2. ਈ-ਮੇਲ　　4. ਦੋ　　6. ਸ਼ੁਰੂ　　8. ਗੱਲ-ਬਾਤ　　10. ਗੁਜਰਾਤੀ　　H

22. You read Amarjit's article in a school magazine.

ਇਹ ਮੇਰਾ ਸਕੂਲ ਵਿੱਚ ਆਖ਼ਰੀ ਸਾਲ ਹੈ। ਇਸ ਸਾਲ ਜੂਨ ਵਿੱਚ ਮੈਂ ਅੰਗ੍ਰੇਜ਼ੀ, ਇਤਿਹਾਸ, ਭੂਗੋਲ ਅਤੇ ਪੰਜਾਬੀ ਵਿੱਚ ਏ ਲੈਵਲ ਦੇ ਇਮਤਿਹਾਨ ਦੇਣੇ ਹਨ। ਦੋ ਸਾਲ ਪਹਿਲਾਂ ਮੈਂ ਸੱਤ ਵਿਸ਼ਿਆਂ ਵਿੱਚ ਜੀ.ਸੀ.ਐੱਸ.ਈ. ਦੀਆਂ ਪ੍ਰੀਖਿਆਵਾਂ ਪਾਸ ਕੀਤੀਆਂ ਸਨ। ਹਿਸਾਬ, ਇਤਿਹਾਸ, ਭੂਗੋਲ ਅਤੇ ਪੰਜਾਬੀ ਵਿੱਚ ਏ ਗ੍ਰੇਡ ਅਤੇ ਅੰਗ੍ਰੇਜ਼ੀ, ਕੈਮਿਸਟਰੀ ਅਤੇ ਜਰਮਨ ਵਿੱਚ ਬੀ ਗ੍ਰੇਡ ਆਏ ਸਨ।

ਮੈਂ ਸਮਾਜਿਕ ਸੇਵਾ ਦਾ ਕੰਮ ਕਰਨਾ ਜ਼ਿਆਦਾ ਪਸੰਦ ਕਰਦਾ ਹਾਂ। ਇਸ ਲਈ ਮੈਂ ਸੋਸ਼ਲ ਵਰਕ ਦੀ ਡਿਗਰੀ ਲਈ ਪੜ੍ਹਾਈ ਕਰਨਾ ਚਾਹੁੰਦਾ ਹਾਂ। ਮੈਨੂੰ ਵਾਰਵਿਕ ਯੂਨੀਵਰਸਿਟੀ ਨੇ ਸੋਸ਼ਲ ਵਰਕ ਦੀ ਡਿਗਰੀ ਦੇ ਕੋਰਸ ਲਈ ਆਰਜ਼ੀ ਤੌਰ 'ਤੇ ਦਾਖ਼ਲਾ ਵੀ ਦੇ ਦਿੱਤਾ ਹੈ। ਪਰ ਯੂਨੀਵਰਸਿਟੀ ਨੇ ਪੱਕੇ ਦਾਖ਼ਲੇ ਲਈ ਦੋ ਵਿਸ਼ਿਆਂ ਵਿੱਚ ਘੱਟੋ ਘੱਟ ਬੀ ਗ੍ਰੇਡ ਅਤੇ ਤੀਜੇ ਵਿਸ਼ੇ ਵਿੱਚ ਸੀ ਗ੍ਰੇਡ ਮੰਗੇ ਹਨ। ਜੇ ਮੇਰੇ ਇਹ ਗ੍ਰੇਡ ਨਾ ਆਏ ਤਾਂ ਮੇਰਾ ਆਰਜ਼ੀ ਦਾਖ਼ਲਾ ਖ਼ਤਮ ਹੋ ਜਾਵੇਗਾ ਅਤੇ ਮੈਂ ਵਾਰਵਿਕ ਯੂਨੀਵਰਸਿਟੀ ਵਿੱਚ ਸੋਸ਼ਲ ਵਰਕ ਦੀ ਡਿਗਰੀ ਨਹੀਂ ਕਰ ਸਕਾਂਗਾ।

ਚੰਗੇ ਗ੍ਰੇਡ ਲੈਣ ਲਈ ਮੈਂ ਪੂਰੀ ਕੋਸ਼ਿਸ਼ ਕਰ ਰਿਹਾ ਹਾਂ ਅਤੇ ਰਾਤ ਦਿਨ ਸਖ਼ਤ ਪੜ੍ਹਾਈ ਕਰ ਰਿਹਾ ਹਾਂ। ਮੈਨੂੰ ਪੂਰੀ ਉਮੀਦ ਹੈ ਕਿ ਮੈਂ ਇਹ ਲੋੜੀਂਦੇ ਗ੍ਰੇਡ ਜ਼ਰੂਰ ਪ੍ਰਾਪਤ ਕਰ ਲਵਾਂਗਾ।

—ਅਮਰਜੀਤ

(a) What is Amarjit studying these days?

....

(b) What does Amarjit want to study in the university?

....

(c) Why?

....

(d) What condition has the university imposed on Amarjit for admission?

....

(e) Why is Amarjit confident in getting admission?

.... H

23. **You read an old poster about a conference.**

ਪੰਜਾਬੀ ਮਾਪਿਆਂ ਦੀ ਸਭਾ ਪੂਰਬੀ ਲੰਡਨ ਵਲੋਂ

ਐਤਵਾਰ 20 ਜੁਲਾਈ, 2008

ਰਾਮਗੜ੍ਹੀਆ ਕਮਿਊਨਿਟੀ ਸੈਂਟਰ ਨੈਵਿਲ ਰੋਡ ਫੌਰੈਸਟ ਗੇਟ ਵਿਖੇ

ਸਾਲਾਨਾ ਕਾਨ.ਫਰੰਸ

ਪੰਜਾਬੀ ਮਾਪਿਆਂ ਦੀ ਸਭਾ ਲੰਮੇ ਅਰਸੇ ਤੋਂ ਪੰਜਾਬੀ ਭਾਸ਼ਾ ਦੇ ਵਿਕਾਸ ਲਈ ਨਿਰੰਤਰ ਯਤਨਸ਼ੀਲ ਹੈ। ਇਸ ਸਭਾ ਨੇ ਮਾਣਯੋਗ ਪ੍ਰਾਪਤੀਆਂ ਕੀਤੀਆਂ ਹਨ। ਕਈ ਵਾਰੀ ਇਸ ਦੀ ਸਫਲਤਾ ਨੂੰ ਫਲ ਨਹੀਂ ਵੀ ਲੱਗਾ ਪਰੰਤੂ ਸਭਾ ਦੇ ਕਾਰਜਕਾਰੀਆਂ ਨੇ ਸੁਹਿਰਦਤਾ ਦਾ ਪੱਲਾ ਨਹੀਂ ਛੱਡਿਆ। ਸਭਾ ਦਾ ਗਠਨ ਪੰਜਾਬੀ ਭਾਸ਼ਾ ਤੇ ਸਭਿਆਚਾਰ ਦੀ ਪ੍ਰਫੁੱਲਤਾ ਹਿੱਤ ਹੀ ਕੀਤਾ ਗਿਆ ਸੀ ਕਿਉਂਕਿ ਭਾਸ਼ਾ ਸਭਿਆਚਾਰ ਦਾ ਮਾਧਿਅਮ ਹੈ। ਜੇ ਭਾਸ਼ਾ ਸਜੀਵ ਨਹੀਂ ਤਾਂ ਸਭਿਆਚਾਰ ਦੀ ਪ੍ਰਫੁੱਲਤਾ ਦੀ ਆਸ ਨਹੀਂ ਕਰ ਸਕਦੇ। ਸਗੋਂ ਸਾਹਿਤ ਦੀ ਉੱਨਤੀ ਲਈ ਵੀ ਭਾਸ਼ਾ ਦਾ ਉੱਨਤ ਹੋਣਾ ਜ਼ਰੂਰੀ ਹੈ। ਇਸ ਦੇਸ਼ ਵਿੱਚ ਵੱਸਦਿਆਂ ਸਾਡੀ ਜ਼ਿੰਮੇਵਾਰੀ ਸਗੋਂ ਹੋਰ ਵੀ ਵਧ ਜਾਂਦੀ ਹੈ। ਜੇ ਸਾਡੇ ਬੱਚੇ ਪੰਜਾਬੀ ਭਾਸ਼ਾ ਨਾਲ ਜੁੜੇ ਰਹਿਣਗੇ ਤਾਂ ਆਪਣੇ ਸਭਿਆਚਾਰ ਨਾਲ ਸਾਂਝ ਬਣੀ ਰਹੇਗੀ। ਕਿਉਂਕਿ ਕਿਸੇ ਕੌਮ ਦੀ ਅਮੀਰੀ ਸਭਿਆਚਾਰ ਤੇ ਸਾਹਿਤ ਉੱਤੇ ਹੀ ਨਿਰਭਰ ਹੁੰਦੀ ਹੈ। ਸਾਡਾ ਆਪਣੇ ਪਰਿਵਾਰ ਨੂੰ ਸਜੀਵ ਰੱਖਣ ਲਈ ਭਾਸ਼ਾ ਨੂੰ ਅਪਨਾਉਣਾ ਉੱਚਤਮ ਤੇ ਸ੍ਰੇਸ਼ਟ ਕਾਰਜ ਹੈ। ਹਰ ਸਾਲ ਦੀ ਤਰ੍ਹਾਂ ਭਾਸ਼ਾ ਅਤੇ ਸਭਿਆਚਾਰ ਦੀ ਲਹਿਰ ਨੂੰ ਅੱਗੇ ਤੋਰਨ ਲਈ ਸਭਾ ਨੇ ਸਾਲਾਨਾ ਕਾਨ.ਫਰੰਸ ਦਾ ਪ੍ਰੋਗਰਾਮ ਉਲੀਕਿਆ ਹੈ। ਆਪ ਸਭ ਨੂੰ ਬੇਨਤੀ ਕੀਤੀ ਜਾਂਦੀ ਹੈ ਕਿ ਇਸ ਵਿੱਚ ਆਪਣਾ ਨਿੱਗਰ ਯੋਗਦਾਨ ਪਾਉਣ ਲਈ ਹੇਠਾਂ ਦਿੱਤੇ ਪ੍ਰੋਗਰਾਮ ਅਨੁਸਾਰ ਰਾਮਗੜ੍ਹੀਆ ਸੈਂਟਰ, 270-ਨੈਵਿਲ ਰੋਡ, ਫੌਰੈਸਟ ਗੇਟ, ਲੰਡਨ E-7 ਵਿਖੇ ਪਹੁੰਚ ਕੇ ਧੰਨਵਾਦੀ ਬਣਾਓ ਜੀ।

ਇਸ ਪ੍ਰੋਗਰਾਮ ਵਿੱਚ ਪੰਜਾਬੀ ਜਗਤ ਦੇ ਮੰਨੇ-ਪ੍ਰਮੰਨੇ ਲੇਖਕ ਅਤੇ ਸਿਖਿਆ ਸ਼ਾਸਤਰੀ ਡਾ. ਜਗਤ ਸਿੰਘ ਨਾਗਰਾ 'ਬਰਤਾਨੀਆ ਵਿੱਚ ਪੰਜਾਬੀ ਭਾਸ਼ਾ ਦੀ ਮੌਜੂਦਾ ਸਥਿਤੀ ਅਤੇ ਇਸ ਦੇ ਭਵਿੱਖ' ਬਾਰੇ ਆਪਣੇ ਵਿਚਾਰ ਪੇਸ਼ ਕਰਨਗੇ। ਉਪਰੰਤ ਇਸੇ ਵਿਸ਼ੇ 'ਤੇ ਕੁਝ ਹੋਰ ਚੋਣਵੇਂ ਵਿਦਵਾਨ ਵੀ ਹਾਜ਼ਰ ਸਰੋਤਿਆਂ ਨੂੰ ਸੰਬੋਧਨ ਹੋਣਗੇ।

ਪ੍ਰੋਗਰਾਮ

ਪਹਿਲੀ ਬੈਠਕ 1.30 ਵਜੇ ਤੋਂ ਲੈ ਕੇ 3.00 ਵਜੇ ਤਕ

- ਪ੍ਰਧਾਨ ਜੀ ਵਲੋਂ ਜੀ ਆਇਆਂ ਨੂੰ
- ਡਾ. ਜਗਤ ਸਿੰਘ ਨਾਗਰਾ ਜੀ ਵਲੋਂ 'ਬਰਤਾਨੀਆ ਵਿੱਚ ਪੰਜਾਬੀ ਭਾਸ਼ਾ ਦੀ ਮੌਜੂਦਾ ਸਥਿਤੀ ਅਤੇ ਇਸ ਦੇ ਭਵਿੱਖ' ਬਾਰੇ ਵਿਚਾਰ
- ਸਵਾਲ ਜਵਾਬ

ਦੂਜੀ ਬੈਠਕ 3.30 ਵਜੇ ਤੋਂ 5.30 ਵਜੇ ਤੱਕ

- ਵੱਖ-ਵੱਖ ਪੰਜਾਬੀ ਸਕੂਲਾਂ ਦੇ ਬੱਚਿਆਂ ਵਲੋਂ ਸ਼ਬਦ ਗਾਇਨ
- ਗੁਰੂ ਗੋਬਿੰਦ ਸਿੰਘ ਖ਼ਾਲਸਾ ਕਾਲਜ ਦੇ ਬੱਚਿਆਂ ਵਲੋਂ ਗੀਤ ਅਤੇ ਗਿੱਧਾ
- ਪੰਜਾਬੀ ਸਕੂਲ, ਗੁਰਦੁਆਰਾ ਸਿੱਖ ਸੰਗਤ, ਹਾਰਲੇ ਗਰੋਵ ਦੇ ਗੁਰਸਿੱਖ ਜਥੇ ਵਲੋਂ ਵਿਸਾਖੀ ਬਾਰੇ ਡਰਾਮਾ ਪੇਸ਼ ਕੀਤਾ ਜਾਵੇਗਾ
- ਸਭਿਆਚਾਰਕ ਪ੍ਰੋਗਰਾਮ
- ਹਰਦੇਵ ਸਿੰਘ ਢੇਸੀ ਯਾਦਗਾਰੀ ਟਰਾਫ਼ੀ ਹੋਣਹਾਰ ਬੱਚੇ ਨੂੰ

ਪਰਵੀਨ ਸਿੰਘ ਅਤੇ ਪਰਿਵਾਰ ਵਲੋਂ ਲੰਗਰ

(a) What does the heading of this poster mean?

   ....

(b) According to this poster why does the Panjabi Parents' Association think teaching of Panjabi is important? Give two reasons.

   (i) ....

   (ii) ....

(c) What role did Dr. J.S. Nagra play at this conference?

   ....

(d) Why in your opinion would this conference have proved beneficial for both younger and older people? Give three reasons.

   (i) ....

   (ii) ....

   (iii) ....

(e) How were the first and second sessions of the conference different?

   ....

   ....

(f) Which session would you have liked if you had attended this conference and why?

   ....

   .... H

24. **You read Ria's essay on school uniform.**

ਸਕੂਲ ਦੀ ਵਰਦੀ

ਸਾਡੇ ਸਕੂਲ ਵਿੱਚ ਹਰ ਬੱਚੇ ਨੂੰ ਸਕੂਲ ਦੀ ਵਰਦੀ ਪਾ ਕੇ ਜਾਣਾ ਪੈਂਦਾ ਹੈ। ਜੇ ਕੋਈ ਕਦੇ ਹੋਰ ਕੱਪੜੇ ਪਾ ਕੇ ਸਕੂਲ ਚਲਾ ਜਾਵੇ ਤਾਂ ਉਸ ਨੂੰ ਘਰ ਵਾਪਸ ਭੇਜ ਦਿੱਤਾ ਜਾਂਦਾ ਹੈ। ਕਈ ਸਕੂਲਾਂ ਵਿੱਚ ਵਰਦੀ ਪਾਉਣੀ ਜ਼ਰੂਰੀ ਨਹੀਂ ਹੈ ਅਤੇ ਵਿਦਿਆਰਥੀ ਜੋ ਚਾਹੇ ਪਾ ਸਕਦੇ ਹਨ। ਮੇਰੇ ਪੁਰਾਣੇ ਸਕੂਲ ਵਿੱਚ ਵਰਦੀ ਨਹੀਂ ਸੀ।

ਮੇਰੇ ਖ਼ਿਆਲ ਵਿੱਚ ਸਕੂਲ ਦੀ ਵਰਦੀ ਜ਼ਰੂਰ ਹੋਣੀ ਚਾਹੀਦੀ ਹੈ। ਇਸ ਨਾਲ ਵੱਖ-ਵੱਖ ਸਕੂਲਾਂ ਦੇ ਬੱਚਿਆਂ ਦੀ ਪਛਾਣ ਹੋ ਸਕਦੀ ਹੈ। ਸਾਰੇ ਬੱਚੇ ਇੱਕੋ ਤਰ੍ਹਾਂ ਦੇ ਲੱਗਦੇ ਹਨ। ਅਮੀਰ ਅਤੇ ਗ਼ਰੀਬ ਮਾਤਾ ਪਿਤਾ ਦੇ ਬੱਚੇ ਇੱਕੋ ਜਿਹੀ ਹੀ ਵਰਦੀ ਪਾਉਂਦੇ ਹਨ। ਇਸ ਲਈ ਇੱਕੋ ਤਰ੍ਹਾਂ ਦੀ ਵਰਦੀ ਪਾਉਣ ਨਾਲ ਬਰਾਬਰਤਾ ਦੀ ਭਾਵਨਾ ਪੈਦਾ ਹੁੰਦੀ ਹੈ।

ਸਾਡੇ ਸਕੂਲ ਵਿੱਚ ਕੁੜੀਆਂ ਅਤੇ ਮੁੰਡਿਆਂ ਦੀ ਵਰਦੀ ਇਸ ਪ੍ਰਕਾਰ ਹੈ :

ਮੁੰਡਿਆਂ ਦੀ ਵਰਦੀ :

ਕਾਲੀ ਪੈਂਟ, ਚਿੱਟੀ ਕਮੀਜ਼, ਕਾਲਾ ਸਵੈਟਰ, ਕਾਲੀ ਟਾਈ ਜਿਸ ਵਿੱਚ ਪੀਲੀ ਅਤੇ ਚਿੱਟੀ ਧਾਰੀ ਹੈ ਅਤੇ ਕਾਲੀ ਜੁੱਤੀ।

ਕੁੜੀਆਂ ਦੀ ਵਰਦੀ :

ਕਾਲੀ ਪੈਂਟ ਜਾਂ ਸਕਰਟ, ਚਿੱਟੀ ਕਮੀਜ਼, ਕਾਲਾ ਸਵੈਟਰ, ਕਾਲੇ ਰੰਗ ਦੀ ਟਾਈ ਜਿਸ ਵਿੱਚ ਪੀਲੀ ਚਿੱਟੀ ਧਾਰੀ ਹੈ ਅਤੇ ਕਾਲੀ ਜੁੱਤੀ।

ਮੈਨੂੰ ਇਹ ਵਰਦੀ ਬਹੁਤੀ ਪਸੰਦ ਨਹੀਂ ਕਿਉਂਕਿ ਇਹ ਗਰਮੀਆਂ ਵਿੱਚ ਠੀਕ ਨਹੀਂ ਹੈ। ਇਸ ਵਿੱਚ ਬਹੁਤ ਗਰਮੀ ਲੱਗਦੀ ਹੈ। ਮੇਰੇ ਖ਼ਿਆਲ ਵਿੱਚ ਗਰਮੀਆਂ ਵਿੱਚ ਕੁਝ ਹਲਕੀ ਅਤੇ ਸਰਦੀਆਂ ਵਿੱਚ ਮੋਟੀ ਵਰਦੀ ਹੋਣੀ ਚਾਹੀਦੀ ਹੈ।

ਮੈਂ ਚਾਹੁੰਦੀ ਹਾਂ ਕਿ ਮੁੰਡਿਆਂ ਲਈ ਗਰਮੀਆਂ ਲਈ ਭੂਰੇ ਰੰਗ ਦੀ ਜੀਨ ਦੀ ਪੈਂਟ, ਅੱਧੀਆਂ ਬਾਹਾਂ ਵਾਲੀ ਨੀਲੀ ਕਮੀਜ਼, ਟੋਪੀ/ਪਗੜੀ ਅਤੇ ਟਰੇਨਰ ਹੋਵੇ। ਕੁੜੀਆਂ ਲਈ ਭੂਰੇ ਰੰਗ ਦੀ ਜੀਨ ਦੀ ਪੈਂਟ ਜਾਂ ਸਕਰਟ, ਅੱਧੀਆਂ ਬਾਹਾਂ ਵਾਲੀ ਨੀਲੀ ਕਮੀਜ਼ ਅਤੇ ਟਰੇਨਰ ਹੋਵੇ। ਮੁੰਡੇ ਅਤੇ ਕੁੜੀਆਂ ਲਈ ਗਰਮੀਆਂ ਵਿੱਚ ਟਾਈ ਦੀ ਕੋਈ ਲੋੜ ਨਹੀਂ। ਸਰਦੀਆਂ ਦੀ ਵਰਦੀ ਕਾਲੀ ਪੈਂਟ ਜਾਂ ਸਕਰਟ, ਚਿੱਟੀ ਕਮੀਜ਼, ਸਪੋਰਟਸ ਜੈਕਟ, ਟੋਪੀ/ਪਗੜੀ ਅਤੇ ਟਰੇਨਰ ਹੋਣੀ ਚਾਹੀਦੀ ਹੈ।

ਮੇਰੇ ਖ਼ਿਆਲ ਵਿੱਚ ਮੇਰੀ ਇਹ ਵਰਦੀ ਸਾਰੇ ਵਿਦਿਆਰਥੀ ਪਸੰਦ ਕਰਨਗੇ ਕਿਉਂਕਿ ਇਹ ਅੱਜ ਕੱਲ੍ਹ ਦੇ ਫ਼ੈਸ਼ਨ ਦੇ ਮੁਤਾਬਕ ਹੈ ਅਤੇ ਬਹੁਤੀ ਮਹਿੰਗੀ ਵੀ ਨਹੀਂ ਹੋਵੇਗੀ।

(a) How are students treated in Ria's school who do not wear school uniform?

　　　..

(b) Why is Ria in favour of school uniform? Give three reasons.

　　(i) 　..

　　(ii) 　...

　　(iii) 　..

(c) Why does Ria not like her school uniform?

　　..

(d) What kind of unifom would Ria like in her school for boys and girls?

　　Boy's uniform...

　　..

　　Girl's uniform...

　　..

(e) Why would students in her school like the uniform suggested by Ria? Give two reasons.

　　(i) 　..

　　(ii) 　... H

25. You read this article in 'Des Pardes'.

ਪੰਜਾਬੀ ਦੀ ਜੀ.ਸੀ.ਐੱਸ.ਈ. ਲਈ ਬੋਲਚਾਲ ਸੰਬੰਧੀ ਸ. ਨਾਗਰਾ ਵਲੋਂ ਲਿਖੀ ਕਿਤਾਬ ਪ੍ਰੀਖਿਆ ਲਈ ਢੁੱਕਵੀਂ

ਲੰਡਨ—ਇਸ ਸਾਲ ਪੰਜਾਬੀ ਦੀ ਜੀ.ਸੀ.ਐੱਸ.ਈ. ਪ੍ਰੀਖਿਆ ਵਿੱਚ ਕੁਝ ਤਬਦੀਲੀਆਂ ਹੋਣ ਕਾਰਨ ਢੁੱਕਵੀਆਂ ਕਿਤਾਬਾਂ ਦੀ ਲੋੜ ਮਹਿਸੂਸ ਕੀਤੀ ਜਾ ਰਹੀ ਹੈ। ਪੰਜਾਬੀ ਦੀਆਂ ਹਰ ਪੱਧਰ 'ਤੇ ਕਿਤਾਬਾਂ ਲਿਖਣ ਅਤੇ ਛਪਵਾ ਕੇ ਵਿਦਿਆਰਥੀਆਂ ਤੱਕ ਪੁੱਜਦਾ ਕਰਨ ਵਾਲੇ ਸ. ਜੇ.ਐੱਸ. ਨਾਗਰਾ ਨੇ ਇਸ ਵਾਰ ਵੀ ਨਵੀਆਂ ਤਬਦੀਲੀਆਂ ਮੁਤਾਬਿਕ ਵਿਦਿਆਰਥੀਆਂ ਅਤੇ ਅਧਿਆਪਕਾਂ ਲਈ ਕਿਤਾਬਾਂ ਮੁਹੱਈਆ ਕਰਵਾਉਣ ਦਾ ਨਿਸਚਾ ਕੀਤਾ ਹੈ।

ਪੰਜਾਬੀ ਦੀ ਜੀ.ਸੀ.ਐੱਸ.ਈ. ਦੀ ਬੋਲਚਾਲ ਸੰਬੰਧੀ ਪ੍ਰੀਖਿਆ ਲਈ ਸ. ਨਾਗਰਾ ਨੇ ਜੀ.ਸੀ.ਐੱਸ.ਸੀ. ਪੰਜਾਬੀ ਗਾਈਡ-ਸਪੀਕਿੰਗ ਤਿਆਰ ਕੀਤੀ ਹੈ। ਜਿਸ ਵਿੱਚ ਨਵੀਆਂ ਲੋੜਾਂ ਮੁਤਾਬਿਕ ਸਾਰੀ ਸਮੱਗਰੀ ਸ਼ਾਮਿਲ ਕੀਤੀ ਗਈ ਹੈ ਜੋ ਕਿ ਵਿਦਿਆਰਥੀਆਂ ਅਤੇ ਅਧਿਆਪਕਾਂ ਦੇ ਨਾਲ ਨਾਲ ਪ੍ਰੀਖਿਆ ਦੀ ਤਿਆਰੀ ਲਈ ਵੀ ਲਾਹੇਵੰਦ ਸਾਬਿਤ ਹੋ ਰਹੀ ਹੈ।

ਇਸ ਕਿਤਾਬ ਵਿੱਚ ਵਿਦਿਆਰਥੀਆਂ ਅਤੇ ਅਧਿਆਪਕਾਂ ਵਿਚਾਲੇ ਆਪਸੀ ਗੱਲਬਾਤ ਨੂੰ ਉਤਸ਼ਾਹਿਤ ਕਰਨ ਵਾਲੀ ਸਮੱਗਰੀ ਸ਼ਾਮਿਲ ਹੈ। ਜੋ ਕਿ ਨਵੇਂ ਢੰਗ ਮੁਤਾਬਿਕ ਸਵਾਲ ਪੁੱਛਣ ਦੀ ਤਕਨੀਕ, ਕਿਊ ਕਾਰਡ, ਪੇਸ਼ਕਾਰੀ ਅਤੇ ਵਿਚਾਰ ਵਟਾਂਦਰਾ, ਗੱਲਬਾਤ ਅਤੇ ਗਰੁੱਪ ਦੇ ਕੰਮਕਾਰ ਲਈ ਵਿਦਿਆਰਥੀਆਂ ਅਤੇ ਅਧਿਆਪਕਾਂ ਲਈ ਲਾਹੇਵੰਦ ਸਾਬਿਤ ਹੋ ਰਹੀ ਹੈ। ਕਿਤਾਬ ਵਿੱਚ ਦਿੱਤੇ ਮਾਡਲ ਪੇਪਰ ਪ੍ਰੀਖਿਆ ਦੀ ਤਿਆਰੀ ਲਈ ਯੋਗ ਹਨ। ਕਿਤਾਬ ਵਿੱਚ ਸ਼ਾਮਿਲ ਕੀਤੀਆਂ ਉਦਾਹਰਨਾਂ ਤੋਂ ਅਧਿਆਪਕ ਆਪਣੇ ਵਿਦਿਆਰਥੀਆਂ ਵਿੱਚ ਬੋਲਚਾਲ ਨੂੰ ਵਿਕਸਿਤ ਕਰਨ ਵਿੱਚ ਕਾਮਯਾਬੀ ਹਾਸਲ ਕਰ ਸਕਦੇ ਹਨ।

(ਦੇਸ ਪ੍ਰਦੇਸ, 20 ਮਈ, 2011)

(ਖੱਬੇ) ਪੁਸਤਕ ਦਾ ਸਰਵਰਕ ਅਤੇ (ਸੱਜੇ) ਲੇਖਕ ਜਗਤ ਸਿੰਘ ਨਾਗਰਾ

(a) What does the heading of the article mean?
   ....

(b) Why has there been a shortage of suitable books for the GCSE Panjabi examination since June 2011?
   ....

(c) How will J.S. Nagra's new book 'GCSE Panjabi Guide Speaking' help students and teachers? Give four details.

   (i) ....
   (ii) ....
   (iii) ....
   (iv) ....   H

(b) Pressures and Problems

1. You read the statements of three students about pressures and problems.

(a) ਮੈਂ ਹਰ ਵੇਲੇ ਦਬਾਅ ਥੱਲੇ ਰਹਿੰਦੀ ਹਾਂ ਕਿਉਂਕਿ ਮੇਰੇ ਜੀ.ਸੀ.ਐੱਸ.ਈ. ਦੇ ਗ੍ਰੇਡ ਚੰਗੇ ਨਹੀਂ ਆਉਣਗੇ।

—ਕਿਰਨ

Kiran is under pressure because she

1.	is not good at her studies.
2.	will not get good GCSE grades.
3.	cannot do her home work.

Write the letter of the correct answer in the box. ☐ F

(b) ਮੈਨੂੰ ਸਕੂਲ ਵਿੱਚ ਹਰ ਵੇਲੇ ਡਰ ਲੱਗਾ ਰਹਿੰਦਾ ਹੈ ਕਿਉਂਕਿ ਸਾਡੇ ਸਕੂਲ ਵਿੱਚ ਕਈ ਮੁੰਡੇ ਮੈਨੂੰ ਬੁਲਿੰਗ ਕਰਦੇ ਹਨ।

—ਰਾਜਾ

Why is Raja frightened in school?

1.	Other students are stronger than him.
2.	Many boys bully him.
3.	Some students fight with him.

Write the letter of the correct answer in the box. ☐ F

(c) ਸਾਡੇ ਸਕੂਲ ਵਿੱਚ ਸਭ ਬੱਚੇ ਖ਼ੁਸ਼ ਹਨ ਕਿਉਂਕਿ ਸਕੂਲ ਵਿੱਚ ਸਖ਼ਤ ਕਾਨੂੰਨ ਹਨ।

—ਅਰਜਨ

Why are all children happy in Arjun's school?

1.	There are strict rules in the school
2.	Teachers are strict.
3.	Good discipline.

Write the letter of the correct answer in the box. ☐ F

2. **You read Tarnjit's article in his Panjabi book.**

ਮੈਂ ਪੜ੍ਹਾਈ ਵਿੱਚ ਬਹੁਤ ਕਮਜ਼ੋਰ ਹਾਂ। ਲੱਖ ਕੋਸ਼ਿਸ਼ ਕਰਨ 'ਤੇ ਵੀ ਮੇਰਾ ਪੜ੍ਹਾਈ ਵਿੱਚ ਮਨ ਨਹੀਂ ਲੱਗਦਾ। ਮੈਂ ਆਪਣੇ ਸਾਰੇ ਸਾਥੀਆਂ ਤੋਂ ਪੜ੍ਹਾਈ ਵਿੱਚ ਪਿੱਛੇ ਹਾਂ। ਘਰ ਕਰਨ ਲਈ ਜੋ ਕੰਮ ਮਿਲਦਾ ਹੈ, ਉਹ ਵੀ ਨਹੀਂ ਕਰ ਸਕਦਾ। ਮੇਰੀ ਪੜ੍ਹਾਈ ਵਿੱਚ ਮਦਦ ਕਰਨ ਵਾਲਾ ਵੀ ਕੋਈ ਨਹੀਂ ਹੈ। ਮੇਰੇ ਅਧਿਆਪਕ ਵੀ ਮੇਰੇ 'ਤੇ ਬੜਾ ਦਬਾਅ ਪਾਉਂਦੇ ਹਨ ਕਿ ਮੈਂ ਜ਼ਿਆਦਾ ਪੜ੍ਹਾਈ ਕਰਾਂ। ਮੇਰੇ ਮਾਤਾ ਪਿਤਾ ਮੇਰੇ 'ਤੇ ਬੜੀ ਆਸ ਲਗਾਈ ਬੈਠੇ ਹਨ। ਉਹ ਕਹਿੰਦੇ ਹਨ ਕਿ ਮੇਰੇ ਜੀ.ਸੀ.ਐੱਸ.ਈ. ਦੇ ਗ੍ਰੇਡ ਸਾਰੇ ਵਿਸ਼ਿਆਂ ਵਿੱਚ ਏ ਜਾਂ ਬੀ ਹੋਣੇ ਚਾਹੀਦੇ ਹਨ ਪਰ ਮੈਨੂੰ ਸੀ ਜਾਂ ਡੀ ਗ੍ਰੇਡ ਵੀ ਆਉਣ ਦੀ ਆਸ ਨਹੀਂ ਹੈ। ਇਹ ਫ਼ਿਕਰ ਮੈਨੂੰ ਰਾਤ ਦਿਨ ਖਾਈ ਜਾਂਦਾ ਹੈ ਅਤੇ ਮੈਂ ਹਰ ਵੇਲੇ ਅਧਿਆਪਕਾਂ ਅਤੇ ਆਪਣੇ ਮਾਤਾ ਪਿਤਾ ਦਾ ਪ੍ਰੈਸ਼ਰ ਮਹਿਸੂਸ ਕਰਦਾ ਰਹਿੰਦਾ ਹਾਂ। ਮੈਨੂੰ ਸਮਝ ਨਹੀਂ ਆਉਂਦੀ ਕਿ ਮੈਂ ਕੀ ਕਰਾਂ ਤੇ ਕੀ ਨਾ ਕਰਾਂ।

—ਤਰਨਜੀਤ

Read the statements in the grid below.

For each statement in the grid write :

T (True), F (False), ? (not in the text)

Example		Tarnjeet is not very clever in his studies.	T
	1.	He cannot concentrate on his studies.	
	2.	His friends are ahead of him in studies.	
	3.	Tarnjeet is 16 years old.	
	4.	Tarnjeet's parents expect good grades from him.	
	5.	His parents have no pressure on him.	

F/H

3. You read two students' views about pressures and problems in their schools.

ਸਾਡੇ ਸਕੂਲ ਦੇ ਮੁੱਖ ਅਧਿਆਪਕ ਬਹੁਤ ਸਖ਼ਤ ਹਨ ਅਤੇ ਉਹਨਾਂ ਨੇ ਸਕੂਲ ਦੇ ਨਿਯਮ ਵੀ ਸਖ਼ਤ ਬਣਾਏ ਹੋਏ ਹਨ। ਜੇ ਕੋਈ ਵਿਦਿਆਰਥੀ ਕਿਸੇ ਸਕੂਲ ਨਿਯਮ ਦੀ ਮਾੜੀ ਜਿਹੀ ਵੀ ਉਲੰਘਣਾ ਕਰਦਾ ਹੈ ਤਾਂ ਉਸ ਨੂੰ ਸਖ਼ਤ ਸਜ਼ਾ ਦਿੱਤੀ ਜਾਂਦੀ ਹੈ। ਜੇ ਕੋਈ ਸਕੂਲ ਦੀ ਵਰਦੀ ਪਾ ਕੇ ਨਾ ਆਵੇ ਤਾਂ ਉਸ ਨੂੰ ਉਸੇ ਵੇਲੇ ਘਰ ਵਾਪਸ ਭੇਜਿਆ ਜਾਂਦਾ ਹੈ। ਜੇ ਕੋਈ ਕਲਾਸ ਵਿਚ ਜਾਂ ਕਲਾਸ ਤੋਂ ਬਾਹਰ ਮਾੜੀ ਮੋਟੀ ਵੀ ਸ਼ਰਾਰਤ ਕਰਦਾ ਹੈ ਤਾਂ ਉਸ ਨੂੰ ਸਕੂਲ ਸਮੇਂ ਤੋਂ ਬਾਅਦ ਕੁਝ ਸਮੇਂ ਲਈ ਰੱਖਿਆ ਜਾਂਦਾ ਹੈ। ਭੈੜੇ ਵਿਵਹਾਰ ਕਰਨ ਵਾਲਿਆਂ ਦੇ ਮਾਤਾ ਪਿਤਾ ਨੂੰ ਸਕੂਲ ਵਿਚ ਬੁਲਾਇਆ ਜਾਂਦਾ ਹੈ। ਵਿਦਿਆਰਥੀ ਹਰ ਵੇਲੇ ਸਕੂਲ ਦੇ ਸਖ਼ਤ ਨਿਯਮ ਕਰਕੇ ਦਬਾਅ ਥੱਲੇ ਰਹਿੰਦੇ ਹਨ। ਪਰ ਇਸ ਦਾ ਫ਼ਾਇਦਾ ਵੀ ਹੈ ਕਿਉਂਕਿ ਸਕੂਲ ਦੇ ਸਖ਼ਤ ਨਿਯਮ ਕਰਕੇ ਸਕੂਲ ਵਿੱਚ ਚੰਗਾ ਅਨੁਸ਼ਾਸਨ ਹੈ ਅਤੇ ਸ਼ਰਾਰਤਾਂ ਘੱਟ ਹੁੰਦੀਆਂ ਹਨ। ਕੋਈ ਬੁਲੀਇੰਗ ਨਹੀਂ ਹੁੰਦੀ ਅਤੇ ਸਕੂਲ ਵਿੱਚ ਪੜ੍ਹਾਈ ਦਾ ਮਾਹੌਲ ਚੰਗਾ ਬਣਿਆ ਰਹਿੰਦਾ ਹੈ।

—ਕਮਲ

ਸਾਡੇ ਸਕੂਲ ਦੀ ਮੁਖ ਅਧਿਆਪਕਾ ਬੜੇ ਨਰਮ ਸੁਭਾਅ ਦੀ ਹੈ ਅਤੇ ਸਕੂਲ ਦੇ ਨਿਯਮ ਵੀ ਬਹੁਤੇ ਸਖ਼ਤ ਨਹੀਂ ਹਨ। ਇਸ ਲਈ ਵਿਦਿਆਰਥੀ ਆਪਣੇ ਅਧਿਆਪਕਾਂ ਦਾ ਕਹਿਣਾ ਘੱਟ ਹੀ ਮੰਨਦੇ ਹਨ। ਕਈ ਵੱਡੀ ਉਮਰ ਦੇ ਵਿਦਿਆਰਥੀ ਛੋਟੀ ਉਮਰ ਦੇ ਵਿਦਿਆਰਥੀਆਂ ਨੂੰ ਕਾਫ਼ੀ ਡਰਾਉਂਦੇ ਅਤੇ ਤੰਗ ਕਰਦੇ ਹਨ। ਛੋਟੀ ਉਮਰ ਦੇ ਵਿਦਿਆਰਥੀ ਸਦਾ ਦਬਾਅ ਥੱਲੇ ਰਹਿੰਦੇ ਹਨ। ਅਧਿਆਪਕ ਉਹਨਾਂ ਦੀਆਂ ਮੁਸ਼ਕਲਾਂ ਨੂੰ ਹੱਲ ਕਰਨ ਲਈ ਕੋਈ ਖ਼ਾਸ ਯਤਨ ਨਹੀਂ ਕਰਦੇ। ਕਈ ਐਸੇ ਵਿਦਿਆਰਥੀ ਵੀ ਹਨ ਜਿਨ੍ਹਾਂ ਨੇ ਅਧਿਆਪਕਾਂ ਦਾ ਵੀ ਨੱਕ ਵਿੱਚ ਦਮ ਕੀਤਾ ਹੋਇਆ ਹੈ। ਉਹਨਾਂ ਤੋਂ ਸਕੂਲ ਵਿੱਚ ਹਰ ਕੋਈ ਡਰਦਾ ਹੈ। ਸਕੂਲ ਵਿੱਚ ਬੁਲਿੰਗ ਨੂੰ ਰੋਕਣ ਲਈ ਕੋਈ ਯਤਨ ਨਹੀਂ ਕੀਤਾ ਜਾਂਦਾ ਅਤੇ ਪੜ੍ਹਾਈ ਲਈ ਮਾਹੌਲ ਠੀਕ ਨਹੀਂ ਹੈ ਅਤੇ ਮੈਂ ਇਹ ਪਸੰਦ ਨਹੀਂ ਕਰਦੀ।

—ਅਰਚਨਾ

(a) What kind of school rules are there in Kamal's school?
....

(b) How are students treated if they disobey the school rules?
Give three details.
   (i) ....
   (ii) ....
   (iii) ....

(c) How do students benefit from the current school rules?
Give three details.
   (i) ....
   (ii) ....
   (iii) ....

(d) How is Archana's school different from Kamal's school?
Give three details.
   (i) ....
   (ii) ....
   (iii) ....

(e) Why are younger students in Archana's school under pressure?
....

(f) In your opinion, which of these two schools is the better school?
....

(g) Why?
....
.... H

2. Current and Future Jobs

(a) Looking for and getting a job.

1. Match the occupations with pictures by drawing arrows.

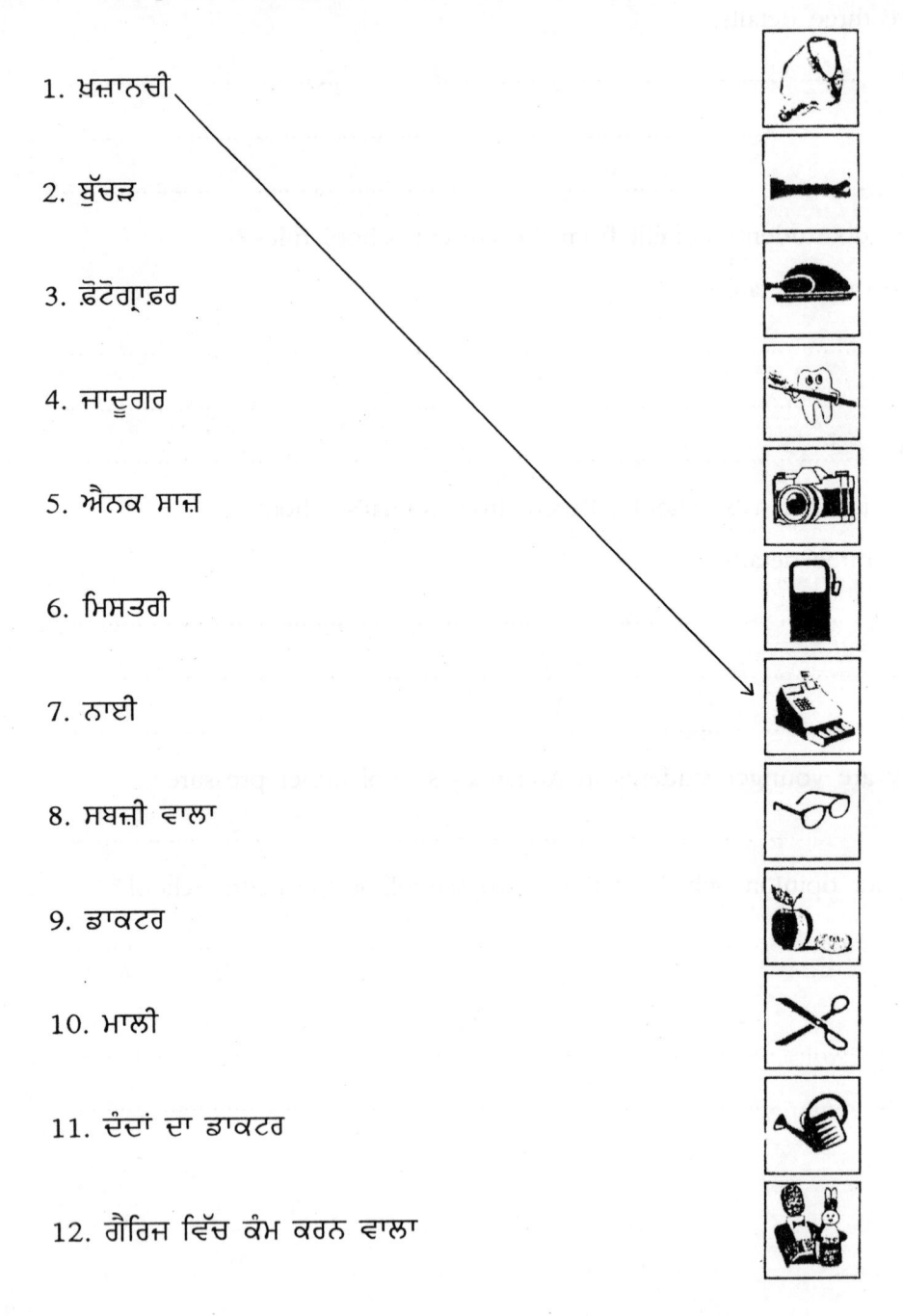

1. ਖ਼ਜ਼ਾਨਚੀ

2. ਬੁੱਚੜ

3. ਫ਼ੋਟੋਗ੍ਰਾਫ਼ਰ

4. ਜਾਦੂਗਰ

5. ਐਨਕ ਸਾਜ਼

6. ਮਿਸਤਰੀ

7. ਨਾਈ

8. ਸਬਜ਼ੀ ਵਾਲਾ

9. ਡਾਕਟਰ

10. ਮਾਲੀ

11. ਦੰਦਾਂ ਦਾ ਡਾਕਟਰ

12. ਗੈਰਿਜ ਵਿੱਚ ਕੰਮ ਕਰਨ ਵਾਲਾ

F

2. Match the Panjabi words and phrases for professions to their equivalents in English.

1. ਕੰਪਿਊਟਰ 'ਤੇ ਕੰਮ ਕਰਨ ਵਾਲਾ	Labour
2. ਤੰਦੂਰੀਆ	Farmer
3. ਪੇਂਟ ਕਰਨ ਵਾਲਾ/ਪੇਂਟਰ/ਸਜਾਉਣ ਵਾਲਾ	Carpenter
4. ਮਜ਼ਦੂਰ/ਫ਼ੈਕਟਰੀ ਵਿੱਚ ਕੰਮ ਕਰਨ ਵਾਲਾ	Nurse
5. ਘਰ ਦਾ ਕੰਮ	Blacksmith
6. ਖਾਣਾ ਪਕਾਉਣ ਵਾਲਾ	Police officer
7. ਦੰਦਾਂ ਦਾ ਡਾਕਟਰ/ਡੈਂਟਿਸਟ	Postman
8. ਕਿਸਾਨ	Computer operator
9. ਨਰਸ	Waiter
10. ਵੇਚਣ ਵਾਲਾ/ਖ਼ਜ਼ਾਨਚੀ	Female teacher
11. ਵਿਹਲਾ	Painter
12. ਦਫ਼ਤਰ ਵਿੱਚ ਕੰਮ ਕਰਨ ਵਾਲਾ	House work
13. ਡਾਕੀਆ	Baker
14. ਸੈਕਟਰੀ	Cashier
15. ਬਹਿਰਾ	Teacher
16. ਪੁਲਿਸ ਅਫ਼ਸਰ	Work
17. ਅਧਿਆਪਕ	Office worker
18. ਅਧਿਆਪਕਾ	Secretary
19. ਕੰਮ	Unemployed
20. ਤਰਖਾਣ	Chef/cook
21. ਲੁਹਾਰ	Dentist

3. You are seeking a part-time job after your GCSE examination. Fill in the following form in English.

1. ਤੁਹਾਡਾ ਪੂਰਾ ਨਾਂ	
2. ਪੂਰਾ ਪਤਾ	
3. ਜਨਮ ਤਾਰੀਕ	
4. ਉਮਰ	
5. ਜਨਮ ਅਸਥਾਨ	
6. ਸਕੂਲ ਦਾ ਨਾਂ ਅਤੇ ਪੂਰਾ ਪਤਾ ਜਿੱਥੋਂ ਤੁਸੀਂ ਵਿੱਦਿਆ ਪ੍ਰਾਪਤ ਕੀਤੀ	
7. ਕਿਹੜੇ ਵਿਸ਼ਿਆਂ ਵਿੱਚ ਪੜ੍ਹਾਈ ਕੀਤੀ	
8. ਕਿਹੜੇ ਇਮਤਿਹਾਨ ਪਾਸ ਕੀਤੇ	
9. ਫ਼ਾਲਤੂ ਸਮੇਂ ਵਿੱਚ ਕੀ ਕਰਦੇ ਹੋ	
10. ਕੀ ਪਹਿਲਾਂ ਵੀ ਕੋਈ ਨੌਕਰੀ ਕੀਤੀ, ਜੇ ਕੀਤੀ ਹੈ ਤਾਂ ਕਿੱਥੇ ਕੀਤੀ	
11. ਇਹ ਨੌਕਰੀ ਕਿਉਂ ਕਰਨੀ ਚਾਹੁੰਦੇ ਹੋ	
12. ਜੇ ਤੁਹਾਨੂੰ ਇਹ ਨੌਕਰੀ ਦਿੱਤੀ ਜਾਵੇ ਤਾਂ ਤੁਸੀਂ ਕੰਮ 'ਤੇ ਕਦੋਂ ਆ ਸਕਦੇ ਹੋ	
13. ਆਪਣੇ ਬਾਰੇ ਹੋਰ ਕੋਈ ਜਾਣਕਾਰੀ	
14. ਦਸਤਖ਼ਤ	
15. ਤਰੀਕ	

F

4. You read about the professions of Manjit's family members.

> ਮੇਰਾ ਨਾਂ ਮਨਜੀਤ ਹੈ। ਮੇਰੇ ਪਰਿਵਾਰ ਦੇ ਚਾਰ ਜੀਅ ਹਨ। ਮੇਰੇ ਮਾਤਾ ਜੀ, ਪਿਤਾ ਜੀ, ਮੇਰੀ ਵੱਡੀ ਭੈਣ ਕੁਲਵੀਰ ਅਤੇ ਮੈਂ। ਮੇਰੇ ਪਿਤਾ ਜੀ ਇੱਕ ਸੈਕੰਡਰੀ ਸਕੂਲ ਵਿੱਚ ਅਧਿਆਪਕ ਹਨ। ਮੇਰੀ ਮਾਤਾ ਜੀ ਦੰਦਾਂ ਦੀ ਡਾਕਟਰ ਹੈ ਅਤੇ ਮੇਰੀ ਵੱਡੀ ਭੈਣ ਏਅਰ ਹੋਸਟਿਸ ਹੈ। ਮੈਂ ਇੱਕ ਪੁਲਿਸ ਅਫ਼ਸਰ ਹਾਂ।

Draw arrows to show the professions of Manjit's family members.

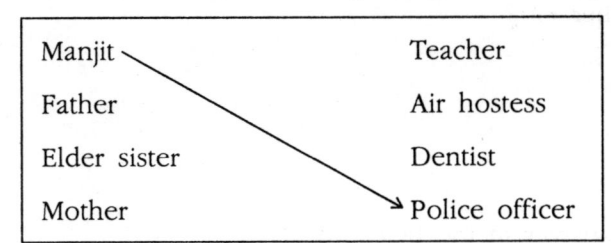

Manjit	Teacher
Father	Air hostess
Elder sister	Dentist
Mother	Police officer

(Manjit → Police officer)

F

5. You read a part of Manjinder's e-mail.

> ਤੁਹਾਨੂੰ ਇਹ ਜਾਣ ਕੇ ਖ਼ੁਸ਼ੀ ਹੋਵੇਗੀ ਕਿ ਪਿਛਲੇ ਮਹੀਨੇ ਮੈਨੂੰ ਬੈਂਕ ਵਿੱਚ ਨੌਕਰੀ ਮਿਲ ਗਈ ਹੈ। ਬੈਂਕ ਸਾਡੇ ਘਰ ਤੋਂ ਕੋਈ ਦੋ ਕੁ ਮੀਲ ਦੂਰ ਹੈ। ਕੰਮ 'ਤੇ ਮੈਂ ਬੱਸ ਵਿੱਚ ਜਾਂਦੀ ਹਾਂ। ਬੱਸ ਅੱਡਾ ਸਾਡੇ ਘਰ ਦੇ ਲਾਗੇ ਹੀ ਹੈ। ਮੈਨੂੰ ਬੱਸ ਵਿੱਚ ਕੰਮ 'ਤੇ ਪਹੁੰਚਣ ਲਈ ਅੱਧਾ ਘੰਟਾ ਲੱਗ ਜਾਂਦਾ ਹੈ। ਮੈਂ ਸਵੇਰ ਨੂੰ ਨੌਂ ਵਜੇ ਕੰਮ 'ਤੇ ਲੱਗਦੀ ਹਾਂ ਅਤੇ ਮੈਨੂੰ ਪੰਜ ਵਜੇ ਛੁੱਟੀ ਮਿਲਦੀ ਹੈ। ਮੈਂ ਇਹ ਨੌਕਰੀ ਮਿਲਣ ਕਰਕੇ ਬਹੁਤ ਖ਼ੁਸ਼ ਹਾਂ।

(a) When did Manjinder get the job?

A	Last Week
B	Last Month
C	Last Monday

Write the letter of the correct answer in the box. ☐

(b) How does she go to work?

A	Walk to work
B	By train
C	By bus

Write the letter of the correct answer in the box. ☐

F

(c) When does she start her work?

A	9 a.m.
B	8 a.m.
C	10 a.m.

Write the letter of the correct answer in the box. ☐

(d) How does she feel about her job?

A	Very tired
B	Very happy
C	Does not like

Write the letter of the correct answer in the box. ☐   F

6. You see this information about students' job choices.

ਕੌਣ	ਕੀ ਬਣਨਾ ਚਾਹੁੰਦਾ?	ਕਿਉਂ?
ਅਮਰਦੀਪ	ਨਰਸ	ਲੋਕਾਂ ਦੀ ਮਦਦ ਕਰਨਾ ਚਾਹੁੰਦੀ ਹਾਂ
ਜੋਤੀ	ਵਕੀਲ	ਬਹੁਤ ਪੈਸੇ ਮਿਲਦੇ ਹਨ
ਕੁਲਦੀਪ	ਦੰਦਾਂ ਦਾ ਡਾਕਟਰ	ਆਪਣਾ ਕੰਮ ਖੋਲ੍ਹ ਸਕਦਾ ਹਾਂ
ਸਰਬਜੀਤ	ਅਧਿਆਪਕ	ਬੱਚਿਆਂ ਨਾਲ ਕੰਮ ਕਰਨਾ ਪਸੰਦ ਕਰਦੀ ਹਾਂ

(a) What does Amardeep want to be when she is older?

.... 1

(b) Why does Amardeep like this job?

.... 1

(c) Who wants to be a solicitor?

.... 1

(d) Which job allows you to open your own business?

.... 1

(e) Who likes to work with children?

.... 1-F

AQA Specimen 2008

7. **You read about Hardeep's work experiences.**

> ਪਿਛਲੀ ਗਰਮੀ ਦੀਆਂ ਛੁੱਟੀਆਂ ਵਿੱਚ ਮੈਂ ਇੱਕ ਹਸਪਤਾਲ ਵਿੱਚ ਕੰਮ ਦਾ ਤਜਰਬਾ ਕੀਤਾ ਸੀ। ਹਸਪਤਾਲ ਵਿੱਚ ਮੈਂ ਡਾਕਟਰਾਂ ਅਤੇ ਨਰਸਾਂ ਦੀ ਸਹਾਇਤਾ ਕਰਦੀ ਸੀ। ਮੈਂ ਮਰੀਜ਼ਾਂ ਨੂੰ ਖਾਣਾ ਦਿੰਦੀ ਸੀ ਅਤੇ ਦਵਾਈ ਦੇਣ ਦੇ ਟਾਈਮ ਦਵਾਈ ਦਿੰਦੀ ਸੀ। ਮਰੀਜ਼ਾਂ ਦੇ ਬਿਸਤਰੇ ਠੀਕ ਕਰਦੀ ਸੀ।
>
> ਮੈਂ ਹਸਤਪਾਲ ਵਿੱਚ ਤਿੰਨ ਹਫ਼ਤੇ ਕੰਮ ਕੀਤਾ ਸੀ। ਮੈਂ ਸਵੇਰ ਨੂੰ ਅੱਠ ਵਜੇ ਹਸਪਤਾਲ ਪਹੁੰਚਦੀ ਸੀ ਅਤੇ ਚਾਰ ਵਜੇ ਸ਼ਾਮ ਤੱਕ ਕੰਮ ਕਰਦੀ ਸੀ। ਦੁਪਹਿਰ ਨੂੰ 12 ਵਜੇ ਤੋਂ ਇੱਕ ਵਜੇ ਤੱਕ ਖਾਣ ਪੀਣ ਦਾ ਸਮਾਂ ਹੁੰਦਾ ਸੀ। ਇਸ ਕੰਮ ਲਈ ਮੈਨੂੰ ਹਸਪਤਾਲ ਤੋਂ ਕੋਈ ਪੈਸੇ ਨਹੀਂ ਮਿਲਦੇ ਸਨ।
>
> ਮੈਨੂੰ ਨਰਸਾਂ ਦੀ ਨੌਕਰੀ ਬਹੁਤ ਚੰਗੀ ਲੱਗੀ ਕਿਉਂਕਿ ਉਹ ਬੀਮਾਰ ਲੋਕਾਂ ਦੀ ਬਹੁਤ ਸਹਾਇਤਾ ਕਰਦੀਆਂ ਸਨ। ਇਹ ਦੇਖ ਕੇ ਮੈਂ ਵੀ ਨਰਸ ਬਣਨਾ ਚਾਹੁੰਦੀ ਹਾਂ।

(a) When did Hardeep do her work experience?

....

(b) What jobs did she do there? Give three details.

(i) ....

(ii) ....

(iii) ....

(c) How long did she work there?

....

(d) What particular job did she like?

....

(e) Why?

.... F/H

8. You read this advertisement in a Panjabi newspaper.

ਆਪਣੀ ਕਾਰ ਮੁਰੰਮਤ ਲਈ ਲਿਆਓ,
ਸਾਡੀ ਕਾਰ ਵਰਤੋਂ ਲਈ ਲੈ ਜਾਓ

ਨਾ ਬੱਸ ਫੜਨ ਦੀ ਲੋੜ ਨਾ ਤੁਰਨ ਦੀ
ਤੇ ਨਾ ਹੀ ਕਿਸੇ ਤੋਂ ਲਿਫ਼ਟ ਲੈਣ ਦੀ

ਸਾਡੇ ਕੋਲ ਕਾਰਾਂ ਅਤੇ ਵੈਨਾਂ ਦੀ ਹਰ ਕਿਸਮ ਦੀ ਮੁਰੰਮਤ ਤੋਂ ਲੈ ਕੇ ਬੌਡੀ ਵਰਕ ਤੱਕ, ਸਭ ਕਿਸਮਾਂ ਦੀਆਂ ਜੌਬਾਂ ਵਧੀਆ ਤਰੀਕੇ ਨਾਲ ਕਰਨ ਲਈ ਨਵੀਨ ਮਸ਼ੀਨਾਂ ਅਤੇ ਕਮਾਲ ਦੇ ਕਾਰੀਗਰ ਹਨ। ਅਸੀਂ ਸਬ-ਕੰਟਰੈਕਟ 'ਤੇ ਵੀ ਵੱਡੀਆਂ ਅਤੇ ਛੋਟੀਆਂ ਗੈਰਿਜਾਂ ਲਈ ਕੰਮ ਕਰਦੇ ਹਾਂ। ਆਓ ਜਾਂ ਫ਼ੋਨ ਕਰੋ।

ਸਾਡੇ ਲਈ ਕੋਈ ਕੰਮ ਵੀ ਵੱਡਾ ਨਹੀਂ।

(a) What does the heading of this advertisement mean?

....

(b) Why would many customers like to get their work done there? Give two reasons.

....

.... F/H

9. You read Mandeep's e-mail which he received from his friend Ashish.

ਪਿਆਰੇ ਮਨਦੀਪ,

ਮੈਂ ਤੁਹਾਨੂੰ ਇੱਕ ਖ਼ੁਸ਼ੀ ਦੀ ਖ਼ਬਰ ਦੇ ਰਿਹਾ ਹਾਂ। ਮੈਨੂੰ ਇੱਕ ਦਫ਼ਤਰ ਵਿੱਚ ਹਿਸਾਬ ਕਿਤਾਬ ਰੱਖਣ ਦੀ ਨੌਕਰੀ ਮਿਲ ਗਈ ਹੈ। ਦਫ਼ਤਰ ਸਾਡੇ ਘਰ ਤੋਂ ਬਹੁਤ ਦੂਰ ਨਹੀਂ ਹੈ ਅਤੇ ਮੈਂ ਕੰਮ 'ਤੇ ਤੁਰ ਕੇ ਹੀ ਚਲਾ ਜਾਂਦਾ ਹਾਂ। ਤੁਰ ਕੇ ਜਾਣ ਨੂੰ ਸਿਰਫ਼ ਦਸ ਮਿੰਟ ਲੱਗਦੇ ਹਨ। ਮੈਂ ਘਰੋਂ ਸਵੇਰ ਨੂੰ ਅੱਠ ਵਜੇ ਚੱਲਦਾ ਹਾਂ। ਮੇਰਾ ਕੰਮ ਸਵੇਰ ਨੂੰ ਸਾਢੇ ਅੱਠ ਵਜੇ ਸ਼ੁਰੂ ਹੁੰਦਾ ਹੈ ਅਤੇ ਸ਼ਾਮ ਦੇ ਸਾਢੇ ਚਾਰ ਵਜੇ ਖ਼ਤਮ ਹੁੰਦਾ ਹੈ। ਮੈਨੂੰ ਇਹ ਕੰਮ ਬਹੁਤ ਚੰਗਾ ਲੱਗਦਾ ਹੈ ਕਿਉਂਕਿ ਘਰ ਦੇ ਲਾਗੇ ਹੈ ਅਤੇ ਬਾਕੀ ਮੇਰੇ ਨਾਲ ਕੰਮ ਕਰਨ ਵਾਲੇ ਬਹੁਤ ਚੰਗੇ ਹਨ।

ਤੁਹਾਡਾ ਮਿੱਤਰ,
ਅਸ਼ੀਸ਼

(a) Why is Ashish so happy?

....

(b) Why does he walk to his place of work?

....

(c) What are his starting and finishing times?

....

(d) What does he think about his work?

....

(e) Why? Give two reasons.

(i) ....

(ii) .... F

10. You read Charanjit's e-mail.

ਇਹ ਲਿਖਦਿਆਂ ਮੈਨੂੰ ਬਹੁਤ ਅਫ਼ਸੋਸ ਹੋ ਰਿਹਾ ਹੈ ਕਿ ਮੇਰੇ ਪਿਤਾ ਜੀ ਪਿਛਲੇ ਚਾਰ ਮਹੀਨਿਆਂ ਤੋਂ ਬਿਲਕੁਲ ਵਿਹਲੇ ਹਨ। ਉਹਨਾਂ ਦੀ ਫ਼ੈਕਟਰੀ ਅਚਾਨਕ ਬੰਦ ਹੋ ਗਈ ਸੀ ਅਤੇ ਸਾਰੇ ਕਾਮਿਆਂ ਨੂੰ ਕੰਮ ਤੋਂ ਛੁੱਟੀ ਕਰ ਦਿੱਤੀ ਗਈ ਸੀ। ਜਦੋਂ ਦਾ ਉਹਨਾਂ ਦਾ ਕੰਮ ਛੁੱਟਿਆ ਹੈ, ਸੈਂਕੜੇ ਅਰਜ਼ੀਆਂ ਭੇਜ ਚੁੱਕੇ ਹਨ ਪਰ ਕਿਸੇ ਨੇ ਇੰਟਰਵਿਊ 'ਤੇ ਵੀ ਨਹੀਂ ਸੱਦਿਆ। ਇਸ ਲਈ ਉਹ ਅੱਜ ਕੱਲ੍ਹ ਬਹੁਤ ਉਦਾਸ ਰਹਿੰਦੇ ਹਨ। ਸਾਡੇ ਘਰ ਵਿੱਚ ਉਹਨਾਂ ਤੋਂ ਬਗ਼ੈਰ ਹੋਰ ਕੋਈ ਕਮਾਊ ਨਹੀਂ ਹੈ, ਇਸ ਲਈ ਅੱਜ ਕੱਲ੍ਹ ਹੱਥ ਕੁਝ ਤੰਗ ਹੈ।

—ਚਰਨਜੀਤ

Read the statements in the grid below.

For each statement in the grid write:

T (True), F (False), ? (not in the text)

Example	Charanjit is very happy.	F
1.	Charanjit's father works in a factory.	
2.	Charanjit's father has not been working for the last six months.	
3.	All the factory workers have been made redundant.	
4.	Charanjit's father made many applications for other jobs.	
5.	500 workers were working in the factory.	
6.	No body else works at home.	
7.	Charanjit has no shortage of money.	

F/H

11. You read Kamaljit's article about education and work.

ਮੈਂ ਪੜ੍ਹਾਈ ਵਿੱਚ ਬਹੁਤੀ ਹੁਸ਼ਿਆਰ ਨਹੀਂ ਹਾਂ। ਇਸ ਲਈ ਜੀ.ਸੀ.ਐੱਸ.ਈ. ਕਰਨ ਤੋਂ ਬਾਅਦ ਅੱਗੇ ਪੜ੍ਹਨਾ ਨਹੀਂ ਚਾਹੁੰਦੀ। ਨਾ ਏ ਲੈਵਲ ਕਰਨਾ ਅਤੇ ਨਾ ਹੀ ਯੂਨੀਵਰਸਿਟੀ ਵਿੱਚ ਡਿਗਰੀ ਦੀ ਪੜ੍ਹਾਈ ਕਰਨਾ ਚਾਹੁੰਦੀ ਹਾਂ। ਜੀ.ਸੀ.ਐੱਸ.ਈ. ਦੀ ਪ੍ਰੀਖਿਆ ਪਾਸ ਕਰਨ ਤੋਂ ਬਾਅਦ ਮੈਂ ਸੈਕਟਰੀ ਬਣਨ ਦਾ ਕੋਰਸ ਕਰਾਂਗੀ। ਕੋਰਸ ਕਰਨ ਤੋਂ ਬਾਅਦ ਸੈਕਟਰੀ ਦੀ ਨੌਕਰੀ ਲਈ ਬਿਨੈ-ਪੱਤਰ ਭੇਜਾਂਗੀ। ਬਾਕੀ ਵਿਸ਼ਿਆਂ ਦੇ ਮੁਕਾਬਲੇ ਵਿੱਚ ਮੈਂ ਅੰਗ੍ਰੇਜ਼ੀ ਵਿੱਚ ਕਾਫ਼ੀ ਹੁਸ਼ਿਆਰ ਹਾਂ ਅਤੇ ਕੰਪਿਊਟਰ ਸਕਿੱਲਜ਼ ਵਿੱਚ ਮੇਰੀ ਕਾਫ਼ੀ ਨਿਪੁੰਨਤਾ ਹੈ। ਮੈਂ ਕੰਪਿਊਟਰ 'ਤੇ ਪੰਜਾਬੀ ਵਿੱਚ ਵੀ ਟਾਈਪ ਕਰ ਸਕਦੀ ਹਾਂ।

ਜੂਨ ਵਿੱਚ ਜੀ.ਸੀ.ਐੱਸ.ਈ. ਦੀ ਪ੍ਰੀਖਿਆ ਦੇਣ ਤੋਂ ਬਾਅਦ ਮੈਂ ਤਿੰਨ ਮਹੀਨਿਆਂ ਲਈ ਵਿਹਲੀ ਹੋਵਾਂਗੀ। ਇਸ ਸਮੇਂ ਵਿੱਚ ਮੈਂ ਕਿਸੇ ਦਫ਼ਤਰ ਵਿੱਚ ਕੰਮ ਦੇ ਤਜਰਬੇ ਲਈ ਜਾਵਾਂਗੀ। ਸਤੰਬਰ ਵਿੱਚ ਮੈਂ ਸੈਕਟਰੀ ਬਣਨ ਦੇ ਕੋਰਸ ਵਿੱਚ ਦਾਖ਼ਲ ਹੋ ਜਾਵਾਂਗੀ। ਸੈਕਟਰੀ ਦਾ ਕੋਰਸ ਕਰਨ ਤੋਂ ਬਾਅਦ ਮੈਨੂੰ ਪੂਰੀ ਆਸ ਹੈ ਕਿ ਮੈਨੂੰ ਕਿਸੇ ਨਾ ਕਿਸੇ ਦਫ਼ਤਰ ਵਿੱਚ ਜ਼ਰੂਰ ਨੌਕਰੀ ਮਿਲ ਜਾਵੇਗੀ।

ਮੈਂ ਇਹ ਨੌਕਰੀ ਬਹੁਤ ਪਸੰਦ ਕਰਦੀ ਹਾਂ ਕਿਉਂਕਿ ਇਹ ਮੇਰੇ ਲਈ ਸੌਖੀ ਹੋਵੇਗੀ। 9 ਤੋਂ 5 ਵਜੇ ਤਕ ਕੰਮ ਹੋਵੇਗਾ ਅਤੇ ਸ਼ਨਿੱਚਰਵਾਰ-ਐਤਵਾਰ ਛੁੱਟੀ ਹੋਵੇਗੀ।

Read the statements in the grid below.

For each statement in the grid write :

T (True), F (False), ? (not in the text)

Example	Kamaljit is very good in her studies.	F
1.	She will study for A Levels after her GCSEs.	
2.	She will not go to the University for her degree.	
3.	She wants to work in an office.	
4.	She will study for a secretarial course after her GCSEs.	
5.	She can word process in English and Panjabi.	
6.	She does not do anything during her spare time.	
7.	She will start her secretarial course in April.	
8.	Kamaljit will receive £1500 a month in wages.	

F/H

12. You read the views of four people about jobs.

ਚਰਨਜੀਤ : ਮੈਂ ਇੰਗਲੈਂਡ ਦੇ ਪੁਲੀਸ ਦੇ ਮਹਿਕਮੇ ਵਿੱਚ ਕੰਮ ਕਰਨਾ ਚਾਹੁੰਦਾ ਹਾਂ ਕਿਉਂਕਿ ਇਸ ਵਿੱਚ ਬਹੁਤੇ ਪੰਜਾਬੀ ਪੁਲੀਸ ਅਫ਼ਸਰ ਨਹੀਂ ਹਨ। ਪੁਲੀਸ ਵਿੱਚ ਰਹਿ ਕੇ ਮੈਂ ਉਹਨਾਂ ਪੰਜਾਬੀਆਂ ਦੀ ਵਧੇਰੇ ਸਹਾਇਤਾ ਕਰ ਸਕਾਂਗਾ ਜਿਹਨਾਂ ਨੂੰ ਅੰਗ੍ਰੇਜ਼ੀ ਨਹੀਂ ਆਉਂਦੀ।

ਅਮਨਦੀਪ : ਮੇਰੀ ਮਨਪਸੰਦ ਨੌਕਰੀ ਏਅਰ ਹੋਸਟਿਸ ਹੈ। ਮੈਂ ਏਅਰ ਹੋਸਟਿਸ ਬਣਨਾ ਬਹੁਤ ਪਸੰਦ ਕਰਦੀ ਹਾਂ ਕਿਉਂਕਿ ਮੈਨੂੰ ਹਵਾਈ ਜਹਾਜ਼ ਵਿੱਚ ਸਫ਼ਰ ਕਰਨਾ ਬਹੁਤ ਚੰਗਾ ਲੱਗਦਾ ਹੈ। ਮੈਂ ਦੂਜੇ ਦੇਸ਼ਾਂ ਦੀ ਸੈਰ ਕਰਨੀ ਵੀ ਪਸੰਦ ਕਰਦੀ ਹਾਂ।

ਮਨਪ੍ਰੀਤ : ਮੈਂ ਕੰਪਿਊਟਰ ਪਰੋਗ੍ਰਾਮਰ ਬਣਨਾ ਬਹੁਤ ਪਸੰਦ ਕਰਦੀ ਹਾਂ ਕਿਉਂਕਿ ਅੱਜ ਕੱਲ੍ਹ ਇਸ ਖੇਤਰ ਵਿੱਚ ਬਹੁਤ ਨੌਕਰੀਆਂ ਹਨ। ਕੰਪਿਊਟਰ ਦੀ ਪੜ੍ਹਾਈ ਵਿੱਚ ਡਿਗਰੀ ਕਰਨ ਵਾਲਿਆਂ ਨੂੰ ਬਹੁਤ ਜਲਦੀ ਨੌਕਰੀ ਮਿਲ ਜਾਂਦੀ ਹੈ ਅਤੇ ਇਸ ਵਿੱਚ ਪੈਸੇ ਵੀ ਬਹੁਤ ਮਿਲਦੇ ਹਨ।

ਜਸਬੀਰ : ਮੇਰੀ ਦਿਲਚਸਪੀ ਤਾਂ ਆਪਣਾ ਕਾਰੋਬਾਰ ਚਲਾਉਣ ਦੀ ਹੈ। ਮੇਰੇ ਪਿਤਾ ਜੀ ਦਾ ਇੱਕ ਬਣੇ ਬਣਾਏ ਕੱਪੜਿਆਂ ਦਾ ਸਟੋਰ ਹੈ। ਮੈਂ ਇਸ ਸਟੋਰ ਵਿੱਚ ਕੰਮ ਕਰਨਾ ਬਹੁਤ ਪਸੰਦ ਕਰਦਾ ਹਾਂ। ਮੇਰੇ ਪਿਤਾ ਜੀ ਸਾਰਾ ਕਾਰੋਬਾਰ ਮੈਨੂੰ ਸੰਭਾਲ ਕੇ ਆਪ ਰੀਟਾਇਰ ਹੋਣਾ ਚਾਹੁੰਦੇ ਹਨ।

(a) Who likes to be an air hostess?
    ....

(b) Why? Give two reasons.
    (i) ....
    (ii) .... F

(c) Why is Charanjit interested to become a policeman? Give two reasons.
    (i) ....
    (ii) ....

(d) Why does Jasbir like to work in his father's store? Give two reasons.
    (i) ....
    (ii) ....

(e) Who likes to be a Computer programmer?
    ....

(f) Why? Give two reasons.
    (i) ....
    (ii) .... H

13. **You read Manveer's article about his work experience in his school magazine. Fill in the blanks by writing the number of the correct answer.**

> ਮੇਰਾ ਨਾਂ ਮਨਵੀਰ ਸਿੰਘ ਹੈ ਅਤੇ ਮੈਂ ਖ਼ਾਲਸਾ ਸਕੂਲ ਵਿੱਚ ਯੀਅਰ ਅਲੈਵਨ ਵਿੱਚ [5] ਹਾਂ। ਮੇਰੇ ਕੰਮ ਦੇ ਤਜਰਬੇ ਦਾ ਪ੍ਰਬੰਧ ਸਾਡੇ ਸਕੂਲ ਦੇ ਇੱਕ ਅਧਿਆਪਕ ਮਿਸਟਰ ਜੋਨਜ਼ ਨੇ ਕੀਤਾ ਸੀ। ਉਹ ਇੱਕ ਸਟੋਰ ਵਾਲਿਆਂ ਨੂੰ [ ] ਸੀ ਅਤੇ ਇੱਥੇ ਉਸ ਨੇ ਮੇਰੇ ਲਈ ਕੰਮ ਦੇ [ ] ਦਾ ਪ੍ਰਬੰਧ ਕੀਤਾ ਸੀ।
>
> ਇਸ ਸਟੋਰ ਦਾ ਨਾਂ ਸਵੈਨ ਸਟੋਰ ਹੈ। ਇਸ ਸਟੋਰ ਵਿੱਚ [ ] ਇਟਾਂ, ਲੱਕੜਾਂ, ਰਸੋਈਆਂ ਲਈ ਯੂਨਿਟਾਂ, ਗ਼ੁਸਲਖ਼ਾਨੇ ਅਤੇ ਟੌਇਲਟਾਂ ਦਾ ਸਾਮਾਨ ਵੇਚਦੇ ਹਨ। ਇਹ ਸਟੋਰ ਹਾਈ [ ] ਦੇ ਲਾਗੇ ਹੈ।
>
> ਮੇਰੇ ਕੰਮ ਦਾ ਤਜਰਬਾ 10 [ ] ਨੂੰ ਸ਼ੁਰੂ ਹੋਇਆ ਸੀ ਅਤੇ 17 ਜਨਵਰੀ ਨੂੰ ਖ਼ਤਮ ਹੋਇਆ ਸੀ। ਮੈਂ ਆਪਣੇ ਘਰ ਤੋਂ ਤੁਰ ਕੇ ਚਲਾ ਜਾਂਦਾ ਸੀ [ ] ਇਹ ਸਟੋਰ ਸਾਡੇ ਘਰ ਤੋਂ ਬਹੁਤਾ ਦੂਰ ਨਹੀਂ ਸੀ। ਮੈਂ ਸਾਢੇ ਅੱਠ ਵਜੇ ਕੰਮ 'ਤੇ ਲੱਗਦਾ ਸੀ ਅਤੇ ਮੈਨੂੰ ਪੰਜ ਵਜੇ ਸ਼ਾਮ ਨੂੰ [ ] ਹੁੰਦੀ ਸੀ। ਦੁਪਹਿਰ ਨੂੰ 12 ਵਜੇ ਤੋਂ ਇੱਕ ਵਜੇ ਤੱਕ ਖਾਣ ਪੀਣ ਲਈ ਵਿਹਲਾ ਸਮਾਂ ਹੁੰਦਾ ਸੀ।
>
> ਇੱਥੇ ਮੈਨੂੰ ਬਹੁਤ ਕੰਮ ਕਰਨਾ [ ] ਅਤੇ ਕੰਮ ਹੈ ਵੀ ਬਹੁਤ ਔਖਾ ਸੀ। ਕਾਫ਼ੀ ਭਾਰਾ ਸਾਮਾਨ ਇੱਧਰ ਉੱਧਰ ਰੱਖਣਾ ਪੈਂਦਾ ਸੀ। ਇਸ ਸਟੋਰ ਵਿੱਚ ਕੰਮ ਕਰਨ ਵਾਲੇ [ ] ਇੱਧਰ ਉੱਧਰ ਦੁੜਾਈ ਫਿਰਦੇ ਸਨ। ਸਾਰਾ ਦਿਨ ਕੰਮ ਕਰਦਾ ਮੈਂ ਥੱਕ ਜਾਂਦਾ ਸੀ।
>
> ਮੈਂ ਇੱਥੇ ਕੰਮ ਕਰਨਾ ਬਿਲਕੁਲ [ ] ਨਹੀਂ ਕੀਤਾ। ਹੁਣ ਮੈਂ ਪੱਕਾ ਮਨ ਬਣਾ ਲਿਆ ਹੈ ਕਿ [ ] ਚੰਗੀ ਤਰ੍ਹਾਂ ਕਰਨੀ ਹੈ। ਚੰਗੀ ਪੜ੍ਹਾਈ ਕਰਕੇ ਕਿਸੇ ਦਫ਼ਤਰ ਵਿੱਚ ਕੰਮ ਟੋਲਣਾ ਹੈ ਤੇ ਇਸ ਤਰ੍ਹਾਂ ਦਾ ਗੰਦਾ ਅਤੇ [ ] ਕੰਮ ਬਿਲਕੁਲ ਨਹੀਂ ਕਰਨਾ।

1. ਔਖਾ	4. ਪਸੰਦ	7. ਛੁੱਟੀ	10. ਪੈਂਦਾ ਸੀ	13. ਜਨਵਰੀ
2. ਮੈਨੂੰ	5. ਪੜ੍ਹਦਾ	8. ਸਟਰੀਟ	11. ਸੀਮਿੰਟ	
3. ਤਜਰਬੇ	6. ਪੜ੍ਹਾਈ	9. ਜਾਣਦਾ	12. ਕਿਉਂਕਿ	

H

14. You read Amarjit's e-mail to the manager of Panjabi newspaper Des Pardes.

26 ਸਟਰਲਿੰਗ ਗਰੋਵ
ਹੰਸਲੋ, ਮਿਡਲਸੈਕਸ
15 ਨਵੰਬਰ, 2011

ਸ੍ਰੀਮਾਨ ਮੈਨੇਜਰ ਸਾਹਿਬ
ਦੇਸ ਪ੍ਰਦੇਸ
ਸਾਊਥਾਲ, ਮਿਡਲਸੈਕਸ

ਸ੍ਰੀਮਾਨ ਜੀ,

ਮੇਰਾ ਨਾਂ ਅਮਰਜੀਤ ਕੌਰ ਹੈ ਅਤੇ ਮੈਂ ਫੈਦਰ ਸਟੋਨ ਸਕੂਲ ਵਿੱਚ ਪੜ੍ਹਦੀ ਹਾਂ। ਇਸ ਸਾਲ ਗਰਮੀ ਦੀਆਂ ਛੁੱਟੀਆਂ ਵਿੱਚ ਮੈਂ ਕੰਮ ਕਰਨਾ ਚਾਹੁੰਦੀ ਹਾਂ ਕਿਉਂਕਿ ਮੈਨੂੰ ਪੈਸਿਆਂ ਦੀ ਸਖ਼ਤ ਲੋੜ ਹੈ। ਮੈਂ ਅਗਲੇ ਸਾਲ ਏ ਲੈਵਲ ਕਰਨੇ ਹਨ ਅਤੇ ਏ ਲੈਵਲ ਦੀ ਪੜ੍ਹਾਈ ਲਈ ਕੁਝ ਕਿਤਾਬਾਂ ਖ਼ਰੀਦਣੀਆਂ ਹਨ। ਮੇਰੇ ਮਾਤਾ ਪਿਤਾ ਜੀ ਮੇਰੀ ਬਹੁਤੀ ਸਹਾਇਤਾ ਨਹੀਂ ਕਰ ਸਕਦੇ ਕਿਉਂਕਿ ਉਹ ਅੱਜ ਕੱਲ੍ਹ ਕੰਮ ਨਹੀਂ ਕਰਦੇ।

ਮੇਰੀ ਉਮਰ ਸੋਲਾਂ ਸਾਲ ਹੈ ਅਤੇ ਮੈਂ ਇਸ ਸਾਲ ਅੱਠ ਜੀ.ਸੀ.ਐੱਸ.ਈ. ਦੀਆਂ ਪ੍ਰੀਖਿਆਵਾਂ ਦੇਣੀਆਂ ਹਨ। ਮੈਂ ਸਕੂਲ ਵਿੱਚ ਪੰਜਾਬੀ ਦੀ ਵੀ ਜੀ.ਸੀ.ਐੱਸ.ਈ. ਕਰ ਰਹੀ ਹਾਂ। ਮੈਂ ਪੰਜਾਬੀ ਚੰਗੀ ਤਰ੍ਹਾਂ ਬੋਲ, ਪੜ੍ਹ ਅਤੇ ਲਿਖ ਸਕਦੀ ਹਾਂ। ਮੈਂ ਕੰਪਿਊਟਰ ਤੇ ਪੰਜਾਬੀ ਵਿੱਚ ਵਰਡ ਪ੍ਰੋਸੈਸਿੰਗ ਵੀ ਕਰ ਸਕਦੀ ਹਾਂ।

ਮੈਂ ਆਪ ਜੀ ਦੀ ਅਤੀ ਧੰਨਵਾਦੀ ਹੋਵਾਂਗੀ, ਜੇ ਤੁਸੀਂ ਮੈਨੂੰ ਆਪਣੀ ਕੰਪਨੀ ਵਿੱਚ ਛੁੱਟੀਆਂ ਲਈ ਕੰਮ 'ਤੇ ਰੱਖ ਲਵੋ।

ਆਪ ਜੀ ਦੀ ਸ਼ੁਭਚਿੰਤਕ,
ਅਮਰਜੀਤ ਕੌਰ

(a) Which school does Amarjit go to?

....

(b) Why does Amarjit want to work during the summer holidays? Give two reasons?

(i) ....

(ii) ....

(c) Why can Amarjit's parents not help her financially?

....

(b) Why will Amarjit prove a very useful worker for Des Pardes? Give three reasons.

(i) ....

(ii) ....

(iii) .... H

(b) Advantages and Disadvantages of different jobs

1. You read Amrit's article about her part-time job.

ਮੈਂ ਆਮ ਤੌਰ 'ਤੇ ਸਨਿੱਚਰਵਾਰ ਅਤੇ ਐਤਵਾਰ ਨੂੰ ਵਿਹਲੀ ਹੁੰਦੀ ਸੀ। ਇਸ ਲਈ ਮੈਂ ਆਪਣੇ ਸ਼ਹਿਰ ਦੇ ਮਾਰਕਸ ਐਂਡ ਸਪੈਂਸਰ ਸਟੋਰ ਵਿੱਚ ਸਨਿੱਚਰਵਾਰ ਅਤੇ ਐਤਵਾਰ ਲਈ ਕੰਮ ਲੱਭ ਲਿਆ ਸੀ। ਹੁਣ ਮੈਨੂੰ ਇੱਥੇ ਕੰਮ ਕਰਦੀ ਨੂੰ ਲਗਭਗ ਦੋ ਸਾਲ ਹੋ ਗਏ ਹਨ।

ਜਦੋਂ ਮੈਂ ਕੰਮ ਸ਼ੁਰੂ ਕੀਤਾ ਸੀ ਤਾਂ ਮੈਨੂੰ ਪਹਿਲਾਂ ਇੱਕ ਹਫ਼ਤਾ ਟਰੇਨਿੰਗ ਦਿੱਤੀ ਸੀ ਕਿ ਕੰਮ ਕਿਸ ਤਰ੍ਹਾਂ ਕਰਨਾ ਹੈ। ਹੁਣ ਮੈਨੂੰ ਕੰਮ ਕਰਨ ਵਿੱਚ ਕਾਫ਼ੀ ਤਜਰਬਾ ਹੋ ਗਿਆ ਹੈ ਅਤੇ ਕੰਮ ਕਰਨ ਵਿੱਚ ਕੋਈ ਮੁਸ਼ਕਲ ਨਹੀਂ ਆਉਂਦੀ। ਮਾਰਕਸ ਐਂਡ ਸਪੈਂਸਰ ਵਿੱਚ ਕੱਪੜੇ, ਜੁੱਤੀਆਂ ਅਤੇ ਖਾਣ ਪੀਣ ਦੀਆਂ ਚੀਜ਼ਾਂ ਵੇਚੀਆਂ ਜਾਂਦੀਆਂ ਹਨ। ਥੱਲੇ ਦੀ ਮੰਜ਼ਲ 'ਤੇ ਖਾਣ ਪੀਣ ਦੀਆਂ ਚੀਜ਼ਾਂ ਅਤੇ ਉੱਪਰਲੀਆਂ ਦੋਨਾਂ ਮੰਜ਼ਲਾਂ 'ਤੇ ਕੱਪੜੇ ਅਤੇ ਜੁੱਤੀਆਂ ਹਨ।

ਮੈਂ ਜ਼ਿਆਦਾਤਰ ਚੀਜ਼ਾਂ ਦੇ ਲੇਬਲਾਂ ਉੱਤੇ ਕੀਮਤਾਂ ਲਿਖਦੀ ਹਾਂ ਅਤੇ ਜਿਹੜੀਆਂ ਚੀਜ਼ਾਂ ਖ਼ਤਮ ਹੋ ਗਈਆਂ ਹੋਣ, ਉਹਨਾਂ ਦੀ ਲਿਸਟ ਤਿਆਰ ਕਰਕੇ ਮੈਨੇਜਰ ਨੂੰ ਦਿੰਦੀ ਹਾਂ। ਕਈ ਵਾਰੀ ਕਾਊਂਟਰ 'ਤੇ ਗਾਹਕਾਂ ਤੋਂ ਚੀਜ਼ਾਂ ਦੇ ਪੈਸੇ ਲੈਂਦੀ ਹਾਂ। ਜੇ ਕੋਈ ਹੋਰ ਕਰਮਚਾਰੀ ਕਿਸੀ ਕਾਰਨ ਕੰਮ 'ਤੇ ਨਾ ਆ ਸਕੇ ਤਾਂ ਉਸ ਦੀ ਥਾਂ ਕੰਮ ਕਰਦੀ ਹਾਂ।

ਮੈਂ ਦੋਨੋਂ ਦਿਨ ਕੁਲ ਸਾਢੇ ਤੇਰਾਂ ਘੰਟੇ ਕੰਮ ਕਰਦੀ ਹਾਂ। ਮੈਨੂੰ ਛੇ ਪੌਂਡ ਪ੍ਰਤੀ ਘੰਟਾ ਤਨਖ਼ਾਹ ਮਿਲਦੀ ਹੈ ਅਤੇ ਦੋਨਾਂ ਦਿਨਾਂ ਦੇ ਕੁਲ 81 ਪੌਂਡ ਮਿਲ ਜਾਂਦੇ ਹਨ। ਮੈਂ ਇਹ ਨੌਕਰੀ ਬਹੁਤ ਪਸੰਦ ਕਰਦੀ ਹਾਂ ਕਿਉਂਕਿ ਇੱਥੇ ਪੈਸੇ ਚੰਗੇ ਮਿਲ ਜਾਂਦੇ ਹਨ ਅਤੇ ਕੰਮ ਵੀ ਸੌਖਾ ਹੈ। ਇੱਥੇ ਦੇ ਮੈਨੇਜਰ ਦਾ ਸੁਭਾ ਬਹੁਤ ਚੰਗਾ ਹੈ ਅਤੇ ਉਹ ਸਾਰੇ ਕਾਮਿਆਂ ਦੀ ਬਹੁਤ ਸਹਾਇਤਾ ਕਰਦਾ ਹੈ। ਇਹ ਕੰਮ ਮੇਰੇ ਘਰ ਦੇ ਨੇੜੇ ਵੀ ਹੈ।

ਮੈਨੂੰ ਇਸ ਨੌਕਰੀ ਦਾ ਇਹ ਫ਼ਾਇਦਾ ਹੈ ਕਿ ਮੈਂ ਆਪਣੀ ਮਰਜ਼ੀ ਨਾਲ ਆਪਣੇ ਪੈਸੇ ਖ਼ਰਚ ਸਕਦੀ ਹਾਂ ਅਤੇ ਆਪਣੇ ਮਾਤਾ ਪਿਤਾ ਤੋਂ ਪੈਸੇ ਮੰਗਣੇ ਨਹੀਂ ਪੈਂਦੇ। ਜੋ ਚੀਜ਼ ਮੇਰੇ ਪਸੰਦ ਹੁੰਦੀ ਹੈ ਮੈਂ ਖ਼ੀਦ ਲੈਂਦੀ ਹਾਂ। ਪਰ ਇਸ ਨੌਕਰੀ ਕਰਨ ਕਰਕੇ ਮੈਨੂੰ ਪੜ੍ਹਾਈ ਕਰਨ ਲਈ ਬਹੁਤਾ ਸਮਾਂ ਨਹੀਂ ਮਿਲਦਾ ਅਤੇ ਸਰੀਰ ਥੱਕਿਆ ਥੱਕਿਆ ਮਹਿਸੂਸ ਕਰਦੀ ਹੈ।

(a) When and where does Amrit do part-time work?

   ....

(b) Why does she find her job easy?

   ....

(c) What types of jobs does she do at her place of work? Give three details.

   (i) ....

   (ii) ....

   (iii) ....

(d) What is Amrit's opinion about her job? Give two details.

   (i) ....

   (iii) ....

(e) According to Amrit what are the advantages and disadvantages of doing this job?

   ....

   .... H

2. You read this article in a School magazine.

ਮੈਂ ਵੱਡੀ ਹੋ ਕੇ ਦੰਦਾਂ ਦੀ ਡਾਕਟਰ ਬਣਨਾ ਚਾਹੁੰਦੀ ਹਾਂ, ਕਿਉਂਕਿ ਮੈਂ ਇਹ ਨੌਕਰੀ ਪਸੰਦ ਕਰਦੀ ਹਾਂ। ਮੈਂ ਜੀ.ਸੀ.ਐੱਸ.ਈ. ਕਰਨ ਤੋਂ ਬਾਅਦ ਏ ਲੈਵਲ ਕਰਾਂਗੀ। ਇਸ ਤੋਂ ਬਾਅਦ ਡੈਂਟਸਟਰੀ ਕਰਨ ਤੋਂ ਬਾਅਦ ਮੈਂ ਇਹ ਨੌਕਰੀ ਕਰਾਂਗੀ ਕਿਉਂਕਿ ਇਸ ਨੌਕਰੀ ਵਿੱਚ ਪੈਸੇ ਬਹੁਤ ਹਨ। ਤੁਸੀਂ ਜਲਦੀ ਅਮੀਰ ਬਣ ਸਕਦੇ ਹੋ। ਜਿੰਨਾ ਤੁਸੀਂ ਜ਼ਿਆਦਾ ਕੰਮ ਕਰੋ ਉਨੇ ਹੀ ਜ਼ਿਆਦਾ ਪੈਸੇ ਮਿਲਦੇ ਹਨ।

—ਪਰਮਿੰਦਰ ਕੌਰ

ਮੈਂ ਵੱਡਾ ਹੋ ਕੇ ਦੰਦਾਂ ਦਾ ਡਾਕਟਰ ਬਿਲਕੁਲ ਨਹੀਂ ਬਣਨਾ ਚਾਹੁੰਦਾ। ਮੈਨੂੰ ਇਹ ਨੌਕਰੀ ਬਿਲਕੁਲ ਪਸੰਦ ਨਹੀਂ ਹੈ। ਇਸ ਨੌਕਰੀ ਵਿੱਚ ਪੈਸੇ ਭਾਵੇਂ ਬਹੁਤ ਮਿਲ ਜਾਂਦੇ ਹਨ ਪਰ ਕੰਮ ਤਾਂ ਬਹੁਤ ਕਰਨਾ ਪੈਂਦਾ ਹੈ। ਜ਼ਿੰਦਗੀ ਵਿੱਚ ਪੈਸਾ ਹੀ ਸਭ ਕੁਝ ਨਹੀਂ ਹੈ। ਕਈ ਵਾਰੀ ਐਸੇ ਮਰੀਜ਼ ਵੀ ਆਉਂਦੇ ਹਨ ਜਿਹਨਾਂ ਦੇ ਮੂੰਹਾਂ ਤੋਂ ਬਦਬੂ ਆਉਂਦੀ ਹੈ, ਮੈਂ ਇਸ ਤਰ੍ਹਾਂ ਦੀ ਨੌਕਰੀ ਨਹੀਂ ਕਰਨਾ ਚਾਹੁੰਦਾ। ਮੈਂ ਤਾਂ ਅਧਿਆਪਕ ਬਣਨਾ ਚਾਹੁੰਦਾ ਹਾਂ ਕਿਉਂਕਿ ਇਸ ਨੌਕਰੀ ਵਿੱਚ ਛੁੱਟੀਆਂ ਬਹੁਤ ਹੁੰਦੀਆਂ ਹਨ।

—ਰਮਨ ਸਿੰਘ

ਮੈਂ ਵੱਡੀ ਹੋ ਕੇ ਕਿਸੇ ਬੈਂਕ ਜਾਂ ਬਿਲਡਿੰਗ ਸੁਸਾਇਟੀ ਵਿੱਚ ਕੰਮ ਕਰਨਾ ਪਸੰਦ ਕਰਾਂਗੀ। ਮੈਂ ਏ ਲੈਵਲ ਕਰਨ ਤੋਂ ਬਾਅਦ ਅੱਗੇ ਪੜ੍ਹਾਈ ਜਾਰੀ ਨਹੀਂ ਰੱਖ ਸਕਦੀ ਕਿਉਂਕਿ ਮੇਰੇ ਪਿਤਾ ਜੀ ਮੇਰੀ ਅਗਲੀ ਪੜ੍ਹਾਈ ਵਿੱਚ ਮੇਰੀ ਬਹੁਤੀ ਸਹਾਇਤਾ ਨਹੀਂ ਕਰ ਸਕਦੇ। ਮੈਨੂੰ ਬੈਂਕ ਦੀ ਨੌਕਰੀ ਬਹੁਤ ਪਸੰਦ ਹੈ ਕਿਉਂਕਿ ਮੈਂ ਹਿਸਾਬ ਕਿਤਾਬ ਕਰਨ ਵਿੱਚ ਬਹੁਤ ਚੰਗੀ ਹਾਂ। ਕੰਮ ਸਾਫ਼ ਸੁਥਰਾ ਅਤੇ ਸੌਖਾ ਹੈ ਅਤੇ ਤਨਖ਼ਾਹ ਵੀ ਮਾੜੀ ਨਹੀਂ ਹੈ।

—ਕਿਰਨਦੀਪ

(a) Why does Parminder want to be a dentist? Give two reasons.

   (i) ....

   (iii) ....

(b) Why does Raman not like to be a dentist? Give two reasons.

   (i) ....

   (iii) ....

(c) What job does Raman want to do?

   ....

(d) Why? Give two reasons.

   (i) ....

   (iii) ....

(e) Why can Kirandeep not carry on her studies after her A levels?

   ....

   ....

(f) Why does Kirandeep like to work in a bank? Give two reasons.

   ....

   .... H

3. You read this article in a Panjabi weekly newspaper Mann Jitt.

ਰਬਿੰਦਰ ਸਿੰਘ ਨੇ ਬਰਤਾਨੀਆ ਹਾਈ ਕੋਰਟ ਦੇ ਪਹਿਲੇ ਸਿੱਖ ਜੱਜ ਵਜੋਂ ਸਹੁੰ ਚੁੱਕੀ

ਲੰਡਨ (ਮਨ ਜਿੱਤ ਬਿਊਰੋ)—ਬਰਤਾਨੀਆ ਦੀ ਹਾਈ ਕੋਰਟ ਵਿੱਚ ਰਬਿੰਦਰ ਸਿੰਘ ਨੇ ਪਹਿਲੇ ਸਿੱਖ ਜੱਜ ਵਜੋਂ ਸਹੁੰ ਚੁੱਕੀ ਹੈ। ਭਾਰਤੀ ਮੂਲ ਦੇ 47 ਸਾਲਾ ਰਬਿੰਦਰ ਸਿੰਘ ਨੇ ਬ੍ਰਿਸਟਲ ਗ੍ਰਾਮਰ ਸਕੂਲ ਅਤੇ ਕੈਂਬ੍ਰਿਜ ਯੂਨੀਵਰਸਿਟੀ ਵਿੱਚ ਪੜ੍ਹਾਈ ਕੀਤੀ ਹੈ। ਉਹ ਬਰਤਾਨੀਆ ਵਿੱਚ ਪਹਿਲੇ ਅਜਿਹੇ ਸਿੱਖ ਹਨ ਜਿਨ੍ਹਾਂ ਨੂੰ ਹਾਈ ਕੋਰਟ ਵਿੱਚ ਜੱਜ ਬਣਨ ਦਾ ਮੌਕਾ ਮਿਲਿਆ ਹੈ। ਇਸ ਤੋਂ ਪਹਿਲਾਂ ਵੀ ਇੱਕ ਸਿੱਖ ਨੂੰ ਬਰਤਾਨੀਆ ਨਿਆਂਪਾਲਿਕਾ ਵਿੱਚ ਸਨਮਾਨਯੋਗ ਅਹੁਦਾ ਮਿਲ ਚੁੱਕਿਆ ਹੈ। ਪਹਿਲੇ ਸਿੱਖ ਅਤੇ ਪਹਿਲੇ ਏਸ਼ਿਆਈ ਦੇ ਰੂਪ ਵਿੱਚ ਮੋਤਾ ਸਿੰਘ ਨੇ ਇੱਕ ਅਦਾਲਤ ਵਿੱਚ ਜੱਜ ਦਾ ਅਹੁਦਾ ਸੰਭਾਲਿਆ ਸੀ ਤੇ ਉਨ੍ਹਾਂ ਨੂੰ 2010 ਵਿੱਚ 'ਨਾਈਟ' ਦੀ ਉਪਾਧੀ ਨਾਲ ਸਨਮਾਨਿਤ ਵੀ ਕੀਤਾ ਗਿਆ ਸੀ। ਮਨੁੱਖੀ ਅਧਿਕਾਰਾਂ ਲਈ ਲੜਨ ਵਾਲੇ ਰਬਿੰਦਰ ਸਿੰਘ ਨੇ ਕਿਹਾ ਕਿ ਮੈਂ ਇੱਕ ਵਕੀਲ ਹਾਂ। ਮੈਂ ਹਮੇਸ਼ਾ ਹੀ ਆਪਣੇ ਕੰਮ ਨਾਲ ਲੋਕਾਂ ਲਈ ਆਦਰਸ਼ ਬਣਨ ਦੀ ਕੋਸ਼ਿਸ਼ ਕੀਤੀ ਹੈ। ਮੈਂ ਕਦੀ ਨਹੀਂ ਕਿਹਾ ਕਿ ਮੈਂ ਇੱਕ ਸਿੱਖ ਵਕੀਲ ਹਾਂ। ਦੱਸਣਯੋਗ ਹੈ ਕਿ ਰਬਿੰਦਰ ਸਿੰਘ ਨੇ ਇਰਾਕ 'ਤੇ ਹਮਲੇ ਨੂੰ ਮਨੁੱਖੀ ਅਧਿਕਾਰਾਂ ਦੀ ਉਲੰਘਣਾ ਦੱਸਿਆ ਸੀ ਜਿਸ ਲਈ ਉਨ੍ਹਾਂ ਨੂੰ ਵਿਸ਼ੇਸ਼ ਤੌਰ 'ਤੇ ਜਾਣਿਆ ਜਾਂਦਾ ਹੈ। ਰਬਿੰਦਰ ਸਿੰਘ ਨੇ 2007 ਵਿੱਚ ਇੱਕ ਇਮੀਗ੍ਰੇਸ਼ਨ ਕੇਸ ਵਿੱਚ ਭਾਰਤੀ ਡਾਕਟਰਾਂ ਦੀ ਤਰਫ਼ੋਂ ਸਫਲਤਾ ਨਾਲ ਕੇਸ ਲੜਿਆ ਸੀ। *(Mann Jitt 2011)*

(a) What does the heading of this article mean?

....

(b) How old is Rabinder Singh and where did he study?

....

....

(c) Why is he considered an extraordinary person?

....

(d) What job did Mr. Mota Singh do and why is he so famous in the Sikh community?

....

....

(e) What inspiration can young Panjabis get from Mota Singh and Rabinder Singh?

....

.... H

4. You read this article in 'Des Pardes' published a long time ago.

ਈਸਟ ਲੰਡਨ ਦੇ ਪੰਜਾਬੀ ਮਾਪਿਆਂ ਦੀ ਸਭਾ ਵੱਲੋਂ ਵਿਸ਼ਾਲ ਪੰਜਾਬੀ ਕਾਨਫ਼ਰੰਸ

ਲੰਡਨ : ਪੂਰਬੀ ਲੰਡਨ ਵਿੱਚ ਸਥਾਪਤ ਪੰਜਾਬੀ ਮਾਪਿਆਂ ਦੀ ਸਭਾ ਵੱਲੋਂ 16 ਫ਼ਰਵਰੀ, 1991 ਨੂੰ ਰਾਮਗੜ੍ਹੀਆ ਕਮਿਊਨਿਟੀ ਸੈਂਟਰ, 270 ਨੈਵਿਲ ਰੋਡ, ਲੰਡਨ ਈ-7 ਵਿਖੇ ਇੱਕ ਵਿਸ਼ਾਲ ਪੰਜਾਬੀ ਕਾਨਫ਼ਰੰਸ ਆਯੋਜਿਤ ਕੀਤੀ ਗਈ, ਜਿਸ ਵਿਚ ਸ. ਅਮਰਜੀਤ ਸਿੰਘ (ਡਿਪਟੀ ਮੇਅਰ ਨੀਊਹੈਮ), ਲਿੰਡਾ ਜੌਰਡਨ (ਚੇਅਰ ਪਰਸਨ ਐਜੂਕੇਸ਼ਨ ਕਮੇਟੀ ਨੀਊਹੈਮ), ਸੀਨਲਾਰੈਂਸ (ਡਾਇਰੈਕਟਰ ਆਫ਼ ਐਜੂਕੇਸ਼ਨ ਨੀਓਹੈਮ), ਡਾ. ਆਟੋਪੋਲਿੰਗ (ਆਨਰੇਰੀ ਫੈਲੋ, ਯੂਨੀਵਰਸਿਟੀ ਲੰਡਨ), ਡਾ. ਜੇ.ਐੱਸ. ਨਾਗਰਾ (ਕੋ-ਆਡਰੀਨੇਟਰ ਕਮਿਊਨਿਟੀ ਭਾਸ਼ਾਵਾਂ ਹੰਸਲੋ) ਨੇ ਵਿਸ਼ੇਸ਼ ਤੌਰ 'ਤੇ ਭਾਗ ਲਿਆ।

ਸਭਾ ਦੇ ਪ੍ਰਧਾਨ ਸ. ਗੁਰਚਰਨ ਸਿੰਘ ਗਹੀਰ ਨੇ ਕਾਨਫ਼ਰੰਸ ਦੇ ਉਦਘਾਟਨੀ ਭਾਸ਼ਨ ਵਿੱਚ ਕਿਹਾ ਕਿ ਪੰਜਾਬੀਆਂ ਨੇ ਭਾਰਤ, ਪਾਕਿਸਤਾਨ, ਅਫ਼ਰੀਕਾ ਤੇ ਮੱਧ ਏਸ਼ੀਆ ਦੇ ਮੁਲਕਾਂ ਤੋਂ ਆਪਣੇ ਨਾਲ ਹੁਨਰੀ ਕੰਮ, ਵਿਓਪਾਰ ਅਤੇ ਸਭਿਆਚਾਰਕ ਰਵਾਇਤਾਂ ਨੂੰ ਵੀ ਆਪਣੇ ਨਾਲ ਲਿਆਂਦਾ ਹੈ ਤੇ ਇਸ ਮੁਲਕ ਵਿੱਚ ਆ ਕੇ ਤੇ ਚੰਗੇ ਸ਼ਹਿਰੀ ਹੋਣ ਦਾ ਸਬੂਤ ਦੇ ਕੇ, ਇਸ ਦੇਸ਼ ਦੀ ਮਨੋਂ ਤਨੋਂ ਸੇਵਾ ਕਰਕੇ ਇਸ ਦੀ ਆਰਥਿਕਤਾ ਵਿੱਚ ਵਿਸ਼ੇਸ਼ ਤੌਰ 'ਤੇ ਹਿੱਸਾ ਪਾਇਆ ਹੈ।

ਉਨ੍ਹਾਂ ਮੰਗ ਕੀਤੀ ਕਿ ਵਰਕਿੰਗ ਕਮੇਟੀ ਦੀਆਂ ਸਿਫ਼ਾਰਸ਼ਾਂ ਅਨੁਸਾਰ ਨੀਊਹੈਮ ਦੇ ਸਕੂਲਾਂ ਵਿੱਚ ਪੰਜਾਬੀ ਨੂੰ ਦੂਜੀਆਂ ਮਾਡਰਨ ਭਾਸ਼ਾਵਾਂ ਦੇ ਬਰਾਬਰ ਸਥਾਨ ਦਿੱਤਾ ਜਾਵੇ ਅਤੇ ਸੈਕੰਡਰੀ ਸਕੂਲਾਂ ਵਿੱਚ ਪਹਿਲੇ ਸਾਲ ਤੋਂ ਬੱਚਿਆਂ ਨੂੰ ਪੰਜਾਬੀ ਭਾਸ਼ਾ ਪੜ੍ਹਾਉਣ ਦਾ ਇੰਤਜ਼ਾਮ ਕੀਤਾ ਜਾਵੇ।

ਸ. ਹਰਦੇਵ ਸਿੰਘ ਢੇਸੀ ਦੇ ਵਿਚਾਰ

ਪ੍ਰਧਾਨਗੀ ਭਾਸ਼ਨ ਤੋਂ ਬਾਅਦ ਨੀਊਹੈਮ ਵਿੱਚ ਕਮਿਊਨਿਟੀ ਭਾਸ਼ਾਵਾਂ ਦੇ ਕੋ-ਆਰਡੀਨੇਟਰ ਸ. ਹਰਦੇਵ ਸਿੰਘ ਢੇਸੀ ਨੇ ਇਸ ਕਾਨਫ਼ਰੰਸ ਦੇ ਉਦੇਸ਼ 'ਤੇ ਚਾਨਣਾ ਪਾਉਂਦਿਆਂ ਕਿਹਾ ਕਿ ਯੂਨਾਈਟਿਡ ਨੇਸ਼ਨਜ਼ ਦੇ ਡਾਕੂਮੈਂਟ ਅਨੁਸਾਰ ਹਰ ਸਰਕਾਰ ਦਾ ਫ਼ਰਜ਼ ਬਣਦਾ ਹੈ ਕਿ ਉਹ ਬੱਚਿਆਂ ਨੂੰ ਲੋੜੀਂਦੀ ਵਿੱਦਿਆ ਪ੍ਰਦਾਨ ਕਰੇ ਜਿਸ ਅਨੁਸਾਰ ਉਨ੍ਹਾਂ ਦੀਆਂ ਇਖ਼ਲਾਕੀ ਤੇ

ਕਾਨਫ਼ਰੰਸ ਵਿੱਚ ਬੈਠੇ ਬੁੱਧੀਜੀਵੀ ਅਤੇ ਦਰਸ਼ਕ

ਸ. ਸੁਰਿੰਦਰ ਸਿੰਘ ਅਟਾਰੀਵਾਲਾ ਦੀ ਵਰਕਸ਼ਾਪ

ਸਭਿਆਚਾਰਕ ਕਦਰਾਂ-ਕੀਮਤਾਂ ਸੁਰਜੀਤ ਰਹਿਣ। ਅੱਗੇ ਚੱਲ ਕੇ ਉਨ੍ਹਾਂ ਕਿਹਾ ਕਿ ਬਰਤਾਨੀਆ ਬਹੁ-ਸਭਿਆਚਾਰਕ ਦੇਸ਼ ਹੈ ਤੇ ਇਸ ਵਿਚ ਭਿੰਨ ਭਿੰਨ ਭਾਸ਼ਾਵਾਂ ਬੋਲੀਆਂ ਜਾਂਦੀਆਂ ਹਨ।

ਨੀਊਹੈਮ 30 ਪ੍ਰਤੀਸ਼ਤ ਤੋਂ 40 ਪ੍ਰਤੀਸ਼ਤ ਤਕ ਦੀ ਪੰਜਾਬੀ ਆਬਾਦੀ ਵਾਲਾ ਇਲਾਕਾ ਹੈ, ਇਸ ਲਈ ਨੀਊਹੈਮ ਕੌਂਸਲ ਨੂੰ ਚਾਹੀਦਾ ਹੈ ਕਿ ਪੰਜਾਬੀ ਭਾਸ਼ਾ ਨੂੰ ਸੈਕੰਡਰੀ ਸਕੂਲਾਂ ਵਿੱਚ ਪਹਿਲੇ ਸਾਲ ਤੋਂ ਪੜ੍ਹਾਉਣ ਦਾ ਪ੍ਰਬੰਧ ਕਰੇ।

ਡਾਇਰੈਕਟਰ ਦਾ ਭਾਸ਼ਨ

ਇਸ ਕਾਨਫ਼ਰੰਸ ਵਿੱਚ ਮੁੱਖ ਭਾਸ਼ਨ ਨੀਊਹੈਮ ਦੇ ਡਾਇਰੈਕਟਰ (ਵਿਦਿਅਕ ਵਿਭਾਗ) ਦਾ ਸੀ ਜਿਨ੍ਹਾਂ ਨੇ ਆਪਣੇ ਭਾਸ਼ਨ ਵਿੱਚ ਕਿਹਾ ਕਿ ਭਾਵੇਂ ਕੇਂਦਰੀ ਸਰਕਾਰ ਨੇ ਸੈਕਸ਼ਨ 11 ਦਾ ਫੰਡ ਕਮਿਊਨਿਟੀ ਭਾਸ਼ਾਵਾਂ ਲਈ ਬੰਦ ਕਰ ਦਿੱਤਾ ਹੈ ਤਾਂ ਵੀ ਅਸੀਂ ਘੱਟ-ਗਿਣਤੀ ਦੀਆਂ ਭਾਸ਼ਾਵਾਂ ਨੂੰ ਚਾਲੂ ਰੱਖਣ ਲਈ ਵਚਨਬੱਧ ਹਾਂ। ਅਸੀਂ ਸਕੂਲਾਂ ਵਿੱਚ ਪੰਜਾਬੀ ਤੇ ਦੂਸਰੀਆਂ ਭਾਸ਼ਾਵਾਂ ਨੂੰ ਫ਼ਰੈਂਚ ਤੇ ਜਰਮਨ ਭਾਸ਼ਾਵਾਂ ਦੇ ਬਰਾਬਰ ਸਥਾਨ ਦੇਣਾ ਹੈ ਤੇ ਕਾਲਜਾਂ ਵਿੱਚ ਵੀ ਬਰਾਬਰ ਦਾ ਸਟੇਟਸ ਦੇਣਾ ਹੈ।

ਉਹਨਾਂ ਨੇ ਪੰਜਾਬੀਆਂ ਨੂੰ ਅਪੀਲ ਕੀਤੀ ਕਿ ਉਹ ਸਕੂਲਾਂ ਦੀਆਂ ਗਵਰਨਿੰਗ ਬਾਡੀਆਂ ਵਿਚ ਸ਼ਾਮਲ ਹੋ ਕੇ ਤੇ ਸਕੂਲਾਂ ਦੇ ਕਾਰਜਾਂ ਤੇ ਗਤੀਵਿਧੀਆਂ ਵਿਚ ਭਰਵਾਂ ਹਿੱਸਾ ਪਾ ਕੇ ਸਾਡੀ ਮਦਦ ਕਰਨ।

ਕੌਂਸਲਰ ਮਿਸਜ਼ ਲਿੰਡਾ ਜਾਰਡਨ (ਚੇਅਰ ਪਰਸਨ) ਨੇ ਡਾਇਰੈਕਟਰ ਦੇ ਵਿਚਾਰਾਂ ਤੇ ਕਮਿਊਨਿਟੀ ਭਾਸ਼ਾਵਾਂ ਦੇ ਵਿਕਾਸ ਲਈ ਚੁੱਕੇ ਜਾ ਰਹੇ ਕਦਮਾਂ ਦੀ ਭਰਪੂਰ ਸਰਾਹਣਾ ਕੀਤੀ।

ਡਾ. ਜੇ.ਐੱਸ. ਨਾਗਰਾ

ਡਾ. ਜੇ.ਐਸ. ਨਾਗਰਾ ਨੇ ਪੰਜਾਬੀ ਪੜ੍ਹਾਈ ਦੀ ਵਿਸ਼ੇਸ਼ਤਾ ਦਰਸਾਉਂਦਿਆਂ ਕਿਹਾ ਕਿ ਪੰਜਾਬੀ ਦੀ 'ਏ' ਲੈਵਲ ਯੂਨੀਵਰਸਿਟੀਆਂ ਵਿੱਚ ਪ੍ਰਵਾਨਿਤ ਹੈ ਤੇ ਦੇਸ਼ ਦੀ ਜ਼ਿੰਦਾ ਜ਼ੁਬਾਨ ਹੈ। ਉਨ੍ਹਾਂ ਦੱਸਿਆ ਕਿ ਇਕ ਸੈਕੰਡਰੀ ਸਕੂਲ ਵਿੱਚ 200 ਤੋਂ ਉੱਪਰ ਬੱਚੇ ਪੰਜਾਬੀ ਪੜ੍ਹ ਰਹੇ ਹਨ। ਉਹਨਾਂ ਕਿਹਾ ਕਿ ਪੰਜਾਬੀ ਭਾਸ਼ਾ ਦੇ ਗਿਆਨ ਦੀ ਨੌਕਰੀਆਂ ਅਤੇ ਵਿਓਪਾਰ ਵਿੱਚ ਵਿਸ਼ੇਸ਼ ਲੋੜ ਹੈ।

ਦੂਜੇ ਸੈਸ਼ਨ ਦੀ ਕਾਰਵਾਈ

ਚਾਹ ਤੋਂ ਬਾਅਦ ਚਾਰ ਵਰਕਸ਼ਾਪਾਂ ਲਗਾਈਆਂ ਗਈਆਂ, ਜਿਹਨਾਂ ਦੇ ਕ੍ਰਮਵਾਰ ਇੰਚਾਰਜ ਇਹ ਸਨ: ਸ. ਸੁਰਿੰਦਰ ਸਿੰਘ ਅਟਾਰੀਵਾਲਾ, ਸ. ਗੁਰਿੰਦਰ ਸਿੰਘ ਸਾਚਾ, ਸ. ਬਲਬੀਰ ਸਿੰਘ ਬੈਂਸ, ਸਾਧੂ ਸਿੰਘ ਕੰਗ ਅਤੇ ਸ. ਤਰਲੋਚਨ ਸਿੰਘ ਸੂਰਾ। ਵਰਕਸ਼ਾਪਾਂ ਦੇ ਲੀਡਰਾਂ ਨੇ ਆਪਣੀ ਕਾਰਗੁਜ਼ਾਰੀ ਬਾਅਦ ਹਾਊਸ ਸਾਹਮਣੇ ਵਿਚਾਰੇ ਗਏ ਨੁਕਤਿਆਂ ਨੂੰ ਪੇਸ਼ ਕੀਤਾ।

ਇਸ ਕਾਨਫ਼ਰੰਸ ਵਿੱਚ ਯੂ.ਕੇ. ਭਰ 'ਚੋਂ ਅਧਿਆਪਕਾਂ ਤੇ ਵਿਦਵਾਨਾਂ ਨੇ ਭਾਗ ਲਿਆ। ਹਾਜ਼ਰੀ 150 ਤੋਂ 200 ਦੇ ਦਰਮਿਆਨ ਸੀ।

(ਦੇਸ ਪ੍ਰਦੇਸ, 8-3-1991)

(a) What does the heading of this article mean?

....

(b) When and where did this conference take place?

....

(c) What different job titles are mentioned in this article? Give four details.

   (i) ....

   (ii) ....

   (iii) ....

   (iv) ....

(d) What views did the chairman Mr. Gurcharan Singh Gahir express at this conference?

....

....

(e) Why did Mr. Hardev Singh Dhesi think teaching of Panjabi should be started in schools in Newham?

....

....

(f) What evidence is there in this article to show that the Director of Education was sympathetic to the concerns of the Panjabi parents?

....

....

(g) What views did Dr. Nagra express at this conference? Give two details.

   (i) ....

   (ii) ....

(h) How was the conference going to benefit the Panjabi community?

.... H

181

5. You read this article in a local newspaper.

ਪੰਜਾਬੀ ਬੋਲੀ ਨੂੰ ਯੂਰਪ ਵਿੱਚ ਉੱਚੀ ਪੱਧਰ 'ਤੇ ਲੈ ਕੇ ਜਾਣ ਦਾ ਭਰਪੂਰ ਉਪਰਾਲਾ

ਬਰਮਿੰਘਮ—ਗੁਰਜੀਤ ਸਿੰਘ ਗਿੱਲ ਜੋ ਕਿ 20 ਸਾਲਾਂ ਤੋਂ ਅਰਡਿੰਗਟਨ ਅਤੇ ਸਮਾਲਹੀਥ ਪੰਜਾਬੀ ਸਕੂਲ ਦਾ ਪ੍ਰਬੰਧ ਚਲਾ ਰਹੇ ਹਨ, ਅੱਜ ਕੱਲ੍ਹ CEDF ਪੰਜਾਬੀ ਸਕੂਲ ਵਿੱਚ ਰਾਜਵੀਰ ਕੌਰ ਗਿੱਲ ਨਾਲ ਮੁੱਖ ਪ੍ਰਬੰਧਕ ਵਜੋਂ ਕੰਮ ਕਰ ਰਹੇ ਹਨ। ਇਸ ਸਕੂਲ ਵਿੱਚ ਹਰ ਸਨਿਚੱਰਵਾਰ ਲਗਭਗ ਦੋ ਸੌ ਵਿਦਿਆਰਥੀ, ਏ ਲੈਵਲ ਤੱਕ ਪੰਜਾਬੀ ਪੜ੍ਹਨ ਆਉਂਦੇ ਹਨ। ਸੋਲ੍ਹਾਂ ਅਧਿਆਪਕਾਂ ਦੀ ਟੀਮ CEDF ਹੌਕਲੀ ਅਤੇ ਹੈਮਸਟੈਡ ਹਾਲ ਸਕੂਲ ਹੈਂਡਜ਼ਵਰਥ ਵੁੱਡ ਵਿੱਚ ਆਧੁਨਿਕ ਤਕਨੀਕਾਂ ਨਾਲ ਪੰਜਾਬੀ ਪੜ੍ਹਾ ਕੇ ਤੇਰਾਂ ਕਲਾਸਾਂ ਚਲਾ ਰਹੇ ਹਨ। ਗੁਰਜੀਤ ਗਿੱਲ ਦੀਆਂ ਪੰਜਾਬੀ ਪ੍ਰਤੀ ਅਗਾਂਹ-ਵਧੂ ਨੀਤੀਆਂ ਸਦਕਾ ਥੋੜ੍ਹੇ

ਹੀ ਸਮੇਂ ਵਿੱਚ CEDF ਨੂੰ ਹੇਠ ਲਿਖੀਆਂ ਪ੍ਰਾਪਤੀਆਂ ਕਰਨ ਦਾ ਮਾਣ ਹਾਸਲ ਹੋਇਆ ਹੈ।

1. ਲੰਡਨ ਮੈਟਰੋਪੋਲੀਟਨ ਯੂਨੀਵਰਸਿਟੀ ਦੁਆਰਾ 2009 ਵਿੱਚ ਵੱਖ-ਵੱਖ ਬੋਲੀਆਂ ਪੜ੍ਹਾਉਣ ਦੇ ਸਰਵੇਖਣ ਵਿਚ CEDF ਇੰਗਲੈਂਡ ਵਿੱਚੋਂ ਪਹਿਲੇ ਸਭ ਤੋਂ ਵਧੀਆ 6 ਸਕੂਲਾਂ ਵਿੱਚੋਂ ਚੁਣਿਆ ਗਿਆ ਹੈ।

2. ਬਰਮਿੰਘਮ ਯੂਨੀਵਰਸਿਟੀ ਵਲੋਂ ਹਾਲੈਂਡ, ਡੈਨਮਾਰਕ, ਸਵੀਡਨ ਅਤੇ ਇੰਗਲੈਂਡ ਵਿੱਚ ਚਾਰ ਵੱਖੋ-ਵੱਖਰੀਆਂ ਬੋਲੀਆਂ 'ਤੇ ਕੀਤੇ ਜਾ ਰਹੇ ਪ੍ਰੋਜੈਕਟਾਂ ਵਿੱਚ CEDF ਨੂੰ ਪੰਜਾਬੀ ਬੋਲੀ ਲਈ ਚੁਣਿਆ ਗਿਆ ਹੈ।

ਗੁਰਜੀਤ ਗਿੱਲ ਦਾ ਕਹਿਣਾ ਹੈ ਕਿ ਪੰਜਾਬੀ ਦਾ ਮਿਆਰ ਹੋਰ ਉੱਚਾ ਚੁੱਕਣ ਲਈ ਸਾਰੇ ਪੰਜਾਬੀ ਪੜ੍ਹਾਉਣ ਵਾਲੇ ਅਦਾਰਿਆਂ ਨੂੰ ਡਾਕਟਰ ਨਾਗਰਾ ਵਰਗੇ ਬੁੱਧੀਜੀਵੀਆਂ ਦੀ ਮਦਦ ਲੈਣੀ ਚਾਹੀਦੀ ਹੈ ਅਤੇ ਰਲ-ਮਿਲ ਕੇ ਕੰਮ ਕਰਨਾ ਚਾਹੀਦਾ ਹੈ।

(a) What does the heading of this article mean?

....

(b) What job is Gurjt Gill doing? Give two details.

(i) ....

(ii) ....

(c) What is your opinion about Gurjit Gill's sevices to the Panjabi community in Biringham?

....

....

(d) What are the achievements of CEDF Panjabi School? Give four details.

(i) ....

(ii) ....

(iii) ....

(iv) ....

(e) What advice has Gurjit Gill given for the development of Panjabi teaching?

....

.... H

6. **You read a part of an interview with Dr. J.S. Nagra in the Panjab Times.**

ਯੂ. ਕੇ. 'ਚ ਪੰਜਾਬੀ ਪੁਸਤਕਾਂ ਦੇ ਲੇਖਕ ਜਗਤ ਸਿੰਘ ਨਾਗਰਾ ਦੀ ਵਿਸ਼ੇਸ਼ ਇੰਟਰਵਿਊ

ਸਵਾਲ : (ਹਰਜਿੰਦਰ ਸਿੰਘ ਮੰਡੇਰ)— ਜਗਤ ਸਿੰਘ ਨਾਗਰਾ ਜੀ, ਤੁਸੀਂ ਸਭ ਤੋਂ ਪਹਿਲਾਂ ਸਾਡੇ ਪਾਠਕਾਂ ਨਾਲ ਆਪਣੇ ਪਿਛੋਕੜ ਬਾਰੇ ਸਾਂਝ ਪਾਓ ਕਿ ਤੁਸੀਂ ਪੰਜਾਬ ਵਿਚ ਕਿਸ ਇਲਾਕੇ ਨਾਲ ਸੰਬੰਧ ਰੱਖਦੇ ਹੋ ? ਸਾਡਾ ਭਾਵ ਹੈ ਕਿ ਕਿਹੜੇ ਪਿੰਡ-ਗਰਾਂ ਵਿੱਚ ਤੁਹਾਡੀ ਪੈਦਾਇਸ਼ ਹੋਈ ?

ਜਵਾਬ— ਮੈਂ ਪਿੰਡ ਮਹਿੰਦਪੁਰ ਵਿੱਚ ਪੈਦਾ ਹੋਇਆ ਸੀ। ਇਹ ਪਿੰਡ ਤਹਿਸੀਲ ਬਲਾਚੌਰ ਜ਼ਿਲ੍ਹਾ ਨਵਾਂਸ਼ਹਿਰ ਵਿਚ ਹੁਸ਼ਿਆਰਪੁਰ ਤੋਂ ਚੰਡੀਗੜ੍ਹ ਜਾਣ ਵਾਲੀ ਸੜਕ 'ਤੇ ਹੈ ਅਤੇ ਗੜ੍ਹਸ਼ੰਕਰ ਅਤੇ ਬਲਾਚੌਰ ਦੇ ਲਗਭਗ ਵਿਚਕਾਰ ਹੈ।

ਸਵਾਲ : ਆਪਣੇ ਮਾਤਾ/ਪਿਤਾ, ਭੈਣਾਂ ਭਰਾਵਾਂ ਅਤੇ ਆਪਣੇ ਪਰਿਵਾਰ ਬਾਰੇ ਵੀ ਤੁਸੀਂ ਦੱਸੋ ਜੀ ਕਿ ਤੁਹਾਡੇ ਨਜ਼ਦੀਕੀਆਂ ਵਿਚ ਕੌਣ ਕੌਣ ਸ਼ਾਮਿਲ ਹਨ ?

ਜਵਾਬ— ਮੈਂ ਕੋਈ ਬਾਰਾਂ ਤੇਰਾਂ ਸਾਲ ਦਾ ਸੀ ਜਦੋਂ ਮੇਰੇ ਪਿਤਾ ਜੀ ਦੀ ਅਚਾਨਕ ਮੌਤ ਹੋ ਗਈ ਸੀ। ਮੇਰੇ ਮਾਤਾ ਜੀ ਦੀ ਮੌਤ ਇੱਥੇ ਇੰਗਲੈਂਡ ਵਿੱਚ ਹੋਈ ਸੀ। ਮੇਰੇ ਚਾਰ ਭਰਾ ਹਨ ਅਤੇ ਇਕ ਭੈਣ ਹੈ। ਮੇਰੇ ਦੋ ਭਰਾ ਇਥੇ ਇੰਗਲੈਂਡ ਵਿੱਚ ਰਹਿੰਦੇ ਹਨ ਅਤੇ ਦੋ ਭਰਾ ਅਤੇ ਭੈਣ ਪੰਜਾਬ ਵਿਚ ਰਹਿੰਦੇ ਹਨ। ਮੇਰੇ ਦੋ ਬੇਟੇ ਹਨ ਅਤੇ ਦੋਨੋਂ ਸ਼ਾਦੀ-ਸ਼ੁਦਾ ਹਨ। ਮੇਰੇ ਤਿੰਨ ਪੋਤੇ ਅਤੇ ਦੋ ਪੋਤੀਆਂ ਹਨ। ਵਾਹਿਗੁਰੂ ਜੀ ਦੀ ਕ੍ਰਿਪਾ ਨਾਲ ਮੈਂ ਅਜੇ ਤਕ ਪਰਿਵਾਰ ਵਲੋਂ ਕਾਫ਼ੀ ਖ਼ੁਸ਼ ਹਾਂ।

ਸਵਾਲ : ਤੁਸੀਂ ਮੁੱਢਲੀ ਪੜ੍ਹਾਈ ਅਤੇ ਉੱਚ ਵਿੱਦਿਆ ਬਾਰੇ ਵੀ ਚਾਨਣਾ ਪਾਓ ਕਿ ਤੁਸੀਂ ਕਿੱਥੇ ਕਿੱਥੇ ਪੜ੍ਹਾਈ ਕੀਤੀ ?

ਜਵਾਬ— ਮੈਂ ਆਪਣੀ ਮੁੱਢਲੀ ਪੜ੍ਹਾਈ ਆਪਣੇ ਪਿੰਡ ਦੇ ਪ੍ਰਾਇਮਰੀ ਸਕੂਲ ਤੋਂ ਅਤੇ ਦਸਵੀਂ ਗੌਰਮਿੰਟ ਹਾਈ ਸਕੂਲ ਸਾਹਿਬਾ ਤੋਂ ਕੀਤੀ ਸੀ। ਬੀ.ਏ., ਐਮ.ਏ. ਅਤੇ ਬੀ.ਟੀ. ਪੰਜਾਬ ਯੂਨੀਵਰਸਿਟੀ ਤੋਂ ਕੀਤੀ ਸੀ।

ਸਵਾਲ : ਇਹ ਤਾਂ ਪੁੱਛਣ ਦੀ ਲੋੜ ਨਹੀਂ ਕਿ ਤੁਸੀਂ ਇਥੇ ਕਿਵੇਂ ਆਏ, ਜਿਵੇਂ ਸਾਰੇ ਲੋਕ ਵਿਦੇਸ਼ ਜਾਂਦੇ ਹਨ, ਚੰਗੇ ਰੁਜ਼ਗਾਰ ਅਤੇ ਵਧੀਆ ਜੀਵਨ ਦੀਆਂ ਸੰਭਾਵਨਾਵਾਂ ਤਹਿਤ ਹੀ ਵਿਦੇਸ਼ ਪੁੱਜੇ ਹੋਵੋਗੇ। ਪਰ ਤੁਸੀਂ ਸਾਨੂੰ ਇਹ ਦੱਸੋ ਕਿ ਯੂ.ਕੇ. ਵਿਚ ਕਦੋਂ ਕੁ ਆਏ ਸੀ ? ਇਥੇ ਆ ਕੇ ਕਿਹਨਾਂ ਪ੍ਰਸਥਿਤੀਆਂ ਦਾ ਸਾਹਮਣਾ ਕਰਨਾ ਪਿਆ ?

ਜਵਾਬ— ਮੈਂ ਜਨਵਰੀ 1968 ਵਿੱਚ ਇੰਗਲੈਂਡ ਆਇਆ ਸੀ। ਕੁਝ ਮਹੀਨੇ ਇਕ ਫ਼ੈਕਟਰੀ ਵਿੱਚ ਕੰਮ ਕਰਨ ਤੋਂ ਬਾਅਦ ਮੈਨੂੰ ਵਾਰਿਕ ਯੂਨੀਵਰਸਿਟੀ ਵਿੱਚ ਪੋਸਟ ਗ੍ਰੈਜੂਏਟ ਟੀਚਰਜ਼ ਟ੍ਰੇਨਿੰਗ ਦਾ ਕੋਰਸ ਕਰਨ ਲਈ ਦਾਖ਼ਲਾ ਮਿਲ ਗਿਆ ਸੀ। ਕੋਰਸ ਕਰਨ ਤੋਂ ਬਾਅਦ ਅਪ੍ਰੈਲ 1970 ਵਿੱਚ ਮੈਨੂੰ ਕਵੈਂਟਰੀ ਵਿੱਚ ਇੱਕ ਸੈਕੰਡਰੀ ਸਕੂਲ ਵਿੱਚ ਹਿਸਾਬ ਪੜ੍ਹਾਉਣ ਲਈ ਟੀਚਰ ਦੀ ਨੌਕਰੀ ਮਿਲ ਗਈ ਸੀ।

ਅਗਸਤ 1972 ਵਿੱਚ ਮੈਨੂੰ ਕਵੈਂਟਰੀ ਵਿੱਚ ਹੀ ਇਕ ਵੱਡੇ ਸਕੂਲ ਜਿਸ ਦਾ ਨਾਂ ਸਿਡਨੀ ਸਟਰਿੰਗਰ ਕੰਪ੍ਰੀਹੈਨਸਵ ਸਕੂਲ ਅਤੇ ਕਮਿਊਨਿਟੀ ਕਾਲਜ ਸੀ, ਵਿੱਚ ਨੌਕਰੀ ਮਿਲੀ ਸੀ। ਇਸ ਸਕੂਲ ਵਿੱਚ ਮੈਂ ਅਗਸਤ 1989 ਤਕ ਨੌਕਰੀ ਕੀਤੀ ਸੀ ਜੋ ਇਕ ਬਹੁਤ ਲੰਮਾ ਸਮਾਂ ਸੀ। ਇਸ ਸਕੂਲ ਵਿੱਚ ਆਪਣੀ ਸਖ਼ਤ ਮਿਹਨਤ ਕਾਰਨ ਮੇਰੀ ਛੇਤੀ ਛੇਤੀ ਤਰੱਕੀ ਹੁੰਦੀ ਰਹੀ ਅਤੇ ਮੈਂ ਕਈ ਤਰ੍ਹਾਂ ਦੇ ਰੋਲ ਕੀਤੇ ਜਿਵੇਂ ਕਿ ਸਕੂਲ

ਕੌਂਸਲਰ, ਸਿਕਸਥ ਫ਼ਾਰਮ ਟਿਊਟਰ, ਹੈੱਡ ਆਫ਼ ਕਮਿਊਨਿਟੀ ਲੈਂਗੁਏਜਿਜ਼ ਐਂਡ ਏਸ਼ੀਅਨ ਸਟੱਡੀਜ਼। ਇਸ ਸਕੂਲ ਵਿੱਚ ਮੈਂ ਹਿਸਾਬ, ਗੌਂਵਰਨਮੈਂਟ ਐਂਡ ਪੋਲਿਟਿਕਸ, ਪੰਜਾਬੀ ਅਤੇ ਏਸ਼ੀਅਨ ਸਟੱਡੀਜ਼ ਵਰਗੇ ਵਿਸ਼ੇ ਪੜ੍ਹਾਏ ਸੀ। ਕਈ ਸਾਲਾਂ ਦੀ ਕੋਸ਼ਿਸ਼ ਅਤੇ ਕੁਝ ਸਕੂਲ ਦੇ ਸੀਨੀਅਰ ਸਟਾਫ਼ ਦੀ ਸਹਾਇਤਾ ਨਾਲ ਇਸ ਸਕੂਲ ਵਿੱਚ ਪੰਜਾਬੀ, ਗੁਜਰਾਤੀ, ਉਰਦੂ ਅਤੇ ਏਸ਼ੀਅਨ ਸਟੱਡੀਜ਼ ਸਕੂਲ ਟਾਈਮ ਵਿੱਚ ਪੜ੍ਹਾਏ ਜਾਣ ਲੱਗੇ ਸਨ। ਜਦੋਂ ਮੈਂ ਇਹ ਸਕੂਲ ਅਗਸਤ 1989 ਵਿੱਚ ਛੱਡਿਆ ਸੀ ਤਾਂ ਉਸ ਵੇਲੇ ਸਕੂਲ ਵਿੱਚ ਦੋ ਪੰਜਾਬੀ, ਦੋ ਉਰਦੂ ਅਤੇ ਇਕ ਗੁਜਰਾਤੀ ਦੇ ਫੁੱਲ ਟਾਈਮ ਅਧਿਆਪਕ ਸਨ ਅਤੇ 205 ਪੰਜਾਬੀ, 260 ਉਰਦੂ ਅਤੇ 70 ਬੱਚੇ ਗੁਜਰਾਤੀ ਪੜ੍ਹਦੇ ਸਨ। ਪੰਜਾਬੀ ਦੀ ਪੜ੍ਹਾਈ 1973, ਉਰਦੂ ਦੀ 1974, ਗੁਜਰਾਤੀ 1975 ਅਤੇ ਏਸ਼ੀਅਨ ਸਟੱਡੀਜ਼ ਦੀ ਪੜ੍ਹਾਈ 1976 ਵਿੱਚ ਸ਼ੁਰੂ ਹੋਈ ਸੀ। ਉਸ ਵੇਲੇ ਇਹ ਬਰਤਾਨੀਆ ਦਾ ਸ਼ਾਇਦ ਪਹਿਲਾ ਸਕੂਲ ਸੀ ਜਿਸ ਵਿੱਚ ਇਸ ਤਰ੍ਹਾਂ ਹੋਇਆ ਸੀ। ਇਸ ਤੋਂ ਬਾਅਦ ਬਹੁਤ ਸਾਰੇ ਹੋਰ ਸਕੂਲਾਂ ਨੇ ਵੀ ਕਮਿਊਨਿਟੀ ਭਾਸ਼ਾਵਾਂ ਨੂੰ ਪੜ੍ਹਾਉਣਾ ਸ਼ੁਰੂ ਕਰ ਦਿੱਤਾ ਸੀ।

ਇਸ ਦੇਸ਼ ਵਿੱਚ 1980 ਤੋਂ ਪਹਿਲਾਂ ਏ ਲੈਵਲ ਪੰਜਾਬੀ ਦਾ ਕੋਈ ਇਮਤਿਹਾਨ ਨਹੀਂ ਹੁੰਦਾ ਸੀ। ਸਾਡੇ ਸਕੂਲ ਦੀਆਂ ਕੋਸ਼ਿਸ਼ਾਂ ਨਾਲ ਸਭ ਤੋਂ ਪਹਿਲਾਂ 1978 ਵਿੱਚ ਏ ਲੈਵਲ ਪੰਜਾਬੀ ਦੀ ਕਲਾਸ ਸ਼ੁਰੂ ਹੋਈ ਸੀ ਅਤੇ 1980 ਵਿੱਚ ਪਹਿਲੀ ਵਾਰ ਵਿਦਿਆਰਥੀਆਂ ਨੇ ਏ ਲੈਵਲ ਪੰਜਾਬੀ ਦਾ ਇਮਤਿਹਾਨ ਦਿੱਤਾ ਸੀ। ਇਸ ਕੰਮ ਵਿੱਚ ਮੇਰਾ ਇਕ ਖ਼ਾਸ ਰੋਲ ਸੀ।

1975 ਦੀਆਂ ਗਰਮੀਆਂ ਦੀਆਂ ਛੁੱਟੀਆਂ ਵਿੱਚ ਮੈਂ ਆਪਣੇ ਸਕੂਲ ਦਾ ਇਕ ਇੰਡੀਆ ਦੇ ਟਰਿੱਪ ਦਾ ਪ੍ਰਬੰਧ ਕੀਤਾ ਸੀ। ਇਸ ਟਰਿੱਪ ਵਿੱਚ ਕੁਲ 42 ਵਿਅਕਤੀ ਸਨ ਜਿਹਨਾਂ ਵਿਚ 7 ਅੰਗਰੇਜ਼ ਅਧਿਆਪਕ, ਇਕ ਅੰਗਰੇਜ਼ ਮੁੰਡਾ, ਕੁਝ ਪੰਜਾਬੀ ਮਾਤਾ ਪਿਤਾ ਅਤੇ ਬਾਕੀ ਸਾਰੇ ਸਿਕਸਥ ਫ਼ਾਰਮ ਦੇ ਵਿਦਿਆਰਥੀ ਸਨ। ਇਸ ਟਰਿੱਪ ਦੇ ਪ੍ਰਬੰਧ ਲਈ ਮੈਨੂੰ ਆਪਣੇ ਖ਼ਰਚ 'ਤੇ ਦੋ ਵਾਰ ਇੰਡੀਆ ਜਾਣਾ ਪਿਆ ਸੀ ਕਿਉਂਕਿ ਉਸ ਵੇਲੇ ਇੰਡੀਆ ਵਿੱਚ ਟੈਲੀਫ਼ੋਨ ਆਦਿ ਦੀਆਂ ਸਹੂਲਤਾਂ ਬਹੁਤ ਘੱਟ ਸਨ।

ਇਸ ਸਕੂਲ ਵਿੱਚ ਰਹਿ ਕੇ ਮੈਂ ਚਾਰ ਸਾਲਾਂ ਦਾ ਐਡਵਾਂਸ ਕੋਰਸ ਇਨ ਕੌਂਸਲਿੰਗ ਕੀਤਾ ਜੋ ਪਾਰਟ ਟਾਈਮ ਸੀ। ਇਸੇ ਸਕੂਲ ਨੇ ਮੈਨੂੰ ਇਕ ਸਾਲ ਲਈ ਬਰਮਿੰਘਮ ਯੂਨੀਵਰਸਿਟੀ ਵਿੱਚ ਮਾਸਟਰ ਆਫ਼ ਐਜੂਕੇਸ਼ਨ ਕਰਨ ਲਈ ਛੁੱਟੀ ਦੇ ਦਿੱਤੀ ਸੀ ਅਤੇ ਇਸੇ ਸਕੂਲ ਵਿੱਚ ਰਹਿੰਦਿਆਂ ਮੈਂ 1984 ਵਿੱਚ ਗੁਰੂ ਨਾਨਕ ਦੇਵ ਯੂਨੀਵਰਸਿਟੀ ਤੋਂ ਇੰਗਲੈਂਡ ਵਿੱਚ ਸਕੂਲ ਬੱਚਿਆਂ ਨੂੰ ਪੰਜਾਬੀ ਪੜ੍ਹਾਉਣ ਦੀਆਂ ਸਮੱਸਿਆਵਾਂ ਬਾਰੇ ਪੀ.ਐੱਚ.ਡੀ. ਕੀਤੀ ਸੀ।

ਸਤੰਬਰ 1989 ਵਿੱਚ ਮੈਂ ਲੰਡਨ ਦੀ ਹੰਸਲੋ ਐਜੂਕੇਸ਼ਨ ਅਥੌਰੀ ਵਿੱਚ ਹੈੱਡ ਆਫ਼ ਕਮਿਊਨਿਟੀ ਲੈਂਗੁਏਜਿਜ਼ ਦੇ ਤੌਰ 'ਤੇ ਚਲਾ ਗਿਆ ਸੀ, ਜਿਥੇ ਮੈਂ ਕੋਈ ਪੰਜ ਸਾਲ ਨੌਕਰੀ ਕੀਤੀ ਸੀ। ਇਸ ਤੋਂ ਬਾਅਦ ਮੈਂ ਔਫ਼ਸਟੈਡ ਇੰਸਪੈਕਟਰ ਆਫ਼ ਸਕੂਲਜ਼ ਬਣ ਗਿਆ ਸੀ ਅਤੇ ਮੈਂ ਇਹ ਨੌਕਰੀ ਕੋਈ ਦਸ ਕੁ ਸਾਲ ਕੀਤੀ ਸੀ।

ਸਵਾਲ : ਹੁਣ ਤੁਹਾਡਾ ਰੁਜ਼ਗਾਰ ਦਾ ਸਾਧਨ ਕੀ ਹੈ, ਮੇਰਾ ਮਤਲਬ ਹੈ ਕਿ ਕਿਹੜਾ ਕਿੱਤਾ ਤੁਸੀਂ ਕਰਦੇ ਹੋ ?

ਜਵਾਬ– ਹੁਣ ਮੈਂ ਰਿਟਾਇਰਡ ਹਾਂ ਅਤੇ ਕੋਈ ਨੌਕਰੀ ਨਹੀਂ ਕਰਦਾ। ਮੈਂ ਇਕ ਪ੍ਰੀਖਿਆ ਬੋਰਡ ਵਿੱਚ 22 ਸਾਲ ਚੀਫ਼ ਐਗਜ਼ਾਮੀਨਰ ਦੇ ਤੌਰ 'ਤੇ ਪਾਰਟ ਟਾਈਮ ਕੰਮ ਵੀ ਕੀਤਾ ਸੀ, ਪਰ ਇਹ ਕੰਮ ਵੀ ਮੈਂ 2010 ਵਿਚ ਛੱਡ ਦਿੱਤਾ ਸੀ। ਹੁਣ ਮੈਂ ਆਪਣਾ ਬਹੁਤ ਸਮਾਂ ਆਪਣੀਆਂ ਕਿਤਾਬਾਂ ਨੂੰ ਰੀਵਾਈਜ਼ ਕਰਨ ਅਤੇ ਪੰਜਾਬੀ ਅਧਿਆਪਕਾਂ ਅਤੇ ਵਿਦਿਆਰਥੀਆਂ ਨੂੰ ਮਿਲਣ ਲਈ ਗੁਜ਼ਾਰਦਾ ਹਾਂ।

(ਪੰਜਾਬ ਟਾਈਮਜ਼, 30-03-2011)

(a) Where was Dr. J.S Nagra born?

   ....

(b) What does he feel about his family?

   ....

(c) What educational qualifications did he have before coming to the UK?

   ....

   ....

(d) What qualifications did he gain in the UK? Give four details.
   (i) ....
   (ii) ....
   (iii) ....
   (iv) ....

(e) According to this interview what jobs did Dr. Nagra do in the UK?

   ....

   ....

(f) Why do you think organising an educational trip to India for the students, teachers and parents of Dr Nagra's school in 1975 was a difficult job? Give three reasons.
   (i) ....
   (ii) ....
   (iii) ....

(g) When and where did the first A level Panjabi class start and when did the students take the A Level Panjabi examination in the UK for the first time?

   ....

   ....

H

CHAPTER 5

Model Paper

General Certificate of Secondary Education

Foundation Tier

Panjabi   Unit 2   Reading

Time 30 minutes   Total marks 35

Answer all questions in English.

1. You read these signs.

    A   B   C

    ਬੈਂਕ   ਡਾਕਖ਼ਾਨਾ   ਰੇਲਵੇ ਸਟੇਸ਼ਨ

    Which of these signs is for the post office?

    Write the letter of the correct answer in the box.   ☐ (1 mark)

2. You see this notice in the school library.

    ਇੱਥੇ ਬੋਲਣਾ ਮਨ੍ਹਾ ਹੈ।

    What does this notice tell you?

A	You should not eat here.
B	You can do your home work here.
C	You are not allowed to talk here.

    Write the letter of the correct answer in the box.   ☐ (1 mark)

3. You see this road sign in the Panjab.

ਨਵਾਂ ਸ਼ਹਿਰ	67 ਕਿਲੋਮੀਟਰ
ਜਲੰਧਰ	130 ਕਿਲੋਮੀਟਰ
ਅੰਮ੍ਰਿਤਸਰ	210 ਕਿਲੋਮੀਟਰ

How far is Jalandhar?

.... (1 mark)

4. You read this article in Amber's Panjabi exercise book.

ਮੇਰਾ ਨਾਂ ਐਂਬਰ ਹੈ। ਮੇਰੀ ਉਮਰ ਪੰਦਰਾਂ ਸਾਲ ਹੈ। ਮੈਂ ਆਪਣੀ ਸਿਹਤ ਦਾ ਬਹੁਤ ਖ਼ਿਆਲ ਰੱਖਦੀ ਹਾਂ। ਮੈਂ ਤੁਰ ਕੇ ਸਕੂਲ ਨੂੰ ਜਾਂਦੀ ਹਾਂ ਕਿਉਂਕਿ ਤੁਰਨਾ ਸਿਹਤ ਲਈ ਬਹੁਤ ਚੰਗਾ ਹੈ। ਮੈਂ ਸਾਦੀ ਖ਼ੁਰਾਕ ਖਾਂਦੀ ਹਾਂ ਅਤੇ ਤਲੀਆਂ ਚੀਜ਼ਾਂ ਘੱਟ ਖਾਂਦੀ ਹਾਂ। ਮੈਂ ਆਪਣੇ ਵਿਹਲੇ ਸਮੇਂ ਵਿੱਚ ਪੰਜਾਬੀ ਗਾਣੇ ਸੁਣਨਾ ਜ਼ਿਆਦਾ ਪਸੰਦ ਕਰਦੀ ਹਾਂ।

(a) How old is Amber?

.... 1

(b) How does she go to school?

.... 1

(c) Why?

.... 1

(d) What type of food does Amber eat?

.... 1

(e) What does she like doing in her spare time?

.... 1

5. You read Taran's article on the display board.

ਮੈਂ ਆਪਣੇ ਪਰਿਵਾਰ ਨਾਲ ਗਰਮੀਆਂ ਦੀਆਂ ਛੁੱਟੀਆਂ ਵਿੱਚ ਪੰਜਾਬ ਗਿਆ ਸੀ। ਅਸੀਂ ਪੰਜ ਹਫ਼ਤਿਆਂ ਲਈ ਗਏ ਸੀ। ਅਸੀਂ ਪੰਜਾਬ ਵਿੱਚ ਬਹੁਤ ਥਾਵਾਂ ਦੇਖੀਆਂ ਸਨ। ਹਰਿਮੰਦਰ ਸਾਹਿਬ ਨੂੰ ਦੇਖ ਕੇ ਬਹੁਤ ਚੰਗਾ ਲੱਗਾ। ਪਰ ਮੈਂ ਪੰਜਾਬ ਦਾ ਮੌਸਮ ਪਸੰਦ ਨਹੀਂ ਕੀਤਾ ਕਿਉਂਕਿ ਗਰਮੀ ਬਹੁਤ ਸੀ।

(a) When did Taran and his family go to the Panjab?

.... 1

(b) What did Taran like in the Panjab?

.... 1

(c) What did he not like in the Panjab?

.... 1

(d) Why?

.... 1

6. Ria has prepared this word puzzle which has two word-lists.

Word-list 1	
1.	ਫ਼ਿਲਮ
2.	ਟਾਈ
3.	ਮਠਿਆਈ
4.	ਖਾਣਾ
5.	ਕਾਰ
6.	ਲਾਇਬਰੇਰੀ
7.	ਸਕੂਲ
8.	ਮਟਰ ਪਨੀਰ

Select the words from the list above and match with the words in the list below by writing the correct number in the box.

Word-list 2	
ਵਿਦਿਆਰਥੀ	7
ਪੈਟਰੋਲ	
ਸਿਨਮਾ	
ਸਬਜ਼ੀ	
ਪੀਣਾ	
ਕਮੀਜ਼	

(5 marks)

7. You see this advertisement on the notice board of the Indian Community Centre.

Subject	Day	Time
1. ਵਿਆਹ ਸ਼ਾਦੀਆਂ ਦੀ ਬੁਕਿੰਗ	ਸੋਮਵਾਰ	ਸ਼ਾਮ 7.00 ਤੋਂ 8.00
2. ਲੋਕਲ ਕੌਂਸਲਰ ਨੂੰ ਮਿਲਣ ਦਾ ਸਮਾਂ	ਮੰਗਲਵਾਰ	ਸ਼ਾਮ 7.30 ਤੋਂ 8.30
3. ਬਜ਼ੁਰਗਾਂ ਲਈ ਅੰਗ੍ਰੇਜ਼ੀ ਕਲਾਸ	ਬੁੱਧਵਾਰ	ਸ਼ਾਮ 7.00 ਤੋਂ 9.00
4. ਛੋਟੇ ਬੱਚਿਆਂ ਲਈ ਪੰਜਾਬੀ	ਵੀਰਵਾਰ	ਸ਼ਾਮ 6.00 ਤੋਂ 7.00
5. ਜੀ.ਸੀ.ਐੱਸ.ਈ. ਪੰਜਾਬੀ	ਸ਼ੁੱਕਰਵਾਰ	ਸ਼ਾਮ 6.30 ਤੋਂ 8.30
6. ਏ ਲੈਵਲ ਪੰਜਾਬੀ	ਸਨਿੱਚਰਵਾਰ	ਸਵੇਰੇ 10.30 ਤੋਂ 12.00
7. ਜੀ.ਸੀ.ਐੱਸ.ਈ. ਅਤੇ ਏ ਲੈਵਲ ਪੰਜਾਬੀ	ਐਤਵਾਰ	ਸਵੇਰੇ 10.00 ਤੋਂ 12.00

(a) Which day of the week is the English class for adults?

.... 1

(b) What class is held on Thursday?

.... 1

(c) Which class finishes at 8.30 pm on Friday?

.... 1

(d) What are the times of the A Level Panjabi class on Saturdays?

.... 1

(e) Which two classes are held twice a week?

    (i) ....

    (ii) 1

8. You read this article in a Panjabi newspaper.

> ਅੱਜ ਕੱਲ੍ਹ ਬਹੁਤੇ ਪੰਜਾਬੀ ਘਰਾਂ ਵਿੱਚ ਪੰਜਾਬੀ ਨਾ ਬੋਲਣ ਕਾਰਨ ਅਤੇ ਸਕੂਲਾਂ ਵਿੱਚ ਪੰਜਾਬੀ ਦੀ ਪੜ੍ਹਾਈ ਨਾ ਹੋਣ ਕਾਰਨ ਬੱਚੇ ਪੰਜਾਬੀ ਵਿੱਚ ਗੱਲਬਾਤ ਨਹੀਂ ਕਰ ਸਕਦੇ। ਇਸ ਦਾ ਅਸਰ ਇਹ ਹੁੰਦਾ ਹੈ ਕਿ ਬੱਚੇ ਆਪਣੀ ਬੋਲੀ, ਸਭਿਅਤਾ ਅਤੇ ਆਪਣੇ ਧਰਮ ਤੋਂ ਅਣਜਾਣ ਰਹਿ ਜਾਂਦੇ ਹਨ। ਇਸ ਲਈ ਜੇ ਮਾਤਾ ਪਿਤਾ ਚਾਹੁੰਦੇ ਹਨ ਕਿ ਉਹਨਾਂ ਦੇ ਬੱਚੇ ਪੰਜਾਬੀ ਵਿੱਚ ਚੰਗੀ ਤਰ੍ਹਾਂ ਗੱਲਬਾਤ ਕਰ ਸਕਣ ਤਾਂ ਉਹ ਉਹਨਾਂ ਨਾਲ ਆਪਣੇ ਘਰਾਂ ਵਿੱਚ ਪੰਜਾਬੀ ਵਿੱਚ ਬੋਲਣ ਅਤੇ ਬੱਚਿਆਂ ਨੂੰ ਪੰਜਾਬੀ ਕਲਾਸਾਂ ਅਤੇ ਧਾਰਮਿਕ ਅਸਥਾਨਾਂ 'ਤੇ ਲੈ ਕੇ ਜਾਣ।
>
> ਮਾਤਾ ਪਿਤਾ ਨੂੰ ਚਾਹੀਦਾ ਹੈ ਕਿ ਉਹ ਆਪਣੇ ਬੱਚਿਆਂ ਨੂੰ ਹਰ ਦੂਜੇ ਤੀਜੇ ਸਾਲ ਪੰਜਾਬ ਛੁੱਟੀਆਂ 'ਤੇ ਲੈ ਕੇ ਜਾਣ। ਇਸ ਨਾਲ ਬੱਚਿਆਂ ਨੂੰ ਪੰਜਾਬੀ ਸਿੱਖਣ, ਆਪਣੇ ਪੰਜਾਬ ਰਹਿੰਦੇ ਰਿਸ਼ਤੇਦਾਰਾਂ ਨਾਲ ਮੇਲ ਮਿਲਾਪ ਜਾਰੀ ਰੱਖਣ ਅਤੇ ਆਪਣੇ ਸਭਿਆਚਾਰ ਅਤੇ ਰੀਤੀ ਰਿਵਾਜ ਨੂੰ ਜਾਨਣ ਦਾ ਮੌਕਾ ਮਿਲੇਗਾ।

Read the statements in the grid below.

For each statement in the grid write :

T (True), F (False), ? (not in the text)

Example	Generally Panjabi is spoken in Panjabi homes.	F
1.	Many children can not communicate in Panjabi.	
2.	Panjabi is generally taught in Schools.	
3.	50000 children study Panjabi in England.	
4.	There is no advantage of taking children to the Panjab.	
5.	By going there you can meet your relatives who live in the Panjab.	

(5 marks)

9. You read this advertisement about a Vaisakhi festival in a local newspaper

ਵਿਸਾਖੀ ਦੇ ਪ੍ਰੋਗਰਾਮ 'ਤੇ ਗੁਰਦਾਸ ਮਾਨ

ਆਪ ਸਭ ਨੂੰ ਇਹ ਜਾਣ ਕੇ ਖ਼ੁਸ਼ੀ ਹੋਵੇਗੀ ਕਿ ਪਿਛਲੇ ਸਾਲਾਂ ਦੀ ਤਰ੍ਹਾਂ ਇਸ ਸਾਲ ਵੀ ਵਿਸਾਖੀ ਦਾ ਪ੍ਰੋਗਰਾਮ 13 ਅਪ੍ਰੈਲ ਨੂੰ ਬੜੀ ਧੂਮਧਾਮ ਨਾਲ ਮਨਾਇਆ ਜਾ ਰਿਹਾ ਹੈ। ਇਸ ਸਾਲ ਪ੍ਰੋਗਰਾਮ ਦੀ ਖ਼ਾਸ ਗੱਲ ਇਹ ਹੈ ਕਿ ਇਸ ਪ੍ਰੋਗਰਾਮ ਵਿੱਚ ਪੰਜਾਬ ਦਾ ਪ੍ਰਸਿੱਧ ਗਾਇੱਕ ਗੁਰਦਾਸ ਮਾਨ ਗਾਣੇ ਗਾਏਗਾ ਅਤੇ ਪ੍ਰੋਗਰਾਮ ਐਨ ਈ ਸੀ ਬਰਮਿੰਘਮ ਵਿੱਚ ਹੋਵੇਗਾ। ਟਿਕਟ ਦੀ ਕੀਮਤ 20 ਪੌਂਡ ਤੋਂ ਲੈ ਕੇ 100 ਪੌਂਡ ਤਕ ਹੈ। ਪ੍ਰੋਗਰਾਮ ਸ਼ਾਮ ਦੇ 6.30 ਵਜੇ ਸ਼ੁਰੂ ਹੋਵੇਗਾ ਅਤੇ 11.00 ਵਜੇ ਖ਼ਤਮ ਹੋਵੇਗਾ। ਬੇਨਤੀ ਕੀਤੀ ਜਾਂਦੀ ਹੈ ਕਿ ਜੇ ਤੁਸੀਂ ਇਹ ਪ੍ਰੋਗਰਾਮ ਦੇਖਣਾ ਚਾਹੁੰਦੇ ਹੋ ਤਾਂ ਜਲਦੀ ਤੋਂ ਜਲਦੀ ਆਪਣੀ ਟਿਕਟ ਖ਼੍ਰੀਦੋ। ਜੇ ਤੁਸੀਂ ਟਿਕਟ ਖ਼੍ਰੀਦਣ ਵਿੱਚ ਦੇਰੀ ਕਰੋਗੇ ਤਾਂ ਸ਼ਾਇਦ ਤੁਸੀਂ ਪ੍ਰੋਗਰਾਮ ਨਾ ਹੀ ਦੇਖ ਸਕੋ ਕਿਉਂਕਿ ਆਮ ਤੌਰ 'ਤੇ ਗੁਰਦਾਸ ਮਾਨ ਦੇ ਪ੍ਰੋਗਰਾਮਾਂ ਦੇ ਟਿਕਟ ਬਹੁਤ ਜਲਦੀ ਵਿਕ ਜਾਂਦੇ ਹਨ।

(a) When and where will the Vaisakhi programme be held this year?

.... 1

(b) What is special about this function?

.... 1

(c) Why have the people been advised to buy their tickets early?

.... 1

10. You receive an e-mail from your friend Amandeep.

ਪਿਆਰੀ ਬਲਜੀਤ,

ਮੈਂ ਆਪਣੀ ਸਿਹਤ ਠੀਕ ਰੱਖਣ ਲਈ ਕਈ ਖੇਡਾਂ ਖੇਡਦਾ ਹਾਂ ਪਰ ਮੈਂ ਹਾਕੀ ਖੇਡਣਾ ਜ਼ਿਆਦਾ ਪਸੰਦ ਕਰਦਾ ਹਾਂ।

—ਅਮਨਦੀਪ

What game does Amandeep like to play most?

A

B

C

Write the letter of the correct answer in the box. ☐

11. You read two students' views about their future jobs.

ਅਮਰਦੀਪ : ਮੈਂ ਆਪਣੀ ਪੜ੍ਹਾਈ ਖ਼ਤਮ ਕਰਨ ਤੋਂ ਬਾਅਦ ਅਧਿਆਪਕ ਬਣਨਾ ਚਾਹੁੰਦਾ ਹਾਂ ਕਿਉਂਕਿ ਮੈਨੂੰ ਇਹ ਨੌਕਰੀ ਬਹੁਤ ਪਸੰਦ ਹੈ। ਇਸ ਨੌਕਰੀ ਵਿੱਚ ਤਨਖ਼ਾਹ ਬਹੁਤ ਚੰਗੀ ਹੈ ਅਤੇ ਛੁੱਟੀਆਂ ਵੀ ਕਾਫ਼ੀ ਹੁੰਦੀਆਂ ਹਨ।

ਕਮਲਜੀਤ : ਮੇਰੇ ਪਿਤਾ ਜੀ ਤਾਂ ਚਾਹੁੰਦੇ ਹਨ ਕਿ ਮੈਂ ਡਾਕਟਰ ਬਣਾਂ ਪਰ ਮੈਂ ਇਹ ਨੌਕਰੀ ਬਿਲਕੁਲ ਪਸੰਦ ਨਹੀਂ ਕਰਦੀ। ਇੱਕ ਤਾਂ ਇਸ ਨੌਕਰੀ ਲਈ ਪੜ੍ਹਾਈ ਬਹੁਤ ਕਰਨੀ ਪੈਂਦੀ ਹੈ, ਦੂਜੇ ਨੌਕਰੀ ਮਿਲਣ 'ਤੇ ਬਹੁਤ ਘੰਟੇ ਕੰਮ ਕਰਨਾ ਪੈਂਦਾ ਹੈ। ਮੈਂ ਤਾਂ ਪੜ੍ਹਾਈ ਖ਼ਤਮ ਕਰਨ ਤੋਂ ਬਾਅਦ ਆਪਣਾ ਹੀ ਕੋਈ ਕਾਰੋਬਾਰ ਕਰਨਾ ਚਾਹੁੰਦੀ ਹਾਂ ਕਿਉਂਕਿ ਇਸ ਵਿੱਚ ਤੁਹਾਨੂੰ ਪੂਰੀ ਆਜ਼ਾਦੀ ਹੁੰਦੀ ਹੈ। ਤੁਸੀਂ ਆਪਣੇ ਕੰਮ ਦੇ ਆਪ ਬੌਸ ਹੁੰਦੇ ਹੋ।

(a) Why does Amardeep like to become a teacher? Give two reasons.

   (i) ....

   (iii) 2

(b) Which job does Kamaljit not like to do and why?

   1

(c) Why is Kamaljit intersted to start her own business?

   1

Model Paper

General Certificate of Secondary Education

Higher Tier

Panjabi   Unit 2   **Reading**

Time 30 minutes   **Total marks 45**

Answer all questions in English.

1. You read this advertisement about a Vaisakhi festival in a local newspaper.

> ### ਵਿਸਾਖੀ ਦੇ ਪ੍ਰੋਗਰਾਮ 'ਤੇ ਗੁਰਦਾਸ ਮਾਨ
>
> ਆਪ ਸਭ ਨੂੰ ਇਹ ਜਾਣ ਕੇ ਖ਼ੁਸ਼ੀ ਹੋਵੇਗੀ ਕਿ ਪਿਛਲੇ ਸਾਲਾਂ ਦੀ ਤਰ੍ਹਾਂ ਇਸ ਸਾਲ ਵੀ ਵਿਸਾਖੀ ਦਾ ਪ੍ਰੋਗਰਾਮ 13 ਅਪ੍ਰੈਲ ਨੂੰ ਬੜੀ ਧੂਮਧਾਮ ਨਾਲ ਮਨਾਇਆ ਜਾ ਰਿਹਾ ਹੈ। ਇਸ ਸਾਲ ਪ੍ਰੋਗਰਾਮ ਦੀ ਖ਼ਾਸ ਗੱਲ ਇਹ ਹੈ ਕਿ ਇਸ ਪ੍ਰੋਗਰਾਮ ਵਿੱਚ ਪੰਜਾਬ ਦਾ ਪ੍ਰਸਿੱਧ ਗਾਇੱਕ ਗੁਰਦਾਸ ਮਾਨ ਗਾਣੇ ਗਾਏਗਾ ਅਤੇ ਪ੍ਰੋਗਰਾਮ ਐਨ ਈ ਸੀ ਬਰਮਿੰਘਮ ਵਿੱਚ ਹੋਵੇਗਾ। ਟਿਕਟ ਦੀ ਕੀਮਤ 20 ਪੌਂਡ ਤੋਂ ਲੈ ਕੇ 100 ਪੌਂਡ ਤਕ ਹੈ। ਪ੍ਰੋਗਰਾਮ ਸ਼ਾਮ ਦੇ 6.30 ਵਜੇ ਸ਼ੁਰੂ ਹੋਵੇਗਾ ਅਤੇ 11.00 ਵਜੇ ਖ਼ਤਮ ਹੋਵੇਗਾ। ਬੇਨਤੀ ਕੀਤੀ ਜਾਂਦੀ ਹੈ ਕਿ ਜੇ ਤੁਸੀਂ ਇਹ ਪ੍ਰੋਗਰਾਮ ਦੇਖਣਾ ਚਾਹੁੰਦੇ ਹੋ ਤਾਂ ਜਲਦੀ ਤੋਂ ਜਲਦੀ ਆਪਣੀ ਟਿਕਟ ਖ਼੍ਰੀਦੋ। ਜੇ ਤੁਸੀਂ ਟਿਕਟ ਖ਼੍ਰੀਦਣ ਵਿੱਚ ਦੇਰੀ ਕਰੋਗੇ ਤਾਂ ਸ਼ਾਇਦ ਤੁਸੀਂ ਪ੍ਰੋਗਰਾਮ ਨਾ ਹੀ ਦੇਖ ਸਕੋ ਕਿਉਂਕਿ ਆਮ ਤੌਰ 'ਤੇ ਗੁਰਦਾਸ ਮਾਨ ਦੇ ਪ੍ਰੋਗਰਾਮਾਂ ਦੇ ਟਿਕਟ ਬਹੁਤ ਜਲਦੀ ਵਿਕ ਜਾਂਦੇ ਹਨ।

(a) When and where will the Vaisakhi programme be held this year?

....   1

(b) What is special about this function?

....   1

(c) Why have the people been advised to buy their tickets early?

....   1

2. You read two students' views about their future jobs.

ਅਮਰਦੀਪ : ਮੈਂ ਆਪਣੀ ਪੜ੍ਹਾਈ ਖ਼ਤਮ ਕਰਨ ਤੋਂ ਬਾਅਦ ਅਧਿਆਪਕ ਬਣਨਾ ਚਾਹੁੰਦਾ ਹਾਂ ਕਿਉਂਕਿ ਮੈਨੂੰ ਇਹ ਨੌਕਰੀ ਬਹੁਤ ਪਸੰਦ ਹੈ। ਇਸ ਨੌਕਰੀ ਵਿੱਚ ਤਨਖ਼ਾਹ ਬਹੁਤ ਚੰਗੀ ਹੈ ਅਤੇ ਛੁੱਟੀਆਂ ਵੀ ਕਾਫ਼ੀ ਹੁੰਦੀਆਂ ਹਨ।

ਕਮਲਜੀਤ : ਮੇਰੇ ਪਿਤਾ ਜੀ ਤਾਂ ਚਾਹੁੰਦੇ ਹਨ ਕਿ ਮੈਂ ਡਾਕਟਰ ਬਣਾਂ ਪਰ ਮੈਂ ਇਹ ਨੌਕਰੀ ਬਿਲਕੁਲ ਪਸੰਦ ਨਹੀਂ ਕਰਦੀ। ਇੱਕ ਤਾਂ ਇਸ ਨੌਕਰੀ ਲਈ ਪੜ੍ਹਾਈ ਬਹੁਤ ਕਰਨੀ ਪੈਂਦੀ ਹੈ, ਦੂਜੇ ਨੌਕਰੀ ਮਿਲਣ 'ਤੇ ਬਹੁਤ ਘੰਟੇ ਕੰਮ ਕਰਨਾ ਪੈਂਦਾ ਹੈ। ਮੈਂ ਤਾਂ ਪੜ੍ਹਾਈ ਖ਼ਤਮ ਕਰਨ ਤੋਂ ਬਾਅਦ ਆਪਣਾ ਹੀ ਕੋਈ ਕਾਰੋਬਾਰ ਕਰਨਾ ਚਾਹੁੰਦੀ ਹਾਂ ਕਿਉਂਕਿ ਇਸ ਵਿੱਚ ਤੁਹਾਨੂੰ ਪੂਰੀ ਆਜ਼ਾਦੀ ਹੁੰਦੀ ਹੈ। ਤੁਸੀਂ ਆਪਣੇ ਕੰਮ ਦੇ ਆਪ ਬੌਸ ਹੁੰਦੇ ਹੋ।

(a) Why does Amardeep like to become a teacher? Give two reasons.

(i) ....

(iii) 2

(b) Which job does Kamaljit not like to do and why?

.... 1

(c) Why is Kamaljit intersted to start her own business?

.... 1

3. You read this article in a Panjabi newspaper.

> ਅੱਜ ਕੱਲ੍ਹ ਬਹੁਤੇ ਪੰਜਾਬੀ ਘਰਾਂ ਵਿੱਚ ਪੰਜਾਬੀ ਨਾ ਬੋਲਣ ਕਾਰਨ ਅਤੇ ਸਕੂਲਾਂ ਵਿੱਚ ਪੰਜਾਬੀ ਦੀ ਪੜ੍ਹਾਈ ਨਾ ਹੋਣ ਕਾਰਨ ਬੱਚੇ ਪੰਜਾਬੀ ਵਿੱਚ ਗੱਲਬਾਤ ਨਹੀਂ ਕਰ ਸਕਦੇ। ਇਸ ਦਾ ਅਸਰ ਇਹ ਹੁੰਦਾ ਹੈ ਕਿ ਬੱਚੇ ਆਪਣੀ ਬੋਲੀ, ਸਭਿਅਤਾ ਅਤੇ ਆਪਣੇ ਧਰਮ ਤੋਂ ਅਣਜਾਣ ਰਹਿ ਜਾਂਦੇ ਹਨ। ਇਸ ਲਈ ਜੇ ਮਾਤਾ ਪਿਤਾ ਚਾਹੁੰਦੇ ਹਨ ਕਿ ਉਹਨਾਂ ਦੇ ਬੱਚੇ ਪੰਜਾਬੀ ਵਿੱਚ ਚੰਗੀ ਤਰ੍ਹਾਂ ਗੱਲਬਾਤ ਕਰ ਸਕਣ ਤਾਂ ਉਹ ਉਹਨਾਂ ਨਾਲ ਆਪਣੇ ਘਰਾਂ ਵਿੱਚ ਪੰਜਾਬੀ ਵਿੱਚ ਬੋਲਣ ਅਤੇ ਬੱਚਿਆਂ ਨੂੰ ਪੰਜਾਬੀ ਕਲਾਸਾਂ ਅਤੇ ਧਾਰਮਿਕ ਅਸਥਾਨਾਂ 'ਤੇ ਲੈ ਕੇ ਜਾਣ।
>
> ਮਾਤਾ ਪਿਤਾ ਨੂੰ ਚਾਹੀਦਾ ਹੈ ਕਿ ਉਹ ਆਪਣੇ ਬੱਚਿਆਂ ਨੂੰ ਹਰ ਦੂਜੇ ਤੀਜੇ ਸਾਲ ਪੰਜਾਬ ਛੁੱਟੀਆਂ 'ਤੇ ਲੈ ਕੇ ਜਾਣ। ਇਸ ਨਾਲ ਬੱਚਿਆਂ ਨੂੰ ਪੰਜਾਬੀ ਸਿੱਖਣ, ਆਪਣੇ ਪੰਜਾਬ ਰਹਿੰਦੇ ਰਿਸ਼ਤੇਦਾਰਾਂ ਨਾਲ ਮੇਲ-ਮਿਲਾਪ ਜਾਰੀ ਰੱਖਣ ਅਤੇ ਆਪਣੇ ਸਭਿਆਚਾਰ ਅਤੇ ਰੀਤੀ ਰਿਵਾਜਾਂ ਨੂੰ ਜਾਨਣ ਦਾ ਮੌਕਾ ਮਿਲੇਗਾ।

Read the statements in the grid below.

For each statement in the grid write :

T (True), F (False), ? (not in the text)

Example		Generally Panjabi is spoken in Panjabi homes.	F
	1.	Many children can not communicate in Panjabi.	
	2.	Panjabi is generally taught in Schools.	
	3.	50000 children study Panjabi in England.	
	4.	There is no advantage of taking children to the Panjab.	
	5.	By going there you can meet your relatives who live in the Panjab.	

4. Ria has sent this e-mail message to Arjun. Read the message and answer the questions.

ਪਿਆਰੇ ਅਰਜਨ,

ਤੁਹਾਡੀ ਈ-ਮੇਲ ਮਿਲ ਗਈ ਸੀ। ਤੁਹਾਡਾ ਬਹੁਤ ਧੰਨਵਾਦ। ਤੁਸੀਂ ਮੈਨੂੰ ਨਵੇਂ ਘਰ ਬਾਰੇ ਪੁੱਛਿਆ ਹੈ। ਸਾਡਾ ਨਵਾਂ ਘਰ ਬਹੁਤ ਵੱਡਾ ਹੈ ਅਤੇ ਬਹੁਤ ਚੰਗੇ ਇਲਾਕੇ ਵਿੱਚ ਹੈ। ਇਸ ਵਿੱਚ ਪੰਜ ਸੌਣ ਵਾਲੇ ਕਮਰੇ, ਤਿੰਨ ਗ਼ੁਸਲਖ਼ਾਨੇ ਅਤੇ ਦੋ ਗੈਰਜਾਂ ਹਨ। ਇਸ ਦਾ ਮੋਹਰਲਾ ਬਗ਼ੀਚਾ ਤਾਂ ਠੀਕ ਹੈ ਪਰ ਮੈਨੂੰ ਪਿਛਲਾ ਬਗ਼ੀਚਾ ਬਹੁਤਾ ਪਸੰਦ ਨਹੀਂ ਹੈ ਕਿਉਂਕਿ ਇਹ ਥੋੜ੍ਹਾ ਛੋਟਾ ਹੈ ਅਤੇ ਸਾਡੇ ਖੇਡਣ ਲਈ ਥਾਂ ਘੱਟ ਹੈ। ਘਰ ਤਾਂ ਬਹੁਤ ਸੋਹਣਾ ਹੈ ਅਤੇ ਮੇਰੇ ਮਾਤਾ ਪਿਤਾ ਜੀ ਇਸ ਨੂੰ ਬਹੁਤ ਪਸੰਦ ਕਰਦੇ ਹਨ ਪਰ ਮੈਨੂੰ ਇੱਕ ਮੁਸ਼ਕਲ ਆ ਰਹੀ ਹੈ, ਸਾਡਾ ਨਵਾਂ ਘਰ ਮੇਰੇ ਸਕੂਲ ਤੋਂ ਕਾਫ਼ੀ ਦੂਰ ਹੈ ਅਤੇ ਸਕੂਲ ਜਾਣ ਲਈ ਕਾਫ਼ੀ ਸਮਾਂ ਲੱਗ ਜਾਂਦਾ ਹੈ। ਕਈ ਵਾਰ ਸਕੂਲ ਨੂੰ ਲੇਟ ਵੀ ਹੋ ਜਾਂਦੀ ਹਾਂ। ਮੈਨੂੰ ਇਹ ਪਸੰਦ ਨਹੀਂ ਹੈ।

—ਰੀਆ

(a) What is Ria's new house like? Give two details.

(i) ....

(iii) 2

(b) Why does she not like the back garden?

.... 1

(c) What is her parents' opinion about the new house?

.... 1

(d) What does Ria particulary not like about her new house?

.... 1

5. You read a part of Amandeep's article.

> ਆਪਣੇ ਆਪ ਨੂੰ ਤੰਦਰੁਸਤ ਰੱਖਣ ਲਈ ਮੈਂ ਕਈ ⟨3⟩ ਖੇਡਦਾ ਹਾਂ। ਖੇਡਾਂ ਵਿੱਚ ਮੈਨੂੰ ਖ਼ਾਸ ਦਿਲਚਸਪੀ ਹੈ। ਕ੍ਰਿਕਟ ਅਤੇ ਫੁਟਬਾਲ ਮੇਰੀਆਂ ☐ ਖੇਡਾਂ ਹਨ। ਮੈਂ ਆਪਣੇ ਸਕੂਲ ਦੀ ਕ੍ਰਿਕਟ ਦੀ ਟੀਮ ਦਾ ☐ ਹਾਂ।
>
> ਮੇਰੀ ਛੋਟੀ ਭੈਣ ਹਰਦੀਪ ਵੀ ਮੇਰੇ ਸਕੂਲ ਵਿੱਚ ☐ ਹੈ। ਅਸੀਂ ਦੋਨੋਂ ਇਕੱਠੇ ਸਕੂਲ ਨੂੰ ਤੁਰ ਕੇ ਹੀ ਚਲੇ ਜਾਂਦੇ ਹਾਂ ਕਿਉਂਕਿ ਸਕੂਲ ਘਰ ਤੋਂ ਬਹੁਤੀ ☐ ਨਹੀਂ ਹੈ। ਘਰ ਵਿੱਚ ਅਸੀਂ ਆਪਣੇ ਮਾਤਾ ਪਿਤਾ ਜੀ ਦੀ ਸਹਾਇਤਾ ਕਰਦੇ ਹਾਂ। ਹਰਦੀਪ ਵੱਡੀ ਹੋ ਕੇ ☐ ਬਣਨਾ ਚਾਹੁੰਦੀ ਹੈ ਪਰ ਮੈਂ ਆਪਣਾ ਕੋਈ ਕਾਰੋਬਾਰ ਸ਼ੁਰੂ ਕਰਾਂਗਾ।

Fill in the boxes above by writing the number of the correct answer.

1. ਕੈਪਟਨ   3. ਖੇਡਾਂ   5. ਡਾਕਟਰ   7. ਮਨਪਸੰਦ

2. ਮਾਸੀ   4. ਦੂਰ   6. ਸਕੂਲ   8. ਪੜ੍ਹਦੀ   (5 marks)

6. You read the views of three students about their future marriage plans.

ਪਰਮਜੀਤ

ਮੈਂ ਅਜੇ ਵਿਆਹ ਬਾਰੇ ਕੁਝ ਨਹੀਂ ਸੋਚਿਆ। ਪਹਿਲਾਂ ਤਾਂ ਮੈਂ ਆਪਣੀ ਪੜ੍ਹਾਈ ਖ਼ਤਮ ਕਰਨੀ ਹੈ। ਇਸ ਤੋਂ ਬਾਅਦ ਕੋਈ ਨੌਕਰੀ ਲੱਭਾਂਗੀ, ਫੇਰ ਕਿਤੇ ਜਾ ਕੇ ਵਿਆਹ ਬਾਰੇ ਸੋਚਾਂਗੀ। ਅੱਜ ਕੱਲ੍ਹ ਤਾਂ ਆਪਣਾ ਸਾਥੀ ਲੱਭਣ ਲਈ ਇੰਟਰਨੈੱਟ ਦੀ ਮੱਦਦ ਲਈ ਜਾ ਸਕਦੀ ਹੈ। ਇੰਟਰਨੈੱਟ 'ਤੇ ਕਈ ਵੈਬਸਾਈਟਾਂ ਹਨ ਜੋ ਲੋਕਾਂ ਦੀ ਰਿਸ਼ਤੇ ਲੱਭਣ ਵਿੱਚ ਮੱਦਦ ਕਰ ਰਹੀਆਂ ਹਨ। ਮੈਂ ਵੀ ਇੰਟਰਨੈੱਟ ਦੀ ਸਹਾਇਤਾ ਨਾਲ ਆਪਣੀ ਮਰਜ਼ੀ ਦਾ ਪਾਰਟਨਰ ਲੱਭਾਂਗੀ। ਵਿਆਹਾਂ ਲਈ 'ਸ਼ਾਦੀ ਡਾਟ ਕਾਮ' ਇੱਕ ਪ੍ਰਸਿੱਧ ਵੈਬਸਾਈਟ ਹੈ।

ਕਮਲ

ਮੈਂ ਆਪਣਾ ਵਿਆਹ ਆਪਣੀ ਮਰਜ਼ੀ ਨਾਲ ਕਰਾਵਾਂਗਾ। ਮੈਂ ਉਸ ਕੁੜੀ ਨਾਲ ਵਿਆਹ ਕਰਾਵਾਂਗਾ ਜੋ ਮੈਨੂੰ ਪਸੰਦ ਕਰਦੀ ਹੋਵੇਗੀ ਅਤੇ ਮੈਂ ਉਸ ਨੂੰ ਪਸੰਦ ਕਰਦਾ ਹੋਵਾਂਗਾ। ਇਸ ਲਈ ਮੈਂ ਉਸ ਕੁੜੀ ਨੂੰ ਪਹਿਲਾਂ ਜ਼ਰੂਰ ਮਿਲਣਾ ਚਾਹਾਂਗਾ, ਭਾਵੇਂ ਮੇਰੇ ਮਾਤਾ ਪਿਤਾ ਜੀ ਇਸ ਰਿਸ਼ਤੇ ਦੀ ਪਰਵਾਨਗੀ ਦੇਣ ਜਾਂ ਨਾ ਦੇਣ। ਸਕੂਲ ਦੀ ਪੜ੍ਹਾਈ ਖ਼ਤਮ ਕਰਨ ਤੋਂ ਬਾਅਦ ਮੈਂ ਅੱਗੇ ਨਹੀਂ ਪੜ੍ਹਨਾ ਚਾਹੁੰਦਾ, ਕਿਉਂਕਿ ਮੈਂ ਆਪਣੇ ਪਿਤਾ ਜੀ ਦੇ ਕਾਰੋਬਾਰ ਵਿੱਚ ਮੱਦਦ ਕਰਨੀ ਹੈ। ਇਸ ਲਈ ਮੈਂ ਵਿਆਹ ਵੀ ਜਲਦੀ ਕਰਾ ਲੈਣਾ ਹੈ।

ਰਨਜੀਤ

ਮੈਂ ਤਾਂ ਆਪਣਾ ਵਿਆਹ ਆਪਣੇ ਮਾਤਾ ਪਿਤਾ ਦੀ ਸਲਾਹ ਨਾਲ ਹੀ ਕਰਾਵਾਂਗੀ ਕਿਉਂਕਿ ਉਹ ਮੇਰੇ ਲਈ ਕੋਈ ਚੰਗਾ ਰਿਸ਼ਤਾ ਹੀ ਲੱਭਣਗੇ, ਪਰ ਮੈਂ ਵਿਆਹ ਕਰਾਉਣ ਤੋਂ ਪਹਿਲਾਂ ਉਸ ਮੁੰਡੇ ਨੂੰ ਮਿਲਣਾ ਜ਼ਰੂਰ ਚਾਹੂੰਗੀ। ਮੈਨੂੰ ਪੂਰੀ ਆਸ ਹੈ ਕਿ ਮੇਰੇ ਮਾਤਾ ਪਿਤਾ ਮੇਰੇ 'ਤੇ ਵਿਆਹ ਲਈ ਕੋਈ ਦਬਾਅ ਨਹੀਂ ਪਾਉਣਗੇ ਅਤੇ ਮੇਰੀ ਮਰਜ਼ੀ ਤੋਂ ਵਿਰੁੱਧ ਕੁਝ ਨਹੀਂ ਕਰਨਗੇ।

(a) Why has Paramjit not thought about getting married yet? Give two reasons.

(i) ....

(ii) 2

(b) How will Paramjit find her future partner?

.... 1

(c) Why does Kamal plan to marry soon after completing his school education? Give two reasons.

(i) ....

(ii) 2

(d) Why will Ranjit involve her parents in choosing her future partner?

.... 1

(e) How are Kamal's and Ranjit's views similar about marriage?

.... 1

(f) How are Kamal's and Ranjit's views different about marriage?

.... 1

7. You read Arjun's this article in the school magazine.

ਪਿਛਲੇ ਸਾਲ ਗਰਮੀਆਂ ਦੀਆਂ ਛੁੱਟੀਆਂ ਵਿੱਚ ਮੈਂ ਆਪਣੇ ਮਾਤਾ ਪਿਤਾ ਜੀ ਨਾਲ ਪੰਜਾਬ ਗਿਆ ਸੀ। ਪੰਜਾਬ ਅਸੀਂ ਇਸ ਲਈ ਚੁਣਿਆ ਸੀ ਕਿਉਂਕਿ ਉਥੇ ਮੇਰੇ ਤਾਇਆ ਜੀ, ਤਾਈ ਜੀ ਅਤੇ ਉਹਨਾਂ ਦਾ ਪਰਿਵਾਰ ਰਹਿੰਦਾ ਹੈ। ਅਸੀਂ ਉਹਨਾਂ ਨੂੰ ਜ਼ਰੂਰ ਮਿਲਣਾ ਚਾਹੁੰਦੇ ਸੀ। ਪੰਜਾਬ ਜਾਣ ਤੋਂ ਪਹਿਲਾਂ ਪਿਤਾ ਜੀ ਨੇ ਕਾਫ਼ੀ ਪੁੱਛ-ਗਿੱਛ ਕੀਤੀ ਸੀ। ਆਪਣੇ ਪਾਸਪੋਰਟ ਚੈੱਕ ਕਰਕੇ ਇੰਡੀਆ ਦਾ ਵੀਜ਼ਾ ਲਿਆ ਕਿਉਂਕਿ ਸਾਡੇ ਸਾਰਿਆਂ ਕੋਲ ਬ੍ਰਿਟਿਸ਼ ਨਾਗਰਿਕਤਾ ਹੈ। ਇਸ ਤੋਂ ਬਾਅਦ ਪਿਤਾ ਜੀ ਨੇ ਇੰਟਰਨੈੱਟ 'ਤੇ ਟਿਕਟ ਖ਼ਰੀਦੇ। ਅਸੀਂ ਅੰਮ੍ਰਿਤਸਰ ਹਵਾਈ ਅੱਡੇ 'ਤੇ ਪਹੁੰਚੇ ਸੀ ਜਿੱਥੇ ਸਾਨੂੰ ਤਾਇਆ ਜੀ ਅਤੇ ਤਾਈ ਜੀ ਲੈਣ ਲਈ ਆਏ ਹੋਏ ਸਨ। ਸਭ ਤੋਂ ਪਹਿਲਾਂ ਅਸੀਂ ਹਰਿਮੰਦਰ ਸਾਹਿਬ ਮੱਥਾ ਟੇਕਿਆ। ਹਰਿਮੰਦਰ ਸਾਹਿਬ ਦੇ ਦਰਸ਼ਨ ਕਰਕੇ ਮਨ ਨੂੰ ਬਹੁਤ ਸ਼ਾਂਤੀ ਆਈ। ਅਸੀਂ ਪੰਜਾਬ ਵਿੱਚ ਤਿੰਨ ਹਫ਼ਤੇ ਠਹਿਰੇ ਸੀ। ਇਸ ਸਮੇਂ ਵਿੱਚ ਅਸੀਂ ਪੰਜਾਬ ਦੇ ਕਈ ਸ਼ਹਿਰ ਦੇਖੇ ਸੀ। ਮੈਨੂੰ ਚੰਡੀਗੜ੍ਹ ਸਭ ਤੋਂ ਚੰਗਾ ਲੱਗਿਆ ਸੀ ਕਿਉਂਕਿ ਇਹ ਸ਼ਹਿਰ ਬਹੁਤ ਸੁੰਦਰ ਹੈ ਅਤੇ ਇੱਥੋਂ ਬਾਕੀ ਸ਼ਹਿਰਾਂ ਨਾਲੋਂ ਸਫ਼ਾਈ ਵੀ ਜ਼ਿਆਦਾ ਸੀ। ਮੈਨੂੰ ਪਿੰਡਾਂ ਦੀ ਜ਼ਿੰਦਗੀ ਬਹੁਤ ਚੰਗੀ ਲੱਗੀ ਕਿਉਂਕਿ ਪਿੰਡਾਂ ਦੇ ਲੋਕ ਬੜੀ ਸਾਦੀ ਜ਼ਿੰਦਗੀ ਬਤੀਤ ਕਰਦੇ ਹਨ ਅਤੇ ਉਹ ਸਾਡੇ ਨਾਲ ਬਹੁਤ ਪਿਆਰ ਕਰਦੇ ਸਨ।

—ਅਰਜਨ

(a) Why did Arjun's parents choose to go to the Panjab for a holiday?

.... 1

(b) What preparations did they make before going on holiday?

Give two details.

(i) ....

(ii) 2

(c) Which city did Arjun like most and why?

.... 1

(d) What are Arjun's views about village life in the Panjab?

Give two details.

(i) ....

(ii) 2

8. You read this article written by Mandeep.

ਮੇਰਾ ਸਕੂਲ

ਮੇਰਾ ਸਕੂਲ ਕਾਫ਼ੀ ਵੱਡਾ ਹੈ। ਇਸ ਵਿੱਚ ਇੱਕ ਹਜ਼ਾਰ ਤੋਂ ਵੱਧ ਵਿਦਿਆਰਥੀ ਪੜ੍ਹਦੇ ਹਨ। ਇਹ ਕੁੜੀਆਂ ਤੇ ਮੁੰਡਿਆਂ ਦਾ ਸਾਂਝਾ ਸਕੂਲ ਹੈ। ਇੱਥੇ ਵੱਖ ਵੱਖ ਨਸਲਾਂ ਤੇ ਧਰਮਾਂ ਦੇ ਵਿਦਿਆਰਥੀ ਪੜ੍ਹਦੇ ਹਨ। ਇਹ ਇੱਕ ਮਲਟੀਕਲਚਰਲ ਸਕੂਲ ਹੈ ਕਿਉਂਕਿ ਇੱਥੇ ਵੱਖ ਵੱਖ ਧਰਮਾਂ ਤੇ ਸਭਿਆਚਾਰਾਂ ਦੀ ਇੱਜ਼ਤ ਕੀਤੀ ਜਾਂਦੀ ਹੈ। ਸਾਰਿਆਂ ਬੱਚਿਆਂ ਦੇ ਪਿਛੋਕੜ ਨੂੰ ਪਛਾਨਣ ਲਈ ਵੱਖ-ਵੱਖ ਤਿਉਹਾਰ ਮਨਾਏ ਜਾਂਦੇ ਹਨ ਜਿਵੇਂ ਕਿ ਦੀਵਾਲੀ, ਵਿਸਾਖੀ, ਈਦ, ਕਰਿਸਮਿਸ ਆਦਿ।

ਮੈਂ ਇਸ ਗੱਲ 'ਤੇ ਬਹੁਤ ਖ਼ੁਸ਼ ਹਾਂ ਕਿ ਸਾਡੇ ਸਕੂਲ ਵਿੱਚ ਨਸਲਵਾਦ ਬਹੁਤ ਘੱਟ ਹੈ। ਜੇ ਕੋਈ ਨਸਲਵਾਦੀ ਘਟਨਾ ਹੋ ਵੀ ਜਾਵੇ ਤਾਂ ਇਸ ਨੂੰ ਬਹੁਤ ਗੰਭੀਰ ਸਮਝਿਆ ਜਾਂਦਾ ਹੈ ਅਤੇ ਬੜੀ ਤੇਜ਼ੀ ਤੇ ਸੋਝੀ ਨਾਲ ਨਿਪਟਾਇਆ ਜਾਂਦਾ ਹੈ। ਮੈਨੂੰ ਇਸ ਗੱਲ ਦਾ ਬਹੁਤ ਅਫ਼ਸੋਸ ਹੈ ਕਿ ਇੱਥੇ ਸਿਰਫ਼ ਤਿੰਨ ਏਸ਼ੀਅਨ ਅਧਿਆਪਕ ਹਨ ਜਦ ਕਿ 65 ਪ੍ਰਤੀਸ਼ਤ ਵਿਦਿਆਰਥੀ ਏਸ਼ੀਅਨ ਹਨ। ਇਸ ਬਾਰੇ ਸਟੂਡੈਂਟ-ਕੌਂਸਲ ਦੇ ਲੀਡਰਾਂ ਨੇ ਮੁੱਖ ਅਧਿਆਪਕ ਨਾਲ ਮੀਟਿੰਗ ਕੀਤੀ ਸੀ। ਮੁੱਖ ਅਧਿਆਪਕ ਨੇ ਦੱਸਿਆ ਕਿ ਅਗਲੇ ਦੋ ਸਾਲਾਂ ਵਿੱਚ ਏਸ਼ੀਅਨ ਅਧਿਆਪਕਾਂ ਦੀ ਗਿਣਤੀ ਦਸ ਤਕ ਕਰ ਦਿੱਤੀ ਜਾਵੇਗੀ।

ਉਹਨਾਂ ਨੇ ਇਹ ਵੀ ਦੱਸਿਆ ਕਿ ਏਸ਼ੀਅਨ ਅਧਿਆਪਕ ਲੱਭਣ ਵਿੱਚ ਬਹੁਤ ਮੁਸ਼ਕਲ ਆ ਰਹੀ ਹੈ। ਉਨ੍ਹਾਂ ਨੇ ਸੂਚਨਾ ਦਿੱਤੀ ਕਿ ਅੱਗੇ ਤੋਂ ਅਧਿਆਪਕਾਂ ਲਈ ਇੰਟਰਵਿਊ ਪੈਨਲ ਤੇ ਸਟੂਡੈਂਟ-ਕੌਂਸਲ ਦੇ ਇੱਕ ਵਿਦਿਆਰਥੀ ਨੂੰ ਵੀ ਸ਼ਾਮਿਲ ਕੀਤਾ ਜਾਵੇਗਾ।

(a) What sort of school is Mandeep's school?

   1

(b) What is a multicultural school in Mandeep's opinion? Give two details.

   (i) ....

   (ii) 2

(c) What does Mandeep like about his school? Give two details.

   (i) ....

   (ii) 2

(d) What was the result of students having a meeting with the Headteacher? Give two details.

   (i) ....

   (ii) 2

(e) Why are there so few Asian teachers in your view and what can be done to solve this problem?

   ....

   2

MARK SCHEME—MODEL PAPER

Foundation **Total Marks : 35**

Q. No.	Key Idea	Accept	Reject	Mark
1	B			1
2	C			1
3	130 Kilometer		130	1
4(a)	–15 years			1
(b)	–Walk			1
(c)	–Good for health			1
(d)	–Simple food/does not like fried food			1
(e)	–Listen to Panjabi songs			1
5(a)	–Summner holidays			1
(b)	–Harimandar Sahib			1
(c)	–Weather			1
(d)	–very hot			1
6	5			1
	1			1
	8			1
	4			1
	2			1
7(a)	–Wednesday			1
(b)	–Panjabi for young children			1
(c)	–GCSE Panjabi			1
(d)	–10.30 am to 12.00 noon			1
(e)	–i) GCSE Panjabi			1
	–ii) A Level Panjabi (both required)			
8(a)	T			1
(b)	F			1
(c)	?			1
(d)	F			1
(e)	T			1

Q. No.	Key Idea	Accept	Reject	Mark
9(a)	−13 April, at NEC Birmingham		13 April	1
(b)	−Gurdas Maan will sing at this function			1
(c)	−Gurdas Maan's programmes are very popular/tickets are sold quickly			1
10	C			1
11(a)	−Good pay,			1
	−Lot of holidays			1
(b)	−Doctor. Have to study a lot and work long hours (both required)			1
(c)	−You have freedom/ you are boss of your work	one of two		1

MARK SCHEME—MODEL PAPER

Higher   **Total Marks : 45**

Q. No.	Key Idea	Accept	Reject	Mark
1(a)	–13 April, at NEC Birmingham			1
(b)	–Gurdas Maan will sing at this function			1
(c)	–Gurdas Maan's programmes are very popular/tickets are sold quickly			1
2(a)	–Good pay,			1
	–Lot of holidays			1
(b)	–Doctor. Have to study a lot and work long hours (both required)			1
(c)	–You have freedom/ you are boss of your work	one of two		1
3(a)	T			1
(b)	F			1
(c)	?			1
(d)	F			1
(e)	T			1
4(a)	–Big house			1
	–It is in good area. Has 5 bed rooms, three bathrooms and two garages	any two		1
(b)	–Because it is small and not enough space to play (both required)			1
(c)	–They like it very much			1
(d)	–It is far away from her school/takes long time to reach school/late to school many times	any two for 1 mark		1
5	7			1
	1			1
	8			1
	4			1
	5			1

6(a)	–Wants to finish her studies first			1
	–Wants to get a job before marriage			1
(b)	–She will use internet to find her partner			1
(c)	–He does not want to study further			1
	–He wants to help his father in his business			1
(d)	–She thinks parents will find her good husband			1
(e)	–Both wants to meet their prospective partners before marriage			1
(f)	–Kamal will marry the girl he likes even if parents do not approve.			1
	–Ranjit will marry with the concent of her parents and Kamal will marry even without the concent of his parents.			
7(a)	–They wanted to meet Arjun's uncle and his family.			1
(b)	–Checked passports			1
	–Got visa			1
	–Bought tickets on the internet	Any 2 of 3		
(c)	–Chandigarh because it is a very beautiful and clean city			1
(d)	–He liked the village life			1
	–People lead simple life	Any 2 of 3		1
	–They loved us			
8(a)	Big/Co-educational/Multicultural	Any 1 of 3		1
(b)	–Different cultures are respected	Any 2 of 3		1
	–Different festivals are celebrated			1
	–All children's backgrounds are valued			
(c)	–Very little racism			1
	–Any racist incidents are taken seriously and dealt with quickly and properly			1
(d)	–Number of Asian teachers will be increased			1
	–A member of the student council will be included in the interview panel			1

(e)	–Few Asians go into teaching/more go into medicine and law etc. financial incentive to enter teaching	*Any other appropriate response		1
	–Less chance of success and promotion- reduce/eradicate racism/provide more support and promotion opportunities	*Solution must be linked to the problem *One mark for the problem/ reason and one for the solution		1

AQA Specimen 2008

Grade Descriptions

The descriptions of the expected standards of achievement required for grade A, C and F in the reading test are given below:

Grade A

For grade A, students are expected to be able to:
- understand a variety of written texts;
- understand some unfamiliar written language;
- extract meaning from some more complex language and extended texts;
- identify main points and extract details;
- recognise points of view, attitudes and emotions;
- draw simple conclusions.

Grade C

For grade C, students are expected to be able to:
- understand different types of written texts with a variety of structures;
- understand some unfamiliar language which may relate to past and future events;
- identify main points;
- extract details;
- recognise opinions.

Grade F

For grade F, students are expected to be able to:
- show some understanding of short and simple written texts with familiar language;
- show limited understanding of unfamiliar language;
- identify main points and some details.

Self Assessment Form – GCSE Panjabi Reading

Put a tick (✓) in the box against the statement if the answer is Yes and a cross (✗) if the answer is No.

Grade	Assessment Criteria	Yes/No
A	I can	
	• understand a variety of written texts;	
	• understand some unfamiliar written language;	
	• extract meaning from some more complex language and extended texts;	
	• identify main points and extract details;	
	• recognise points of view, attitudes and emotions;	
	• draw simple conclusions.	
C	I can	
	• understand different types of written texts with a variety of structures;	
	• understand some unfamiliar language which may relate to past and future events;	
	• identify main points;	
	• extract details;	
	• recognise opinions.	
F	I can	
	• understand short and simple written texts with familiar language;	
	• show limited understanding of unfamiliar language;	
	• identify main points and some details;	